സത്യജിത് റായ്
ജീവിതം സിനിമ രാഷ്ട്രീയം

SATHYAJITH RAY
Jeevitham Cinema Rashtreeyam

CINEMA

C V Ramesan

Chintha Publishers, Thiruvananthapuram

First Edition: June 2022

Published & Typesetting
Chintha Publishers, Thiruvananthapuram

Printed at
Repro India Ltd., Mumbai

Cover Design
Vinod Mangoes

Design & Layout
Narayana Bhattathiri

CO - 3115/6006
ISBN : 978-93-93468-99-4

Email: chinthapublishers@gmail.com
Website: www.chinthapublishers.com

A version available at National Libraries
Kolkata, Mumbai, Chennai and Delhi

Distribution
DESHABHIMANI BOOKHOUSE
H O Thiruvananthapuram 695035

Branch
Head Office Kunnukuzhi • Statue Thiruvananthapuram.
KSRTC Bus Terminal Thampanoor, Saphalyam Complex Thiruvananthapuram
KSRTC Bus Station Alappuzha • KSRTC Bus Station Ernakulam
• Machingal Lane Thrissur • IG Road Kozhikode •
Mavoor Road Kozhikode • NGO Union Building Kannur
Central Bus Terminal Complex Thavakkara Kannur

സത്യജിത് റായ്
ജീവിതം സിനിമ രാഷ്ട്രീയം

സി വി രമേശൻ

ചിന്ത പബ്ലിഷേഴ്സ്
തിരുവനന്തപുരം - 695 035

സി വി രമേശൻ

1959 ൽ കോഴിക്കോട് ജില്ലയിൽ വടകര താലൂക്കിലെ പതിയാരക്കരയിൽ ജനനം. 1983 മുതൽ 2015 വരെ കോഴിക്കോട് ശ്രീനാരായണ കോളേജിൽ അദ്ധ്യാപകനായി പ്രവർത്തിച്ചു. മലയാളത്തിലെ ആനുകാലിക പ്രസിദ്ധീകരണങ്ങളിൽ സിനിമയുമായി ബന്ധപ്പെട്ട ലേഖനങ്ങൾ എഴുതുന്നു. *അതിജീവനത്തിന്റെ കാഴ്ചകൾ, പാലസ്തീൻ സിനിമ, സത്യജിത് റായ്*(എഡിറ്റർ), *കിം കി ഡുക്ക്*(എഡിറ്റർ) എന്നീ കൃതികൾ പ്രസിദ്ധീകരിച്ചു.

ഭാര്യ	:	ചിത്രലേഖ വി വി
മകൻ	:	അഭിഷേക് സി വി
വിലാസം	:	സാവേരി, പതിയാരക്കര പി ഒ വടകര കോഴിക്കോട് ജില്ല - 673105
ഫോൺ	:	9447636672
വാട്സ് ആപ്പ്	:	7907525440
ഇ മെയിൽ	:	rameasancv@gmail.com

പ്രസാധകക്കുറിപ്പ്

സത്യജിത് റായ് എന്ന മഹാനായ ചലച്ചിത്രകാരന്റെ ജന്മശതാബ്ദിയാണിത്. ഇന്ത്യയിൽനിന്നും ലക്ഷണമൊത്തൊരു ചലച്ചിത്രം ലോക സിനിമാ ഭൂപടത്തിൽ ആദ്യമായി ഇടംപിടിക്കുന്നത് സത്യജിത് റായുടെ *പഥേർ പാഞ്ചാലി*യിലൂടെയാണ്. സിനിമയുടെ ഭാഷ കണ്ടെത്തുക എന്ന സൗന്ദര്യശാസ്ത്ര ധർമ്മം സത്യജിത് റായ് തന്റെ ജീവിതദൗത്യമായി ഏറ്റെടുത്തു. സിനിമയുടെ പൊതുഗാത്രത്തിനുള്ളിൽ ഛായാഗ്രഹണവും സംഗീതവും എഡിറ്റിങ്ങും കഥാപാത്രങ്ങളുടെ അഭിനയവും ലയിച്ചുചേരുന്ന സമീപനം റായ് ചിത്രങ്ങളിൽ കാണാം. പ്രക്ഷുബ്ധമായ കാലഘട്ടങ്ങളെ തന്റെ ചലച്ചിത്ര ഭൂമികയിലേക്ക് ആനയിച്ച റായ് തന്റെ രാഷ്ട്രീയ വീക്ഷണത്തെ ചലച്ചിത്ര ബാഹ്യമായി ആനയിച്ചില്ല. അതിനർത്ഥം റായ് ചിത്രങ്ങൾ രാഷ്ട്രീയമുക്തമായിരുന്നു എന്നല്ല. വ്യവസ്ഥിതിക്കുനേരെ എയ്തുവിട്ട ശരമ്പുകൾ തന്നെയായിരുന്നു സത്യജിത് റായുടെ ചിത്രങ്ങൾ. സത്യജിത് റായ് എന്ന മഹാനായ ചലച്ചിത്രകാരന്റെ സിനിമകളിലേക്കും മറ്റ് സംഭാവനകളിലേക്കും വെളിച്ചം വീശുന്ന ഗ്രന്ഥമാണിത്. സത്യജിത് റായുടെ ജന്മശതാബ്ദിയിൽ ചിന്ത നല്കുന്ന സംഭാവനയാണീ ഗ്രന്ഥം.

ചിന്ത പബ്ലിഷേഴ്സ്

ഉള്ളടക്കം

മഹാപ്രതിഭയ്ക്ക് ആദരം

ലോകസിനിമയിൽ എക്കാലവും ആദരിക്കപ്പെടുന്ന ചലച്ചിത്രകാരൻ സത്യജിത് റായുടെ ജന്മശതാബ്ദി ആഘോഷിക്കുന്ന ഈ അവസരത്തിൽ മഹാനായ ചലച്ചിത്രകാരന്റെ ജീവിതവും സിനിമകളും വിശകലനം ചെയ്തുകൊണ്ട് ഒരു സമാഹാരം പ്രസിദ്ധീകരിക്കാൻ കഴിയുന്നതിൽ അതിയായ സന്തോഷമുണ്ട്. രാജ്യത്തിനകത്തും പുറത്തും നിറഞ്ഞുനിൽക്കുന്ന റായ് എന്ന ചലച്ചിത്രകാരന്റെ ജീവിതവും ചിത്രങ്ങളും ഇപ്പോഴും പല രീതികളിലുമുള്ള വിശകലനങ്ങൾക്കും വിശദീകരണങ്ങൾക്കും പഠനങ്ങൾക്കും വിധേയമായിക്കൊണ്ടിരിക്കയാണ്. സിനിമയ്ക്ക് പുറമേ എഴുത്ത്, ചിത്രമെഴുത്ത്, കാലിഗ്രാഫി, സംഗീതം, ഡിസൈനിങ് തുടങ്ങി ഒട്ടനവധി മേഖലകളിൽ വ്യക്തിമുദ്ര പതിപ്പിച്ചുകൊണ്ട്, മറ്റ് ചലച്ചിത്രകാരിൽ നിന്ന് അദ്ദേഹം ഏറെ വ്യത്യസ്തനാവുന്നു. ഇന്ത്യയിൽ ഫിലിം സൊസൈറ്റി പ്രസ്ഥാനം ആരംഭിക്കാൻ മുൻകൈയെടുത്ത റായ്, കേരളമടക്കമുള്ള സംസ്ഥാനങ്ങളിൽ അത് വ്യാപിപ്പിക്കാൻ ആത്മാർത്ഥമായ ശ്രമങ്ങൾ നടത്തിയിരുന്നു. അതുവഴി, കലാമൂല്യമുള്ള ചിത്രങ്ങൾ നിർമ്മിക്കുക മാത്രമല്ല, പ്രശസ്തമായ ലോകസിനിമകൾ ജനങ്ങൾക്ക് എത്തിച്ചുകൊടുക്കുക എന്ന ദൗത്യവും റായ് ഏറ്റെടുക്കുകയായിരുന്നു. പാശ്ചാത്യ/പൗരസ്ത്യ സംഗീതശാഖകളിലെ ആഴത്തിലുള്ള അറിവ്, തന്റെ ചിത്രങ്ങൾക്ക് സ്വയം സംഗീത സംവിധാനം നടത്തുവാൻ അദ്ദേഹത്തിനു സഹായകമായി മാറി. കുട്ടികളെയും മുതിർന്നവരെയും ഒരുപോലെ സ്വാധീനിക്കുന്ന നിരവധി നോവലുകളും കഥകളും അദ്ദേഹം എഴുതിയിരുന്നു. സിനിമകളും പുസ്തകങ്ങളും പോസ്റ്ററുകളും കവറുകളും ഡിസൈൻ ചെയ്യുകയും കുട്ടികൾക്കായി *സന്ദേശ്* മാസികയുടെ എഡിറ്ററായി പ്രവർത്തിക്കയും ചെയ്തു അദ്ദേഹം.

ഇങ്ങനെ മറ്റൊരു ചലച്ചിത്രകാരനിലും/കാരിയിലും കാണാൻ കഴിയാത്ത രീതികളിലുള്ള ബഹുമുഖ വ്യക്തിത്വത്തിന്റെ ഉടമയായ ചലച്ചിത്രകാരനെയാണ് നാം റായിൽ കാണുന്നത്. ദേശീയവും അന്തർദേശീയവുമായ നിരവധി പുരസ്കാരങ്ങൾ റായ് നേടിയിരുന്നു. മിക്ക അന്തർദേശീയ മേളകളിലും റായ് ചിത്രങ്ങൾ പുരസ്കാരങ്ങൾ നേടി. ഫ്രഞ്ച് ലിജിയൻ ഓഫ് ഓർഡർ, സമഗ്ര സംഭാവനയ്ക്കുള്ള ഓസ്കാർ എന്നിവ നേടിയതിനു പുറമെ, സ്വന്തം രാജ്യം ഏറ്റവും ശ്രേഷ്ഠമായ ഭാരതരത്നം പുരസ്കാരം നൽകി അദ്ദേഹത്തെ ബഹുമാനിക്കുകയും ചെയ്തു.

സത്യജിത് റായെന്ന വ്യക്തിയെയും ചലച്ചിത്രകാരനെയും ഒരിക്കൽക്കൂടി കണ്ടെത്താൻ ശ്രമിക്കുകയാണ് ഈ സമാഹാരത്തിലെ ലേഖനങ്ങൾ. ഇവ തയ്യാറാക്കുമ്പോൾ ഒരു കാര്യം പ്രത്യേകം ശ്രദ്ധിച്ചിരുന്നു. റായ് ചിത്രങ്ങളിലെ സാമൂഹികവും രാഷ്ട്രീയവും സ്ത്രീപക്ഷവുമായ നിലപാടുകളെ സൂക്ഷ്മമായി പരിശോധിക്കുക, അത്

വ്യക്തമാക്കുക എന്നതായിരുന്നു അത്. ഒരു പരിധിവരെ അത് ചെയ്യാൻ കഴിഞ്ഞിട്ടുണ്ട് എന്ന് വിശ്വസിക്കുന്നു.

ലേഖനങ്ങളുടെ പ്രമേയം അനുസരിച്ച് പുസ്തകം നാല് ഭാഗങ്ങളായി വിഭജിച്ചിരിക്കുന്നു. ആദ്യഭാഗം, ചിത്രകാരനിൽ നിന്ന് ചലച്ചിത്രകാരനിലേക്ക്, സത്യജിത് റായുടെ ആദ്യചിത്രം *പഥേർ പാഞ്ചാലി* പുറത്തിറങ്ങുന്നതിനു മുമ്പുവരെയുള്ള അദ്ദേഹത്തിന്റെ ജീവിതം, ഒരു കലാ വിദ്യാർത്ഥിയിൽ നിന്ന് ചലച്ചിത്രകാരനിലേക്കുള്ള വളർച്ച എന്നിവയാണ് രേഖപ്പെടുത്തുന്നത്. ആദ്യലേഖനം 'സിനിമാ ലോകത്തെത്തുന്ന സത്യജിത് റായ്' ചലച്ചിത്രരംഗത്തെത്തുന്ന റായെക്കുറിച്ചുള്ളതാണ്. *പഥേർ പാഞ്ചാലി*യുടെ നിർമ്മാണം തീവ്രമായ അനുഭവങ്ങളിലേക്കാണ് റായെയും കൂട്ടുകാരെയും എത്തിച്ചത്. ആദ്യചിത്രം റായ്ക്ക് നൽകിയ നിയോറിയലിസ്റ്റ് അനുഭവങ്ങളെക്കുറിച്ചാണ് രണ്ടാമത് ലേഖനം.

പുസ്തകത്തിന്റെ രണ്ടാമത്തെ ഭാഗമായ റായുടെ സാമൂഹികവും രാഷ്ട്രീയവുമായ സമീപനങ്ങളിൽ, സത്യജിത് റായുടെ വളരെ പ്രസിദ്ധമായ അപുത്രയത്തിന്റെ സാമൂഹിക വശങ്ങളാണ് ആദ്യ അദ്ധ്യായത്തിൽ ചർച്ച ചെയ്യുന്നത്. റായുടെ ജീവിതം ഏറ്റവുമധികം സ്വാധീനിക്കപ്പെട്ടത് ടാഗോറിന്റെ ചിന്തകളാലായിരുന്നു. ടാഗോർ കഥകൾ പ്രധാന ചിത്രങ്ങളായി റായ് പരിഭാഷപ്പെടുത്തി. ടാഗോറിനെക്കുറിച്ച് ഏറ്റവും മികച്ച ഡോക്യുമെന്ററി അദ്ദേഹം നിർമ്മിച്ചു. ഇവയൊക്കെ സജീവമായി ചർച്ച ചെയ്യുകയാണ് 'സത്യജിത് റായും രബീന്ദ്രനാഥ് ടാഗോറു'മെന്ന ലേഖനം. സത്യജിത് റായ്, ഒരു അരാഷ്ട്രീയ ചലച്ചിത്രകാരനാണെന്ന വാദം തിരുത്തുകയാണ് അദ്ദേഹത്തിന്റെ പല ചിത്രങ്ങളും, പ്രത്യേകിച്ച് കൽക്കട്ട ചിത്രത്രയം. അതേക്കുറിച്ചാണ് അടുത്ത പഠനം. റായുടെ രാഷ്ട്രീയ സമീപനങ്ങൾ കൃത്യമായി രേഖപ്പെടുത്തുന്ന രാഷ്ട്രീയ അലിഗറികളാണ് അടുത്തതിൽ ചർച്ച ചെയ്യുന്നത്.

ടാഗോറുമായുള്ള റായുടെ ബന്ധമാണ് അദ്ദേഹത്തിന്റെ ചിത്രങ്ങളിൽ കാണുന്ന കരുത്തരായ സ്ത്രീകളുടെ സാന്നിദ്ധ്യത്തിന് കാരണമാകുന്നത്. സ്വന്തം വ്യക്തിത്വം സ്ഥാപിക്കുന്ന, അതുപോലെ തിരിച്ചു പിടിക്കുന്ന അനവധി കരുത്തരായ സ്ത്രീകളെ റായ് ചിത്രങ്ങളിൽ നാം കണ്ടുമുട്ടുന്നുണ്ട്. അവരാണ് അടുത്ത ലേഖനം, 'റായ് ചിത്രങ്ങളിലെ കരുത്തരായ സ്ത്രീകളി'ൽ വിഷയമാകുന്നത്. തനിക്ക് ചുറ്റുമുള്ള സമൂഹത്തിലേക്കും, സ്വന്തം ജീവിതത്തിലേക്കും റായ് നടത്തുന്ന അന്വേഷണങ്ങൾ പ്രമേയമാക്കുകയാണ് 'റായുടെ അവസാനകാല ചിത്രങ്ങൾ.' സത്യജിത് റായുടെ ഫിലിമോഗ്രാഫിയിലെ ഒരു പ്രധാന ഘടകമാണ് ഡോക്യുമെന്ററികളും ഷോർട്ട് ഫിലിമുകളും. അവ വിശദമായി പരിശോധിക്കുന്ന ലേഖനവും ഈ ഭാഗത്തിലുണ്ട്.

സത്യജിത് റായെ ചരിത്രത്തിൽ അടയാളപ്പെടുത്തുന്നവർ എന്ന മൂന്നാം ഭാഗത്തിൽ രാജ്യത്തിനകത്തും പുറത്തുമുള്ള ചലച്ചിത്രലോകം സത്യജിത് റായെയും അദ്ദേഹത്തിന്റെ ചിത്രങ്ങളെയും എങ്ങനെയാണ് രേഖപ്പെടുത്തിയിരിക്കുന്നത് എന്ന് പരിശോധിക്കുന്നു.

'റായ് രേഖപ്പെടുത്തിയ സ്വന്തം ചിന്തകൾ' എന്ന നാലാം ഭാഗത്തിലെ ആദ്യ ലേഖനം റായ് എഴുതിയ ഒരു ലേഖനത്തിന്റെ പരിഭാഷയാണ്. പ്രശസ്തമായ അപുത്രയം, വിഭൂതിഭൂഷന്റെ രണ്ട് നോവലുകളാണല്ലോ കേന്ദ്രീകരിക്കുന്നത്. അവയുടെ പ്രത്യേകതകൾ ചലച്ചിത്രകാരൻ തന്നെ പരിശോധിക്കുകയാണ് 'വിഭൂതിഭൂഷന്റെ നോവലുകൾ ചിത്രീകരിച്ചപ്പോൾ' എന്ന ചെറുലേഖനത്തിൽ. റായെ നിരന്തരമായി നിരീക്ഷി

ക്കയും, അദ്ദേഹത്തിന്റെ ചിത്രങ്ങളെക്കുറിച്ച് സമഗ്രമായ പഠനം, 'ദ ഇന്നർ ഐ' തയ്യാറാക്കുകയും ചെയ്ത ആൻഡ്രൂ റോബിൻസൺ അദ്ദേഹവുമായി നടത്തിയ ദീർഘമായ അഭിമുഖം അടുത്ത അദ്ധ്യായത്തിൽ കൊടുത്തിട്ടുണ്ട്. തന്റെ സമീപനങ്ങളുംവിശ്വാസങ്ങളും നിലപാടുകളും ഇതിൽ അദ്ദേഹം വ്യക്തമായി വിശദമാക്കുന്നുണ്ട്. അവസാന അദ്ധ്യായമായി, റായുടെ ഫിലിമോഗ്രാഫി, അദ്ദേഹം എഴുതിയ ചലച്ചിത്ര പഠനങ്ങൾ, നേടിയ പുരസ്കാരങ്ങൾ ഇവ ചേർത്തിരിക്കുന്നു.

എല്ലാവരെയും പോലെ ഗൗരവകരമായ സിനിമാക്കാഴ്ച ഞാനും തുടങ്ങുന്നത്, *പഥേർ പാഞ്ചാലി*യിൽ നിന്നാണ്. തുടർന്ന് അദ്ദേഹത്തിന്റെ എല്ലാ ചിത്രങ്ങളും ആവർത്തിച്ച് കാണുകയും, അവയെക്കുറിച്ചുള്ള പഠനങ്ങൾ വായിക്കുകയും ചെയ്യുന്നു. ഓരോ കാഴ്ചയിലും വായനയിലും സത്യജിത് റായെന്ന ചലച്ചിത്രകാരന്റെ വ്യക്തിത്വം എന്റെ മനസ്സിൽ വളർന്നുകൊണ്ടിരിക്കയാണ്. റായ് ചിത്രങ്ങളിലെ സൂക്ഷ്മമായ സാമൂഹിക-രാഷ്ട്രീയ അടയാളങ്ങൾ ആരെയും അത്ഭുതപ്പെടുത്തുന്നതാണ്. മഹാനായ ചലച്ചിത്രകാരനോടുള്ള സ്നേഹാദരങ്ങളുടെ എളിയ അടയാളമായി ഈ സമാഹാരം സ്വീകരിക്കാൻ, വായനക്കാരോട് അഭ്യർത്ഥിക്കുന്നു.

ഈ സമാഹാരത്തിലെ ലേഖനങ്ങൾ സൂക്ഷ്മമായി പരിശോധിച്ച് അവതാരിക എഴുതുവാൻ സമയം കണ്ടെത്തിയ ശ്രീ. അടൂർ ഗോപാലകൃഷ്ണൻ, സുഹൃത്തുക്കളായ പ്രമോദ് കുമാർ, പ്രവീൺചന്ദ്രൻ, ഇത് പ്രസിദ്ധീകരിക്കാൻ സന്നദ്ധത കാണിച്ച ചിന്ത പബ്ലിഷേഴ്സ് എന്നിവരോടുള്ള കടപ്പാടും നന്ദിയും അറിയിക്കുന്നു.

രമേശൻ സി വി

സത്യജിത് റോയിയെ അറിയാൻ

അടൂർ ഗോപാലകൃഷ്ണൻ

ഇന്ത്യ കണ്ട ഏറ്റവും മഹാനായ ചലച്ചിത്രകാരനായിരുന്ന സത്യജിത് റോയ്. ജന്മശതാബ്ദി ആഘോഷങ്ങളുടെ ഈ വേളയിൽ അദ്ദേഹത്തെ മലയാളി വായനക്കാർക്ക് ഏറക്കുറെ സമഗ്രമായി പരിചയപ്പെടുത്തുവാൻ ശ്രമിക്കുന്ന ഈ കൃതി അങ്ങേയറ്റം സ്വാഗതാർഹമാണ്.

റോയ്യുടെ ലോകമാസകലമുള്ള ആസ്വാദകർക്കും ആരാധകർക്കും കണക്കില്ല. ജീവിതം ആഴത്തിലറിഞ്ഞ ഈ ചലച്ചിത്രകാരന്റെ കൃതികളിൽ നമ്മളും പുറത്തുള്ളവരും ഇന്ത്യയെന്ന ആശയത്തെ, ഭാരതീയ ജീവിതസത്തയെത്തന്നെ, തൊട്ടറിഞ്ഞുകണ്ടു.

ഇവിടത്തെ സാധാരണമനുഷ്യരുടെ കഷ്ടപ്പാടുകളും കൊച്ചുസന്തോഷങ്ങളും പ്രതീക്ഷകളും നിരാശകളും ദുഃഖങ്ങളും സമാശ്വാസങ്ങളും സൗഹൃദങ്ങളും വേർപാടുകളും ജനനമരണങ്ങളുമെല്ലാം ചേർന്നൊഴുകുന്ന ജീവിതനദിയുടെ സ്വച്ഛസൗന്ദര്യമാണ് നമുക്കുമുന്നിലൂടെ ഈ പ്രതിഭാശാലിയുടെ ചിത്രങ്ങൾ ഒഴുക്കിക്കൊണ്ടുപോകുന്നത്.

തികച്ചും ഭാരതീയമെന്ന് വിശേഷിപ്പിക്കാവുന്ന കാഴ്ചപ്പാടുകളും ആത്മാഭിമാനവും വിപഥി ധൈര്യവും ശുഭാപ്തിവിശ്വാസവുമെല്ലാം ചേർന്ന് സവിശേഷതയാർന്നതാണ് ആ ജീവിതങ്ങൾ. അവർ ജീവിതത്തെ ജിവിച്ചുതന്നെ നേരിടുന്നു.

ഒരു റോയ്ച്ചിത്രമെങ്കിലും കണ്ടിട്ടില്ലാത്ത മലയാളിയുണ്ടെന്ന് തോന്നുന്നില്ല. കാണാത്തവർ കുറോസാവയുടെ അഭിപ്രായത്തിൽ, പ്രഭാതപ്രദോഷങ്ങളോ സൂര്യചന്ദ്രന്മാരെത്തന്നെയോ കണ്ടനുഭവിക്കുവാൻ ഭാഗ്യം സിദ്ധിക്കാത്തവരാണ്.

അരാഷ്ട്രീയവാദിയെന്ന് റോയ്യെ കുറ്റപ്പെടുത്തുന്നവരുണ്ട്. മുദ്രാവാക്യങ്ങൾ മുഴക്കി മുന്നേറുന്ന നായകകഥാപാത്രങ്ങളുടെ അഭാവമാവാം ഇങ്ങനെയൊരു ആരോപണത്തിന്റെ അടിസ്ഥാനം. റോയ്യുടെ രാഷ്ട്രീയബോധം നിഴലിച്ചുനിൽക്കുന്ന ഒട്ടു ചില ചിത്രങ്ങൾ ഈ പുസ്തകത്തിൽ പരിശോധിക്കപ്പെടുന്നുണ്ടെന്നത് ശ്രദ്ധേയമായി തോന്നി.

സത്യജിത് റോയ്യുടെ ജീവിതപശ്ചാത്തലം, പിതാവിന്റെ അഭാവംനിറഞ്ഞ കുട്ടിക്കാലം, അമ്മയുടെ സംരക്ഷണം, കൽക്കട്ടയിലെയും ശാന്തിനികേതനിലെയും ജീവിതം, യുവത്വാരംഭത്തിൽത്തന്നെ തുടങ്ങുന്ന ഡിസൈനറായുള്ള ഔദ്യോഗിക ജീവിതം, സിനിമയിലേക്കുള്ള ആകർഷണം, കൽക്കട്ടാ ഫിലിം സൊസൈറ്റിയുടെ രൂപീകരണം, പുഡോവ്കിന്റെ സന്ദർശനം, ഴാൻ റെനുവയുമായുള്ള കണ്ടുമുട്ടലും അദ്ദേഹത്തോടൊപ്പം ലൊക്കേഷനുകൾ തേടിയുള്ള യാത്രകളും അത്യാവശ്യം ചർച്ചകളും-

ഇങ്ങനെ ബാല്യ കൗമാരയൗവനങ്ങൾ എങ്ങനെ സത്യജിത് റോയ്‌യെ സിനിമയിലേക്കെത്തിച്ചുവെന്ന വഴിതേടലും തുടർന്ന് അദ്ദേഹത്തിന്റെ സ്വന്തം കണ്ടെത്തലുകളും ചലച്ചിത്രാവിഷ്കാരങ്ങളുടെ ഔന്നത്യവിചാരങ്ങളുമാണ് ഈ കൃതി അനാവരണം ചെയ്യുന്നത്.

താൻ തെരഞ്ഞെടുത്ത ദുഷ്കരമായ ദൗത്യത്തിൽ വിജയം നേടിയെന്ന് ശ്രീ. രമേശന് ന്യായമായും അഭിമാനിക്കാം. *സത്യജിത് റോയ്- ജീവിതം സിനിമ രാഷ്ട്രീയം* എന്ന ഈ ഗ്രന്ഥം തല്പരരായ സഹൃദയർക്കായി സസന്തോഷം അവതരിപ്പിക്കുന്നു.

സത്യജിത് റായ്
ജീവിതം സിനിമ രാഷ്ട്രീയം

1

ചിത്രകാരനിൽ നിന്ന് ചലച്ചിത്രകാരനിലേക്ക്

അദ്ധ്യായം ഒന്ന്

സിനിമാ ലോകത്തെത്തുന്ന റായ്

"റായുടെ സിനിമ കാണാതിരിക്കുന്നത്,
സൂര്യനെയും ചന്ദ്രനെയും കാണാതെ
ഈ ഭൂമിയിൽ ജീവിക്കുന്നതുപോലെയാണ്."
- കുറോസാവ

1923ൽ സത്യജിത് റായുടെ പിതാവ് സുകുമാർ റായ് രോഗം മൂർച്ഛിച്ച് ചെറുപ്രായത്തിൽ മരിക്കുമ്പോൾ സത്യജിത് വെറും രണ്ടര വയസ്സ മാത്രം പ്രായമുള്ള കൊച്ചുകുട്ടിയായിരുന്നു. മുത്തച്ഛൻ ഉപേന്ദ്രകിഷോർ റായുടെ പ്രസിദ്ധമായ പ്രിന്റിങ് പ്രസ്, യു റായ് ആന്റ് സൺസ്, സാമ്പത്തികമായ തകർച്ചയിലായിരുന്നു. ഏറ്റവും ആധുനിക രീതിയിലുള്ള ഉപകരണങ്ങളും നൂതന സാങ്കേതികവിദ്യയുമൊക്കെ പ്രിന്റിങ്ങിൽ ഉപയോഗിച്ചിരുന്ന ഉപേന്ദ്രകിഷോറിന് പ്രിന്റിങ് ഒരു ജോലിയായിരുന്നില്ല, മറിച്ച് കലാപ്രവർത്തനമായിരുന്നു. സത്യജിത്തിന്റെ ജനനത്തിന് ആറ് വർഷങ്ങൾക്ക് മുമ്പ് മരിച്ച അദ്ദേഹം, പ്രസിന്റെ ചുമതല സുകുമാർ റായെ ഏൽപ്പിച്ചിരുന്നു. സുകുമാർ റായുടെ ചെറുപ്രായത്തിലെ മരണം കാര്യങ്ങൾ മാറ്റിമറച്ചു. മറ്റൊരു മാർഗ്ഗവുമില്ലാതെ സത്യജിത് റായ്, മാതാവ് സുപ്രഭയ്ക്കൊപ്പം അവരുടെ സഹോദരൻ ദാസിന്റെ വീട്ടിലേക്ക് താമസം മാറ്റി. പിന്നീട് സത്യജിത് റായ് മാതാവിനൊപ്പം അവിടെയാണ് താമസിച്ചിരുന്നത്.

സത്യജിത് റായുടെ ഈ ബാല്യകാലം, *അപരാജിതോവി*ലെ അപുവിലൂടെ അദ്ദേഹം ആവർത്തിക്കുന്നുണ്ട്. പിതാവ് ഹരിഹറിന്റെ മരണത്തോടെ, ആശ്രയമൊന്നുമില്ലാതെ, അയൽവീട്ടിലെ അടുക്കളജോലി ചെയ്ത് ജീവിതം മുമ്പോട്ടു കൊണ്ടുപോകാൻ പ്രയാസപ്പെടുന്ന സർബജയയെയും മകൻ അപുവിനെയും, അവരുടെ അമ്മാവൻ ഗ്രാമത്തിലെ തന്റെ വീട്ടിലേക്ക് കൊണ്ടുപോവുകയാണ്. പിന്നീട് അവരുടെ ജീവിതം, അപുവിന്റെ വിദ്യാഭ്യാസവും മാതാവിന്റെ മരണവും അവിടെയാണ് നാം കാണുന്നത്. തന്റെ പൂർവ്വകാല ഓർമ്മകളായിരിക്കാം റായെ ഒരുപക്ഷേ, ഇത്തരമൊരു ചിത്രീകരണത്തിലേക്ക് എത്തിച്ചിരുന്നത്.

സ്വന്തം കുടുംബത്തിലെ സാംസ്കാരികവും കലാപരവുമായി മികച്ച ചുറ്റുപാടുകളിൽ നിന്ന് പെട്ടെന്ന് മാറിയ സത്യജിത് പുതിയ അന്തരീക്ഷവുമായി പൊരുത്തപ്പെടാൻ ഏറെ പ്രയാസപ്പെട്ടിരുന്നു. സ്വന്തം വീട്ടിൽ തനിക്ക് നഷ്ടപ്പെട്ട സമ്പന്നമായ സാംസ്കാരികലോകം സ്വയം രൂപപ്പെടുത്തുക എന്ന ഒരു വഴി മാത്രമേ അദ്ദേഹത്തിന് മുമ്പിലുണ്ടായിരുന്നുള്ളൂ. പിൽക്കാലത്ത് നിർണ്ണായകമായ പല തീരുമാനങ്ങളുമെടുക്കാൻ റായ്ക്ക് ധൈര്യം കൊടുത്തത് അവിടത്തെ ജീവിതമായിരുന്നു. ചെറുപ്പകാലം

സുകുമാർ റായും പത്നിയും

മുതൽക്കേ സാമ്പത്തികമായി സ്വതന്ത്രനാവുക എന്ന ലക്ഷ്യം ഇക്കാലത്തെ ജീവിതം റായ്ക്ക് നേടിക്കൊടുത്ത ഒരു പ്രധാന ഗുണമായിരുന്നു. ചലച്ചിത്രനിർമ്മാണസമയത്ത് നേരിട്ട പ്രതിസന്ധികളിൽ കാലിടറാതെ നിൽക്കാൻ അദ്ദേഹത്തെ സഹായിച്ച ഘടകങ്ങളിൽ ഇത് മുഖ്യമായിരുന്നു. റായ് ആകർഷകമായ രീതിയിൽ ഇംഗ്ലീഷ് കൈകാര്യം ചെയ്യുന്ന രീതി, ഇന്ത്യൻ സിനിമാലോകത്തിനു മാത്രമല്ല, ലോകസിനിമയിൽത്തന്നെ ഏറെക്കാലം ചർച്ചയായിരുന്നു. ഇതിനു കാരണമായത് ചെറുപ്പകാലത്തെ മാതാവിന്റെ കുടുംബത്തിലെ ജീവിതമാണ്. സത്യജിത്തിന്റെ അമ്മാവന്മാരെല്ലാം, ബ്രിട്ടീഷ് സംസ്കാരരീതി പിന്തുടർന്ന് പോന്നവരായിരുന്നു.

1921 മെയ് 21 നാണ് സത്യജിത് റായ് കൽക്കട്ടയിലെ സാംസ്കാരികമായി ഉയർന്ന കുടുംബത്തിൽ ജനിക്കുന്നത്. മുത്തച്ഛൻ, ഉപേന്ദ്രകിഷോർ റായ് എല്ലാവിധ കലകളിലും പ്രാവീണ്യം നേടിയിരുന്നു. എഴുത്തുകാരൻ, ചിത്രകാരൻ എന്നിവയ്ക്ക് പുറമെ അദ്ദേഹം നന്നായി വയലിൻ വായിക്കുകയും ഗാനങ്ങൾ കമ്പോസ് ചെയ്യാറുമുണ്ടായിരുന്നു. കൽക്കട്ടയിലെ മാത്രമല്ല രാജ്യത്തിലെ തന്നെ ഏറ്റവും ആധുനികമായ പ്രസ്, 'യു റായ് ആന്റ് സൺസ് ' സ്ഥാപിച്ച അദ്ദേഹം അച്ചടി എന്നത് കലാപരമായ ഒരു പ്രവർത്തനമായി കരുതിയതിനാൽ അതിനായി ഏറ്റവും ആധുനികമായ അച്ചടി ഉപകരണങ്ങൾ വാങ്ങി, മൂത്തമകൻ സുകുമാർ റായെ ലണ്ടനിൽ അയച്ച് പ്രിന്റിങ് രംഗത്തെ ഏറ്റവും ആധുനികസങ്കേതങ്ങൾ പരിശീലിപ്പിച്ചു. തുടർന്ന് സുകുമാർ റായാണ് പ്രസിന്റെ കാര്യങ്ങൾ ശ്രദ്ധിച്ചിരുന്നത്. പിതാവിനെപ്പോലെ അദ്ദേഹവും കവിതകളെഴുതുകയും ഇല്ലസ്ട്രേഷൻ നടത്തുകയും ചെയ്തിരുന്നു.

സത്യജിത്തിന്റെ ജനനസമയത്ത് സുകുമാർ റായ് രോഗബാധിതനായിരുന്നു. തന്റെ പിതാവ് ആരംഭിച്ച മാസിക *സന്ദേശിന്* അദ്ദേഹം പതിവായി കവിതകളും കഥകളും നൽകാറുണ്ടായിരുന്നു. കുട്ടിയായ സത്യജിത് റായ് *സന്ദേശ്* പതിവായി വായിച്ചു. ബാല്യ-കൗമാര-യൗവന ജീവിതസാഹചര്യങ്ങൾ, ചുറ്റുപാടുകൾ ഇവ എങ്ങനെയാണ് സത്യജിത്തിന്റെ പിൽക്കാല ചലച്ചിത്ര ജീവിതത്തെ സ്വാധീനിച്ചിരുന്നത്

സുകുമാർ റായ്

എന്നാണിവിടെ പരിശോധിക്കുന്നത്. ബാലിഗഞ്ചിലെ സ്കൂളിൽ സത്യജിത് പഠനം ആരംഭിക്കുന്നത് അദ്ദേഹത്തിന്റെ പത്താം വയസ്സിലാണ്. അവിടെ നിന്ന് ആർജ്ജിച്ച സംഗീതാഭിരുചി, പില്ക്കാലത്ത് സത്യജിത് റായെ എത്തിച്ചത് സംഗീതത്തെക്കുറിച്ച് ആഴത്തിലുള്ള അറിവിലും അതിന്റെ ആസ്വാദനത്തിലുമാണ്. പാശ്ചാത്യ/പൗരസ്ത്യ സംഗീത ശാഖകളിൽ കൃത്യമായ അറിവ് നേടിയ റായ്, തന്റെ ചിത്രങ്ങളിൽ മികച്ച സംഗീത സാന്നിദ്ധ്യം സൃഷ്ടിച്ചു. ഒരു ഘട്ടത്തിനുശേഷം, തന്റെ ചിത്രങ്ങൾക്ക് സ്വയം സംഗീതം കമ്പോസ് ചെയ്തിരുന്നു അദ്ദേഹം. പാശ്ചാത്യസംഗീതത്തിലെ ബീഥോവൻ, മൊസാർട്ട് എന്നിവരെ കൃത്യമായി റായ് പിന്തുടർന്നു. ഇവരുടെ റിക്കാർഡുകളുടെ വൻശേഖരം അദ്ദേഹത്തിന്റെ കൈവശമുണ്ടായിരുന്നു. കുട്ടിക്കാലത്ത് തനിക്ക് കിട്ടിയ പോക്കറ്റ് മണി ഇതിനായി അദ്ദേഹം ചെലവഴിച്ചു. പാശ്ചാത്യ ക്ലാസിക്കൽ സംഗീതത്തിലെ സന്തുലിതാവസ്ഥ (equilibrium) റായെ വളരെയധികം സ്വാധീനിച്ചിരുന്നു. ഇതിന്റെ തുടർച്ച സത്യജിത് റായ് എന്ന വ്യക്തിയിലും അദ്ദേഹത്തിന്റെ ചിത്രങ്ങളിലും നമുക്ക് കാണാൻ കഴിയുന്നുണ്ട്. എത്ര സംഘർഷഭരിതമായ അന്തരീക്ഷവും അൽപ്പസമയത്തിനുള്ളിൽ നിമ്നോന്നതങ്ങൾ താണ്ടി, സമതലത്തിന്റെ ശാന്തതയിലേക്ക് എത്തിച്ചേരുന്ന റായ് ചിത്രങ്ങളിലെ അന്തരീക്ഷം, രീതി അദ്ദേഹത്തിന്റെ സ്വഭാവത്തിലും നമുക്ക് കാണാൻ കഴിയും. ജീവിതത്തിന്റെ സ്വാഭാവികമായ മുമ്പോട്ടുള്ള യാത്രയിൽ തടസ്സങ്ങളാവാതെ മാറി നിൽക്കുന്ന, അല്ലെങ്കിൽ സ്വയം അലിഞ്ഞു തീരുന്ന ഇത്തരം സംഘർഷങ്ങൾ. ഉദാഹരണത്തിന് *പഥേർ പാഞ്ചാലിയിലെ* ദുർഗയുടെ മരണം വലിയ മാനസിക സംഘർഷത്തിലേക്ക് കുടുംബത്തെ എത്തിക്കുന്നുവെങ്കിലും, പുതിയ മേഖലകൾ തേടിക്കൊണ്ട്, പുതിയ സാദ്ധ്യതകൾ അന്വേഷിച്ചുകൊണ്ട്, അവരുടെ ജീവിതം ശാന്തമായിത്തന്നെ മുമ്പോട്ട് നീങ്ങുകയാണ്.

സത്യജിത് വിദ്യാഭ്യാസം തുടരുന്നത് കൽക്കട്ടയിലെ പ്രസിദ്ധമായ പ്രസിഡൻസി കോളേജിലാണ്. പിതാവ് സുകുമാർ റായുടെ സുഹൃത്ത് പ്രശസ്ത സ്ഥിതിവിവര ശാസ്ത്രജ്ഞൻ മഹലനോബിസ് (Mahalanobis) അവിടെ അദ്ധ്യാപകനായിരുന്നതിനാൽ അദ്ദേഹത്തിന്റെ ചുമതലയിലായിരുന്നു റായുടെ കോളേജ് ജീവിതം. മഹലനോബിസിന്റെ സഹോദരൻ കൽക്കട്ടയിൽ ഒരു ഗ്രാമഫോൺ കട നടത്തിയിരുന്നു. സത്യജിത്തിന് ഗ്രാമഫോണും ബീഥോവന്റെ വയലിൻ കൺസെർട്ടൊ - ലാസ്റ്റ് മൂവ്മെന്റിന്റെ റിക്കാർഡും അദ്ദേഹം സ്നേഹത്തോടെ സമ്മാനിച്ചു. ജീവിതകാലം മുഴുവൻ റായ് ഇത് ഓർമ്മിച്ചിരുന്നു, കാരണം സംഗീതം അദ്ദേഹത്തിന്റെ ജീവിതത്തിൽ അത്രയേറെ പ്രാധാന്യമുള്ളതായിരുന്നു. തന്റെ പിൽക്കാല ചലച്ചിത്രസംരംഭങ്ങളിൽ ഇവ കുറച്ചൊന്നുമല്ല അദ്ദേഹത്തെ സഹായിച്ചത്. ഓരോ ചിത്രത്തിനും ആര് സംഗീതം നൽകണമെന്നും അത് എങ്ങനെയുള്ളതായിരിക്കണമെന്നും കൃത്യമായ ധാരണ അദ്ദേഹത്തി

ടാഗോർ

ന്നുണ്ടായിരുന്നു.

റായുടെ ജീവിതത്തെയും ചിന്തകളെയും ഏറ്റവുമധികം സ്വാധീനിച്ചത് രബീന്ദ്രനാഥ് ടാഗോറും അദ്ദേഹത്തിന്റെ പുസ്തകങ്ങളുമായിരുന്നു. സത്യജിത് റായുടെ മുത്തച്ഛൻ ഉപേന്ദ്രകിഷോർ റായുടെ അടുത്ത സുഹൃത്തായിരുന്ന ടാഗോറിന്റെ സ്ഥാപനമായ ശാന്തിനികേതനിലെ കലാവിഭാഗത്തിൽ 1941 ൽ റായ് വിദ്യാർത്ഥിയായി ചേർന്നു. പ്രസിഡൻസി കോളേജിലെ കോഴ്സ് പൂർത്തിയാക്കിയ റായ്, ജീവിതമാർഗ്ഗമായി കമേഴ്സ്യൽ ആർട്ട് സ്വീകരിക്കാൻ തീരുമാനിച്ചിരുന്നു. അതിന് ശാന്തിനികേതനിലെ പരിശീലനം അത്യാവശ്യമാണെന്ന് മനസ്സിലാക്കിയ മാതാവ് സുപ്രഭയുടെ നിർദ്ദേശമനുസരിച്ചാണ് റായ് ശാന്തിനികേതനിൽ ചേരുന്നത്. അവിടെ പ്രസിദ്ധ ചിത്രകാരൻ നന്ദലാൽ ബോസിന്റെ ശിക്ഷണത്തിൽ റായ് ചിത്രകല അഭ്യസിച്ചു. കുട്ടിക്കാലത്ത് ചിത്രകലയിൽ പറയത്തക്ക പ്രാവീണ്യമൊന്നും റായ് പ്രദർശിപ്പിച്ചിരുന്നില്ലെങ്കിലും, ബോസ്, റായിലെ ചിത്രകാരനെ തിരിച്ചറിഞ്ഞു. അക്കാലത്ത്, പാശ്ചാത്യരീതി പിന്തുടർന്നുപോന്നിരുന്ന ഇന്ത്യൻ ചിത്രകലയെ ബോസ് ഭാരതീയമാക്കി (indianize) വരികയായിരുന്നു. പിൽക്കാലത്ത് ചിത്രകലയെക്കുറിച്ച് സംസാരിക്കുമ്പോൾ റായ്, നന്ദലാൽ ബോസിനെ പരാമർശിക്കുക പതിവായിരുന്നു: “നന്ദലാൽ ബോസാണ് എന്നെ മരങ്ങളുടെ വളർച്ച അനുഭവിച്ചറിയാൻ പഠിപ്പിച്ചത്. അങ്ങനെയാണ് പ്രകൃതിയുമായി സംവദിക്കാൻ എനിക്ക് സാദ്ധ്യമാകുന്നത്. അദ്ദേഹത്തിന്റെ സ്വാധീനത്താൽ എന്റെ രചനകളിൽ വെറും ആറു മാസങ്ങൾ കൊണ്ട് മാറ്റം വരാൻ തുടങ്ങി. ഈ മാറ്റം അദ്ദേഹത്തെ അത്ഭുതപ്പെടുത്തിയിരുന്നു.” റായ് പഠിച്ചിരുന്ന കാലത്ത് ശാന്തിനികേതനിൽ കലാവിദ്യാർത്ഥിയായിരുന്ന അജോയ് ചക്രവർത്തി, റായെ ഇങ്ങനെ ഓർമ്മിക്കുന്നു: “അദ്ദേഹം ഒരിക്കലും തന്റെ സ്വന്തം ചിത്രങ്ങൾ ഇഷ്ടപ്പെട്ടിരുന്നില്ല, അവ പ്രദർശിപ്പിക്കാനോ മറ്റുള്ളവരെ കാണിക്കാനോ താൽപ്പര്യമെടുത്തതേയില്ല. എന്നാൽ അവ മികച്ചവയായിരുന്നു.”

ശാന്തിനികേതനിൽ റായുടെ ഏറ്റവുമടുത്ത സുഹൃത്തായിരുന്നു പൃഥ്വീഷ് നിയോഗി. അവർ രണ്ടുപേരും ചിത്രകലയെക്കുറിച്ച് ദീർഘമായ ചർച്ചകൾ നടത്തുക പതിവായിരുന്നു. റായുടെ പിതാവ്, സുകുമാർ റായുടെ ചിത്രങ്ങൾ ഏറെ ഇഷ്ടപ്പെട്ടിരുന്ന പൃഥ്വീഷ്, റായുമായി പിതാവിന്റെ ചിത്രങ്ങളിലെ സർറിയലിസം ചർച്ച ചെയ്യുക പതിവായിരുന്നു. ചിത്രകലയുമായി ബന്ധപ്പെട്ട തന്റെ വിജ്ഞാനം വികസിക്കുന്നതിൽ പൃഥ്വീഷ് നിയോഗിക്ക് വലിയ പങ്കുണ്ടായിരുന്നു എന്ന് റായ് പിൽക്കാലത്ത് ഓർമ്മിക്കാറുണ്ട്.

നന്ദലാൽ ബോസ്

ശാന്തിനികേതനിലെ കലാപഠനവും മറ്റ് അനുഭവങ്ങളും പിന്നീട് ചലച്ചിത്രനിർമ്മാണത്തിൽ റോയ്ക്ക് വളരെയധികം സഹായകമായി മാറി. പ്രാചീന ഇന്ത്യൻ ചിത്രകലയിലെയും ശിൽപ്പകലയിലെയും മികച്ച സൃഷ്ടികളുമായി അദ്ദേഹം ഇക്കാലത്താണ് പരിചയപ്പെടുന്നത്. ശാന്തിനികേതനിൽനിന്നു നടത്തിയ ഒരു പഠനയാത്ര, റായെ സാഞ്ചിയിൽ അശോകചക്രവർത്തി പണിത ബുദ്ധമതശിൽപ്പങ്ങളുടെ അടുത്തെത്തിച്ചു. അപ്പോഴാണ് ഇന്ത്യൻ ശിൽപ്പകലയുടെ മാനവിക മുഖം അദ്ദേഹം തിരിച്ചറിയുന്നത്. ഗുപ്ത ഭരണകാലത്തെ മന്ദിരങ്ങളുടെയും സൗധങ്ങളുടെയും അവശിഷ്ടങ്ങളിൽ നിന്ന് എലിഫെന്റ ഗുഹകളിലെത്തിയ റോയ്, ഇങ്ങനെ പ്രതികരിച്ചു: "ചെറുതാണെങ്കിലും എലിഫെന്റ അത്ഭുതകരമാണ്. എന്നാൽ അജന്തയുടെയും എല്ലോറയുടെയും ആദ്യകാഴ്ച തന്നെ എന്നെ അതിശയിപ്പിച്ചു. തീവ്രമായ അനുഭവങ്ങളാണ് ഇവ എന്നിൽ ഉണ്ടാക്കിയത്. അവിടങ്ങളിലെ ചുമർചിത്രങ്ങൾ അടിസ്ഥാനപരമായി ഭാരതീയമായിരുന്നു. പിൽക്കാലത്ത്, ലോകരാജ്യങ്ങളിലെ, പ്രത്യേകിച്ച് യൂറോപ്പിലെ ചുമർചിത്രങ്ങൾ കണ്ട എനിക്ക് അവ തമ്മിലുള്ള അടിസ്ഥാനപരമായ വ്യത്യാസം ബോദ്ധ്യപ്പെട്ടു. യൂറോപ്യൻ ചുമർചിത്രങ്ങൾ, വാഹനത്തിലിരുന്ന് ജനൽ വഴി പുറത്തേക്ക് നോക്കുമ്പോൾ നാം കാണുന്ന കാഴ്ചകൾ പോലെയാണ്, എല്ലാം പെട്ടെന്ന് മറഞ്ഞുപോകുന്നു. എന്നാൽ നമ്മുടെ ചുമർചിത്രങ്ങളിൽ നിന്ന് എല്ലാം നമ്മളിലേക്ക് വരികയാണ്.'' അന്നുവരെ അത്തരമൊരു അനുഭവം തനിക്കുണ്ടായിട്ടില്ലെന്ന് ഓർമ്മിക്കുന്ന അദ്ദേഹം, മനുഷ്യസ്വഭാവ പാഠങ്ങളാണ് അവ നമുക്ക് നൽകുന്നതെന്ന് പറയുന്നു. അജന്തയിൽ എല്ലാം മാനവികമായ മുഖം സ്വീകരിക്കുന്നു എന്ന് പറയുമ്പോൾ, കലയുടെ മാനുഷികമായ ഘടകത്തെക്കുറിച്ചാണ് റോയ് ഓർമ്മിപ്പിക്കുന്നത്. പിൽക്കാലത്ത്, ചലച്ചിത്രനിർമ്മാണരംഗത്ത് എത്തിയപ്പോൾ, ഇത്തരം മാനുഷികസമീപനങ്ങൾ സ്വീകരിച്ച റായുടെ ചിത്രങ്ങൾ, ഹ്യൂമൻ ഡോക്യുമെന്റുകൾ എന്ന് വിശേഷിപ്പിക്കപ്പെട്ടിരുന്നത് നാം ഓർമ്മിക്കേണ്ടതാണ്. മാനവികത ഉയർത്തിപ്പിടിച്ചുകൊണ്ടായിരുന്നു റോയ് ചിത്രങ്ങൾ നിലനിന്നിരുന്നതെന്നും, അതിന്റെ അടിത്തറ അദ്ദേഹം ആർജ്ജിച്ച ഇത്തരം കാഴ്ചാനുഭവങ്ങൾ ആയിരുന്നുവെന്നും വ്യക്തമാണ്.

ശാന്തിനികേതനിൽ റോയ് ചേർന്ന്, ഒരു വർഷത്തിനു ശേഷം ടാഗോർ നിര്യാത

നന്ദലാൽ ബോസ് ചിത്രം

നായി. അധികം താമസിയാതെ തന്നെ റായ് ശാന്തിനികേതൻ വിട്ടു. സാമ്പത്തിക പ്രയാസങ്ങൾക്കിടയിൽ സ്വന്തം കാലിൽ നില്ക്കുക എന്ന ഉദ്ദേശ്യമായിരുന്നു അതിന് പിന്നിൽ. പിതാവ് സുകുമാർ റായ് മരിച്ച ശേഷം അമ്മയുടെ നിയന്ത്രണങ്ങളിലും നിർദ്ദേശങ്ങളിലുമാണ് റായ് ജീവിച്ചിരുന്നത്.

ഇക്കാലത്ത് സത്യജിത് റായ് സിനിമയുമായി എങ്ങനെ ബന്ധപ്പെട്ടിരുന്നു എന്ന ഒരു ചോദ്യം സ്വാഭാവികമായി ഉയർന്നുവരുന്നു. എല്ലാ കുട്ടികളെയും പോലെ റായും തന്റെ കുട്ടിക്കാലത്ത് സിനിമയിൽ തൽപ്പരനായിരുന്നു. നേരത്തെ ആഴ്ചയിൽ രണ്ടും മൂന്നും ചിത്രങ്ങൾ കണ്ടിരുന്നെങ്കിലും സാമ്പത്തിക അവസ്ഥ മോശമായതോടെ അത് മാസത്തിൽ രണ്ടാക്കി കുറച്ചു. സ്കൂൾ പഠനകാലത്ത് *Picture Goer, PhotoPlay* തുടങ്ങിയ ഹോളിവുഡ് സിനിമകളെക്കുറിച്ചുള്ള മാസികകൾ വായിച്ചു തുടങ്ങിയ അദ്ദേഹം പതുക്കെ സംവിധായകരിലേക്ക് തന്റെ ശ്രദ്ധ തിരിച്ചു. അക്കാലത്ത് പ്രസിദ്ധരായ John Ford, Frank Capra എന്നിവരെക്കുറിച്ച് അദ്ദേഹം അറിയാൻ ശ്രമിച്ചു. അന്ന് മുതൽ ബ്രിട്ടീഷ് ഫിലിം ഇൻസ്റ്റിറ്റ്യൂട്ട് പ്രസിദ്ധീകരിക്കുന്ന *സൈറ്റ് ആന്റ് സൗണ്ട്* മാസികയുടെ വായനക്കാരനായിരുന്നു അദ്ദേഹം. അങ്കിൾ ടോംസ് ക്യാബിൻ കണ്ട്, ഈവയുടെ മരണത്തിൽ സങ്കടപ്പെട്ടിരുന്ന റായ്., "എപ്പോഴാണ് അത് ഗൗരവമായ കാഴ്ചയായി മാറിയതെന്ന് എനിക്ക് അറിയില്ല." ശാന്തിനികേതനിൽ ഉണ്ടായിരുന്ന കാലത്ത്, അവിടത്തെ സമ്പന്നമായ ലൈബ്രറിയിൽ നിന്ന് പുഡോവ്ക്കിന്റെ *Film Technique and acting,* Lewis Jacob ന്റെ *Rise of American Film* എന്നിവയും Paul Rotha യുടെ *Films Till Now*, Raymond Sports wood ന്റെ *Grammar of the Film* തുടങ്ങിയ ചലച്ചിത്രഗ്രന്ഥങ്ങൾ അദ്ദേഹം വായിച്ചു. ഇവയൊക്കെ റായ് എന്ന ചലച്ചിത്രകാരന്റെ രൂപപ്പെടലിന് പിൽക്കാലത്ത് കാരണമായിത്തീർന്നു എന്ന് അനുമാനിക്കാം.

ശാന്തിനികേതൻ ജീവിതം സത്യജിത് റായ്ക്ക്, ഇന്ത്യൻ ഗ്രാമങ്ങളുടെ അവസ്ഥകളും, ഗ്രാമീണജനതയുടെ ജീവിതവും അടുത്തറിയാനുള്ള അവസരമുണ്ടാക്കിക്കൊടുത്തിരുന്നു. ശാന്തിനികേതന്റെ അടുത്തുള്ള ഗ്രാമങ്ങൾ സുഹൃത്തുക്കളുമൊന്നിച്ച് സന്ദർശിക്കാറുള്ള സത്യജിത്, ഗ്രാമീണജനതയുടെ ജീവിതം നേരിട്ട് കണ്ട് മനസ്സിലാക്കുകയായിരുന്നു. പണ്ട് പടിഞ്ഞാറൻ കലയിലും ജീവിതത്തിലും മാത്രം ശ്രദ്ധ പതിപ്പിച്ചിരുന്ന റായ്, ആദ്യമായി പൗരസ്ത്യകലയിലെ ജീവിതത്തിന്റെ സൂക്ഷ്മഭാവങ്ങൾ കണ്ട് അത്ഭുതപ്പെട്ടു. അവിടുത്തെ ലൈബ്രറിയിലെ മികച്ച ഇന്ത്യൻ ചിത്രകല-ശിൽപ്പകല പുസ്ത

കങ്ങൾ, മിനിയേച്ചർ പെയിന്റിങ്ങുകൾ, ജാപ്പനീസ് വുഡ്സ് കട്ടുകൾ, ചൈനീസ് ലാന്റ് സ്കേപ്പുകൾ ഇവ കലയുടെ പുതിയ ലോകത്തിലേക്കുള്ള വാതിലുകളാണ് അദ്ദേഹത്തിനു മുമ്പിൽ തുറന്നത്. അവയോടൊപ്പം ഇന്ത്യൻ ചിത്രകല/ശിൽപ്പകലയിലെ സൂക്ഷ്മമായ നിറങ്ങളും വരകളും അദ്ദേഹത്തിന്റെ കലാസ്വാദനത്തെ മാത്രമല്ല സ്വാധീനിച്ചത്, പിൽക്കാല ചലച്ചിത്രജീവിതത്തെയുമാണ് . ഇവയോടൊപ്പം ഗ്രാമീണ ജീവിതത്തിന്റെ പുതിയ കാഴ്ചകൾ താനിതേവരെ അനുഭവിച്ചിട്ടില്ലാത്ത ജീവിതത്തിന്റെ മേഖലകളിൽ അദ്ദേഹത്തെ എത്തിച്ചു. ഇത് അദ്ദേഹത്തിന്റെ ചലച്ചിത്രജീവിതത്തിൽ നിർണ്ണായകമായ സ്വാധീനമാണ് ഉണ്ടാക്കിയത്.

ശാന്തിനികേതനിൽ റായുടെ അദ്ധ്യാപകനായിരുന്ന ചിത്രകാരൻ ബിനോദ് ബുഹാരി മുഖർജി. നന്ദലാൽ ബോസിനെപ്പോലെ റായിലെ ചിത്രകാരനെ തിരിച്ചറിഞ്ഞ അദ്ദേഹം, ചിത്രകലയുടെ പുതിയ വഴികളിലൂടെ സഞ്ചരിക്കാനാവശ്യമായ നിർദ്ദേശങ്ങൾ നല്കി. അതിന്റെ ഓർമ്മകളാണ് മുപ്പത് വർഷങ്ങൾക്ക് ശേഷം മഹാനായ ആ അന്ധ ചിത്രകാരനെക്കുറിച്ച് റായ് സംവിധാനം ചെയ്ത *ദ ഇന്നർ ഐ* എന്ന ഡോക്യുമെന്ററി.

സത്യജിത് റായുടെ ജീവിതസമീപനങ്ങളും അദേഹത്തിന്റെ സിനിമകളും രൂപപ്പെട്ടുവന്ന രീതികൾക്ക് അദ്ദേഹത്തിന്റെയും കുടുംബത്തിന്റെയും ആര്യസമാജവുമായുള്ള ബന്ധം നിർണ്ണായകമാണ്. 1880 കളിൽത്തന്നെ റായ് കുടുംബം ബ്രഹ്മസമാജവുമായി ബന്ധപ്പെട്ടിരുന്നു. ഒരു വശത്ത് ക്രൂരമായ നിയമങ്ങളുമായി ബ്രിട്ടീഷ് ഭരണം, മറുവശത്ത് സതി പോലുള്ള അനാചാരങ്ങളിൽ കുടുങ്ങിക്കഴിയുന്ന ഹൈന്ദവസമൂഹം. ഈ പരിതസ്ഥിതിയിൽ ബ്രഹ്മസമാജം ഒരു നവോത്ഥാനവഴിയായി മാറുകയായിരുന്നു. ഇത് റായുടെ പിൽക്കാലജീവിതത്തിൽ, പ്രത്യേകിച്ച് ചലച്ചിത്രജീവിതത്തിൽ പുരോഗമനപരമായ മാറ്റങ്ങൾക്ക് കാരണമായി. ടാഗോറിന്റെ പിതാവ്, ദേവേന്ദ്രനാഥ ടാഗോർ ബ്രഹ്മസമാജത്തിന്റെ സമുന്നതനായ നേതാവായിരുന്നു. ഹിന്ദുമതത്തിലെ അനാചാരങ്ങൾക്കെതിരെ ശക്തമായ നിലപാടുകൾ തന്റെ സിനിമകൾ വഴിയും അല്ലാതെയും സ്വീകരിക്കാൻ റായയെ സഹായിച്ചത് ഈ ബന്ധമായിരുന്നു. പിൽക്കാലത്ത് *ദേവി, ചാരുലത, തീൻകന്യ, സത്ഗതി, ഘരേ ബായ് രേ, ഗണശത്രു* തുടങ്ങിയ ചിത്രങ്ങൾ നിർമ്മിക്കാൻ ഈ നിലപാടുകൾ കാരണമാകുന്നുണ്ട്.

നേരത്തെ സൂചിപ്പിച്ചതുപോലെ, പഠനയാത്രയ്ക്ക് ശാന്തിനികേതനിൽനിന്നും പുറപ്പെട്ട റായ് തിരിച്ച് പോയില്ല. ടാഗോറിന്റെ സാന്നിദ്ധ്യത്തിൽ കേവലം ഒരു വർഷക്കാലം മാത്രമേ (1941-42) റായ്ക്ക് ശാന്തിനികേതനിൽ ചെലവഴിക്കാൻ കഴിഞ്ഞിരുന്നുള്ളൂ. എങ്കിലും തന്റെ ഏറ്റവും പ്രധാനപ്പെട്ട ഗുരുനാഥനായും വഴികാട്ടിയായും ടാഗോർ റായുടെ ജീവിതം മുഴുവൻ നിറഞ്ഞുനിന്നു.

സാമ്പത്തികനില മോശമായതിനാൽ, ഒരു ജോലി അത്യാവശ്യമായിരുന്ന റായ്, ബ്രിട്ടീഷ് പരസ്യകമ്പനിയായ J Keymer Advt. Company യിൽ ആർട്ടിസ്റ്റായി ജോലി സ്വീകരിച്ചു. പുതിയ പുസ്തകങ്ങൾക്ക് ജാക്കറ്റ് ഡിസൈൻ ചെയ്യുന്ന ജോലിയിൽ എൺപത്തഞ്ച് രൂപയായിരുന്നു മാസശമ്പളം. അവിടെ വെച്ചാണ് സിനിമാ നിർമ്മാണം റായുടെ ജീവിതത്തിൽ കടന്നുവരുന്നത്. അന്ന് ബംഗാളി സിനിമയിൽ പുതുവഴികളിലൂടെ സഞ്ചരിച്ചിരുന്ന ബിമൽ റായ്, *ദേവദാസ്* പോലുള്ള ചിത്രങ്ങൾ നിർമ്മിച്ച് ജനശ്രദ്ധ പിടിച്ചു പറ്റിയിരുന്നു. എന്നാൽ ഒരു സ്ക്രിപ്റ്റുമായി അദ്ദേഹത്തെ സമീപിച്ച റായ്, നിരാശനായി തിരിച്ചു വന്നു. തന്നെ വേണ്ട രീതിയിൽ അദ്ദേഹം മനസ്സിലാ

ക്കിയിരുന്നില്ല എന്ന് പിൽക്കാലത്ത് റായ് അഭിപ്രായപ്പെട്ടിരുന്നു. എന്നാൽ റായ് തന്റെ ശ്രമം ഉപേക്ഷിച്ചില്ല. അദ്ദേഹം ടാഗോറിന്റെ *ഘരേ ബായ് രേ (Home and the World)* ക്ക് തിരക്കഥ എഴുതി, അതുമായി ഒരു നിർമ്മാതാവിനെ സമീപിച്ചു. അത് സ്വീകരിക്കപ്പെട്ടെങ്കിലും അദ്ദേഹത്തിന് റായുടെ നിർമ്മാണരീതികളോട് യോജിക്കാൻ കഴിഞ്ഞില്ല, ഇത് അക്കാലത്തു ന്യായവുമായിരുന്നു. പ്രസിദ്ധരായ താരങ്ങളെ ഒഴിവാക്കി, പുതുമുഖങ്ങളെക്കൊണ്ട് അഭിനയിപ്പിക്കുകയും, പരിചയമില്ലാത്ത സാങ്കേതികവിദഗ്ദരെ പരീക്ഷിക്കയും ചെയ്ത്, സ്റ്റുഡിയോയ്ക്ക് പുറത്തുവെച്ച് ചിത്രീകരിച്ചാൽ പ്രേക്ഷകരെ സ്വാധീനിക്കാനാവില്ല എന്ന് അദ്ദേഹം വിലയിരുത്തിയത്, ബംഗാളി സിനിമയുടെ ചരിത്രം അറിയാവുന്നവർക്ക് ബോദ്ധ്യപ്പെടുന്ന കാര്യമാണ്. അതുകൊണ്ട് റായുമായി ഉണ്ടാക്കിയ കരാർ നിർമ്മാതാവ് ഉപേക്ഷിക്കയായിരുന്നു. ചിലപ്പോൾ നിർമ്മാതാവ് ആവശ്യപ്പെട്ടിരുന്ന രീതിയിൽ, റായ് തന്റെ ചിത്രം മാറ്റിയിരുന്നെങ്കിൽ അത് എളുപ്പത്തിൽ നിർമ്മിക്കാൻ കഴിയുമായിരുന്നു. എന്നാൽ തന്റെ നിലപാടുകളിൽനിന്ന് അൽപ്പംപോലും മാറാൻ റായ് തയ്യാറായില്ല. അദ്ദേഹത്തിന്റെ കർക്കശ നിലപാടുകളാണ് സത്യജിത് റായ് എന്ന ചലച്ചിത്രകാരന്റെ വിജയത്തിനു പിന്നിലുള്ളത് എന്ന് പറയുന്നത് എല്ലാ അർത്ഥത്തിലും ശരിയാണ്.

ആദ്യസിനിമാ ശ്രമം പരാജയപ്പെട്ട റായുടെ മുമ്പിൽ ഒരു പുതിയ വഴി തുറന്നു വന്നു. അദ്ദേഹം ജോലി ചെയ്തിരുന്ന Keymer & Co. യിലെ സഹപ്രവർത്തകനും, പിൽക്കാലത്ത് കമ്പനിയുടെ അസ്സിസ്റ്റന്റ് മാനേജറുമായ ഗുപ്തയുടെ ഉടമസ്ഥതയിലുള്ള Signet Press നുവേണ്ടി റായ് ജോലി ചെയ്യാറുണ്ടായിരുന്നു. 1945 ൽ ബംഗാളി സാഹിത്യത്തിലെ ജനകീയ നോവലായ, വിഭൂതിഭൂഷൺ ബന്ദോപാദ്ധ്യയുടെ *പഥേർ പാഞ്ചാലി*യുടെ സംഗ്രഹിച്ച രൂപം ചിത്രകഥയാക്കാൻ ഗുപ്ത റായോട് ആവശ്യപ്പെട്ടു. നോവൽ ചലച്ചിത്രമാക്കാൻ നേരത്തെ റായ്ക്ക് ആഗ്രഹമുണ്ടായിരുന്നെങ്കിലും പ്രായോഗിക പ്രയാസങ്ങൾ കാരണം അദ്ദേഹത്തിന് അത് ഉപേക്ഷിക്കേണ്ടി വന്നു. എന്തായാലും ചിത്രീകരണം, നോവലുമായി കൂടുതൽ അടുക്കാൻ റായ്ക്ക് അവസരമൊരുക്കിക്കൊടുത്തു. നാലു വർഷങ്ങൾക്ക് ശേഷം ഒരു നിയോഗം പോലെ ചലച്ചിത്ര നിർമ്മാണ സാദ്ധ്യത തിരിച്ചുവന്ന് അദ്ദേഹത്തിന്റെ ജീവിതം മാറ്റി മറിക്കുക മാത്രമല്ല, ഇന്ത്യൻ സിനിമയുടെ ചരിത്രം തിരുത്തിയെഴുതുകയും ചെയ്തു. ഒരു മഷിക്കമ്പനിയുടെ പരസ്യവുമായി ബന്ധപ്പെട്ട്, ആ മഷി ഉപയോഗിക്കുന്നവരെ ഉൾപ്പെടുത്തി ചെയ്ത പരസ്യത്തിൽ, *പഥേർ പാഞ്ചാലി* രചിച്ച വിഭൂതിഭൂഷണുമുണ്ടായിരുന്നു. പരസ്യത്തിനായി അദ്ദേഹത്തിന്റെ ചിത്രം വരച്ച റായ്, വിഭൂതിഭൂഷണവുമായി വളരെയേറേ അടുത്തു. ഇത് നോവലുമായുള്ള റായുടെ അടുപ്പം വർദ്ധിപ്പിക്കുകയായിരുന്നു.

ഇതൊക്കെ അനുബന്ധസംഭവങ്ങളായി നടന്നിരുന്നുവെങ്കിലും, റായുടെ ജീവിതവും ഇന്ത്യൻ സിനിമയുടെ ചരിത്രവും ഗതിമാറുന്നത്, പ്രസിദ്ധ ഫ്രഞ്ച് നവതരംഗ സംവിധായകൻ റിനോയ് (Renoir) തന്റെ ചിത്രം *ദ റിവറി (The River)* ന്റെ ഷൂട്ടിങ്ങിനായി കൽക്കട്ടയിലെത്തിയപ്പോഴാണ്. അദ്ദേഹത്തെ ചെന്നു കണ്ട റായ്, തന്റെ ചലച്ചിത്ര നിർമ്മാണ ആഗ്രഹങ്ങൾ തുറന്നു പറഞ്ഞു. വളരെ നല്ല രീതിയിൽ പ്രോത്സാഹിപ്പിച്ച റിനോയുടെ സൗഹൃദത്തിൽ ആകൃഷ്ടനായ റായ് അദ്ദേഹവുമായുള്ള ബന്ധം ദീർഘകാലം സൂക്ഷിച്ചിരുന്നു. റിനോയിൽനിന്നും ആത്മവിശ്വാസം ലഭിച്ച റായ് *സൈറ്റ് ആന്റ് സൗണ്ട്* പോലുള്ള ചലച്ചിത്ര മാസികകളിൽ ലേഖനങ്ങൾ എഴുതാൻ തുടങ്ങി. Music in Films, Renoir in Calcutta, Orson Wells എന്നിവ അക്കാലത്ത് റായ്

എഴുതിയ ലേഖനങ്ങളാണ്. 1950 ൽ പരസ്യ കമ്പനിയിൽ ആർട്ട് ഡയറക്ടറായി സ്ഥാനക്കയറ്റം കിട്ടിയ അദ്ദേഹത്തെ വിദേശയാത്രയ്ക്കായി കമ്പനി നിയോഗിച്ചു. ഹെഡ്ഡ് ഓഫീസായിരുന്ന ലണ്ടൻ, യൂറോപ്യൻ രാജ്യങ്ങൾ എന്നിവ നാലര മാസക്കാലം സന്ദർശിച്ച റായ്ക്കൊപ്പം ഭാര്യ ബിജോയയുമുണ്ടായിരുന്നു. 1949 ലാണ് റായ് തന്റെ അമ്മയുടെ ഇളയ സഹോദരന്റെ മകൾ ബിജോയയെ വിവാഹം ചെയ്യുന്നത്. ദീർഘകാലമായി അവർ പ്രണയത്തിലായിരുന്നു. നാലര മാസത്തെ വിദേശതാമസക്കാലത്ത് തൊണ്ണൂറ്റഞ്ചു ലോകചിത്രങ്ങൾ കാണാൻ റായ്ക്ക് അവസരം ലഭിച്ചു. ഈ കാഴ്ച, റായുടെ സിനിമാ അനുഭവങ്ങൾ അപ്പാടെ മാറ്റിമറിച്ചു. മുഖ്യമായും അദ്ദേഹത്തെ സ്വാധീനിച്ചത് ലോക മഹായുദ്ധാനന്തര സിനിമാ പ്രസ്ഥാനമായ ഇറ്റാലിയൻ നിയോറിയലിസത്തിലധിഷ്ഠിതമായ രചനകളായിരുന്നു. തന്റെ ജീവിതത്തിൽ തുറന്നുവന്ന ആ പുതിയ കാഴ്ചയെക്കുറിച്ച് അദ്ദേഹം ഇങ്ങനെ എഴുതുന്നു. "അതൊരു ഭയങ്കര അനുഭവം തന്നെയായിരുന്നു." ഇക്കാലത്തിനിടയിൽ മിക്കവാറും എല്ലാ ഫ്രഞ്ച് നവതരംഗ ചിത്രങ്ങളും ഇറ്റാലിയൻ നിയോറിയലിസ്റ്റ് ചിത്രങ്ങളും കണ്ടുതീർത്തശേഷം ഇന്ത്യയിലെത്തിയ റായുടെ മനസ്സിൽ ഒരു പുതിയ ചലച്ചിത്രനിർമ്മാണ രീതി കൃത്യമായി രൂപപ്പെട്ടു കഴിഞ്ഞിരുന്നു. അതോടൊപ്പം *പഥേർ പാഞ്ചാലി* നിർമ്മിക്കാനുള്ള തീരുമാനവും ഉണ്ടായിരുന്നു. ഇന്ത്യയിലേക്കുള്ള മടക്കയാത്രയിൽ *പഥേർ പാഞ്ചാലി* യുടെ സ്ക്രിപ്റ്റ് എഴുതിക്കൊണ്ടിരുന്ന റായ് ചിത്രം നിർമ്മിക്കാൻ സാദ്ധ്യതയുള്ളവരെക്കുറിച്ച് ചിന്തിച്ചുകൊണ്ടിരുന്നു. ചിത്രത്തിന്റെ നിർമ്മാണം നേരിട്ട അസാധാരണമായ പ്രതിസന്ധിഘട്ടങ്ങൾ മറികടക്കാൻ ഈ നിശ്ചയദാർഢ്യമാണ് അദ്ദേഹത്തിന് കരുത്ത് നൽകിയത്.

അദ്ധ്യായം രണ്ട്

പഥേർ പാഞ്ചാലി യുടെ നിർമ്മാണ വഴികൾ - മറ്റൊരു നിയോറിയലിസ്റ്റ് അനുഭവം

"റിനോയ്ക്കും ഡിസീക്കയ്ക്കും ശേഷമുണ്ടായ ഏറ്റവും ശ്രേഷ്ഠനായ ചലച്ചിത്രകാരനാണ് സത്യജിത് റായ്."

- മൈക്കിൾ സരഗോവ്

ചലച്ചിത്ര നിരൂപകൻ

നാലര മാസക്കാലത്തെ വിദേശജീവിതം റായുടെ ചലച്ചിത്ര കാഴ്ചാനുഭവത്തെ ഏറെ സ്വാധീനിച്ചു. അതേവരെ കാണാൻ കഴിയാതിരുന്ന പല വിദേശചിത്രങ്ങളും, പ്രത്യേകിച്ച് ഇറ്റാലിയൻ നിയോറിയലിസ്റ്റ്, ഫ്രഞ്ച് നവതരംഗ സിനിമകൾ എന്നിവയുടെ കാഴ്ച, *പഥേർ പാഞ്ചാലി* യുടെ ചലച്ചിത്രരൂപത്തിലേക്ക് അദ്ദേഹത്തെ എത്തിക്കുകയായിരുന്നു. നേരത്തെ സൗഹൃദത്തിലായിരുന്ന ഫ്രഞ്ച് ചലച്ചിത്രകാരൻ റിനോ(Renoir) യുമായി അദ്ദേഹം ഇക്കാര്യം ചർച്ച ചെയ്തിരുന്നു. റിനോ അദ്ദേഹത്തെ ഈ കാര്യത്തിൽ വളരെയധികം പ്രോത്സാഹിപ്പിക്കുകയും, റായോട് ഉടൻ പദ്ധതി ആരംഭിക്കാൻ ആവശ്യപ്പെടുകയും ചെയ്തു.

ഇതിനുശേഷം, *പഥേർ പാഞ്ചാലി* യുടെ നിർമ്മാണത്തിനായി റായ് നടത്തിയ ശ്രമങ്ങളും, അദ്ദേഹത്തിനുണ്ടായ അനുഭവങ്ങളും മറ്റൊരു നിയോറിയലിസ്റ്റ് കാഴ്ചയാണ് നമുക്ക് നൽകുന്നത്. ചിത്രം പോലെതന്നെ ദുരിതങ്ങളും നിരാശയും പ്രതീക്ഷകളും ഇടകലർന്ന അനുഭവങ്ങൾ. തികഞ്ഞ നിശ്ചയദാർഢ്യത്തിന്റെയും കഠിനാദ്ധ്വാനത്തിന്റെയും, അതിലെല്ലാമുപരി ചലച്ചിത്രകലയോടുള്ള ഒടുങ്ങാത്ത പ്രതിബദ്ധതയുടെയും വെളിപ്പെടുത്തലുകളാണ് തന്റെ ആദ്യചിത്രത്തിന്റെ സാക്ഷാൽക്കാരത്തിനായുള്ള റായുടെ ഈ ശ്രമങ്ങൾ. ഇവ ചിത്രീകരിക്കയാണെങ്കിൽ *പഥേർ പാഞ്ചാലി* പോലുള്ള മറ്റൊരു ചിത്രമായിരിക്കും നമുക്കു കാണാൻ കഴിയുക. നിർമ്മാണത്തിന്റെ ആദ്യഘട്ടമായി *പഥേർ പാഞ്ചാലി* യുടെ രചയിതാവ് വിഭൂതിഭൂഷൺ ബന്ദോപാദ്ധ്യായയുടെ വിധവ രമാബന്ദോപാദ്ധ്യയെ സമീപിച്ച റായെ, പിതാവ് സുകുമാർ റായ്, മുത്തച്ഛൻ ഉപേന്ദ്ര കിഷോർ റായ് എന്നിവരോട് അവർക്കുള്ള സ്നേഹവും ആദരവും അറിയിച്ച ശേഷം നോവൽ ചലച്ചിത്രമാക്കാനുള്ള അവകാശം അവർ സന്തോഷപൂർവ്വം അദ്ദേഹത്തിനു കൊടുത്തു. നോവലിന്റെ ചിത്രകഥാരൂപം തയ്യാറാക്കിയ റായെ അവർ അഭിനന്ദിക്കയും ചെയ്തു. ഇതിനു മുമ്പായി, *പഥേർ പാഞ്ചാലി* യുടെ ചലച്ചിത്ര അവകാശത്തിനായി സമീപിച്ച്, 15,000 രൂപ വാഗ്ദാനം ചെയ്ത നിർമ്മാതാവിനോട് അവർ പറഞ്ഞ

റിനോ (Renoir)

അപരാജിതോ

കാര്യം ഇവിടെ പരാമർശിക്കേണ്ടതാണ് . "ഒരാൾക്ക് സ്വന്തം മക്കളെ വില്ക്കാൻ കഴിയില്ല" എന്നായിരുന്നു അവരുടെ മറുപടി. സത്യജിത് റായ് ചിത്രത്തിന്റെ നിർമ്മാണത്തിന് അർഹനാണെന്ന് അവർക്ക് പൂർണ്ണവിശ്വാസമുണ്ടായിരുന്നു. ചിത്രം പുറത്തുവന്നതോടെ ആ വിശ്വാസം ശരിയായിരുന്നു എന്ന് എല്ലാവർക്കും ബോദ്ധ്യപ്പെട്ടതുമാണല്ലോ.

ചിത്രത്തിന്റെ നിർമ്മാണത്തിനാവശ്യമായ പണം കണ്ടെത്തുകയായിരുന്നു റായ് നേരിട്ട യഥാർത്ഥ വെല്ലുവിളി. റായ് കുടുംബത്തിന് സമൂഹത്തിലുണ്ടായിരുന്ന ഉന്നതമായ സ്ഥാനവും സ്വാധീനവും കാരണം ബംഗാളിലെ പ്രബലരായ സിനിമാനിർമ്മാതാക്കളിലെത്താൻ റായ്ക്ക് പ്രയാസമൊന്നുമുണ്ടായില്ല. എന്നാൽ അവർക്കൊന്നും അദ്ദേഹത്തിന്റെ പുതിയ ചലച്ചിത്രരീതികളുമായി യോജിച്ചുപോകാൻ കഴിഞ്ഞിരുന്നില്ല. പാട്ടും നൃത്തവും ഇല്ലാത്ത, മുൻപരിചയങ്ങളില്ലാത്ത അഭിനേതാക്കളെയും സാങ്കേതിക വിദഗ്ധരെയും വെച്ച് സ്റ്റുഡിയോയ്ക്കുപുറത്തുവെച്ചുള്ള ചിത്രീകരണം ബംഗാളി സിനിമയ്ക്ക് മാത്രമല്ല ഇന്ത്യൻ സിനിമയ്ക്കുതന്നെ അക്കാലത്ത് അപരിചിതമായിരുന്നു. അതുകൊണ്ടുതന്നെ ഈ രീതിയിൽ നിർമ്മിക്കുന്ന ഒരു ചിത്രം പരാജയപ്പെടുമെന്ന കണക്കുകൂട്ടലിലായിരുന്നു നിർമ്മാതാക്കൾ. എല്ലാവരും ഒരേ സ്വരത്തിൽ റായോട് പറഞ്ഞു: "നിങ്ങൾ അത്ഭുതകരമായ രീതിയിലാണ് ചിത്രത്തെപ്പറ്റി പറയുന്നത്. എന്നാൽ സംവിധാനത്തിൽ മുൻപരിചയമൊന്നുമില്ലാത്ത നിങ്ങൾക്ക് അതിന്റെ പകുതിപോലും യാഥാർത്ഥ്യമാക്കാൻ കഴിയില്ല." ഈ വിലയിരുത്തൽ പൂർണ്ണമായും തെറ്റായിരുന്നു എന്ന് ചരിത്രം തെളിയിച്ചു. ബംഗാളിലെയും മറ്റ് ഇന്ത്യൻ ഭാഷകളിലെയും മുഴുവൻ സംവിധായകരെയും പിന്തള്ളി 'ഒരു മുൻപരിചയവുമില്ലാത്ത' സത്യജിത് റായ് എന്ന ചലച്ചിത്രകാരൻ *പഥേർ പാഞ്ചാലി* കാരണം ലോകസിനിമയിൽ ഇടം പിടിച്ചു എന്നത് അതുല്യമായ ആ സംവിധാനപ്രതിഭയുടെ അടയാളമായി എക്കാലവും തിരിച്ചറിയപ്പെടുന്നു.

രണ്ടു വർഷക്കാലം പല നിർമ്മാതാക്കളെയും സമീപിച്ച് തന്റെ പദ്ധതി വിശദീകരിച്ച്, ഫലമൊന്നുമില്ലാതെ മനസ്സ് മടുത്തെങ്കിലും തന്റെ തീരുമാനത്തിൽ നിന്ന് റായ് പുറകോട്ട് പോയില്ല. 1948 ൽ സുഹൃത്തായ ചലച്ചിത്രനിരൂപകൻ ചിദാനന്ദ ദാസ് ഗുപ്തയോട് റായ് പറഞ്ഞിരുന്ന ഒരു കാര്യം ഇവിടെ ഓർമ്മിക്കേണ്ടതുണ്ട്. ഗുപ്തയുമായുള്ള സ്വകാര്യ സംഭാഷണങ്ങൾക്കിടെ റായ് പെട്ടെന്ന് പറയുന്നു: "ഒരു ദിവസം ഞാനൊരു മഹത്തായ സിനിമ നിർമ്മിക്കും." ഇത് തമാശയായി ചിരിച്ചു തള്ളിയ ഗുപ്ത വർഷങ്ങൾക്ക് ശേഷം കാണുന്നത് അദ്ദേഹത്തിന്റെ സുഹൃത്ത് സിനിമ നിർമ്മിച്ചു എന്ന് മാത്രമല്ല, അത് ലോക സിനിമയിൽ എല്ലാവരുടെയും ശ്രദ്ധ പിടിച്ചുപറ്റി എന്നതു കൂടിയാണ്. അന്ന് റായ് പറഞ്ഞിരുന്നത് തികഞ്ഞ ആത്മവിശ്വാസത്തോടെയാണെന്ന് ഗുപ്ത തിരിച്ചറിഞ്ഞു. അദ്ദേഹത്തിന്റെ നിശ്ചയദാർഢ്യത്തിന്റെ അടയാളമായി ലോകം തിരിച്ചറിഞ്ഞ ചിത്രമാണ് *പഥേർ പാഞ്ചാലി*. ദീർഘകാലത്തെ തിരച്ചില്

വിഭൂതിഭൂഷൺ ബന്ദോപാദ്ധ്യായ

റായ് ചുനിബാല ദേവിക്ക് നിർദ്ദേശങ്ങൾ നല്കുന്നു

ദുലാൽ ദത്ത

മൃണാൾ സെൻ

കൾക്ക് ശേഷവും നിർമ്മാതാക്കളെ ലഭിക്കാതെ വന്നപ്പോൾ, റായുടെ മുമ്പിൽ ഒരു വഴി തെളിഞ്ഞുവന്നു. എങ്ങനെയെങ്കിലും കുറച്ച് പണം സ്വരൂപിച്ച് ചിത്രത്തിന്റെ ഷൂട്ടിങ് തുടങ്ങുക, ഷൂട്ട് ചെയ്ത ഭാഗം കാണിച്ച് ബാക്കി ഭാഗം നിർമ്മിക്കാനുള്ള പണം ആരോടെങ്കിലും ആവശ്യപ്പെടുക. അതിനായി തന്റെ ഇൻഷ്വറൻസ് പോളിസിയിൽ നിന്ന് 7500 രൂപ ലോണെടുത്ത്, സുഹൃത്തുക്കളിൽനിന്നും 2000 രൂപ സമാഹരിച്ച്, 9500 രൂപയുമായി ചിത്രത്തിന്റെ ഷൂട്ടിങ് തുടങ്ങാൻ തന്നെ അദ്ദേഹം തീരുമാനിച്ചു. തനിക്ക് ഏറെ പ്രിയപ്പെട്ട ആർട്ട് പുസ്തകങ്ങളും സംഗീത റിക്കാർഡുകളും വിറ്റ് കിട്ടിയ പണം കൂടെ റായ് കൈയിൽ കരുതിയിരുന്നു.

ഷൂട്ടിങ്ങിന് മുമ്പായി അഭിനേതാക്കൾ, സാങ്കേതിക വിദഗ്ധർ, ലൊക്കേഷൻ എന്നിവ നിശ്ചയിക്കേണ്ടതുണ്ടായിരുന്നു. അഭിനേതാക്കളിൽ മിക്കവരും അമേച്വർ നടീനടന്മാരായിരുന്നു. രണ്ട് പ്രൊഫഷണലുകളിൽ ഒരാൾ ഹരിഹറായി വേഷമിട്ട കനുബാനർജിയും, അയൽക്കാരി മിസ്സിസ് മുഖർജിയായി അഭിനയിച്ച റീബാദേവിയുമായിരുന്നു. ചിത്രത്തിലെ മുഖ്യകഥാപാത്രം അപുവിനായി കൽക്കട്ടയിലെ സ്കൂളുകളിൽ മുഴുവൻ കയറിയിറങ്ങിയ റായ്, കഥയ്ക്ക് യോജിച്ച കുട്ടിയെ കിട്ടാതെ നിരാശനായിരിക്കുമ്പോഴാണ് ഒരു ദിവസം കാലത്ത് ഭാര്യയുടെ വിളികേട്ട് മുറിയിലേക്ക് ചെല്ലുന്നത്. തൊട്ടടുത്ത വീട്ടിലെ മേൽക്കൂരയിൽ കളിച്ചുകൊണ്ടിരിക്കുന്ന കുട്ടികളെ ജനലിലൂടെ നോക്കിക്കൊണ്ടിരിക്കുകയാണ് ഭാര്യ. അവരിലൊരുവനെ ചൂണ്ടിക്കാട്ടി അവർ പറഞ്ഞു, “ഇവനാണ് നമ്മുടെ അപു.” അപുവായി വേഷമിട്ട് ലോകശ്രദ്ധ നേടിയ സുബീർ ബാനർജിയായിരുന്നു അത്. എന്നാൽ അദ്ദേഹത്തിന്റെ പിൽക്കാല ജീവിതം ദാരുണമായിരുന്നു. നമ്മുടെയൊക്കെ മനസ്സുകളിൽ ഇടംപിടിച്ച അപു, അഭിനയം ഉപേക്ഷിച്ച്, മദ്യാസക്തനായി ബാറിൽ ജോലി ചെയ്യുകയായിരുന്നു. അപുവിന്റെ പിൽക്കാല ജീവിതം കൗഷിക് ഗാംഗുലിയുടെ സംവിധാനത്തിൽ *അപുർ പാഞ്ചാലി* എന്ന ചിത്രമായി പുറത്തു വന്നിട്ടുണ്ട്. 2013 ലെ അന്താരാഷ്ട്ര ചലച്ചിത്രോത്സവത്തിൽ (IFFA) മികച്ച സംവിധായകനുള്ള പുരസ്കാരം കൗഷിക് ഗാംഗുലിക്ക് ഈ ചിത്രം നേടിക്കൊടുത്തിരുന്നു. *പഥേർ പാഞ്ചാലി*യിൽ നിന്നുള്ള നിരവധി ഫൂട്ടേജുകൾ ചിത്രത്തിൽ നമുക്ക് കാണാം. യഥാർത്ഥജീവിതത്തിൽ സുബീർ ബാനർജിയെ ദുരന്തങ്ങൾ പിന്തുടർന്നു

പണ്ഡിറ്റ് രവിശങ്കർ

റിത്വിക് ഘട്ടക്ക്

കൊണ്ടേയിരുന്നു. *അപരാജിതോ*വിനെ ഓർമ്മിപ്പിച്ചുകൊണ്ട്, പിതാവിന്റെ പെട്ടെന്നുള്ള മരണം, പ്രസിൽ പ്രിന്ററുടെ ജോലി, സുഹൃത്തിന്റെ സഹോദരിയുമായുള്ള വിവാഹം, കുട്ടിയുടെ ജനനത്തോടെയുള്ള അവരുടെ മരണം.

അപുവിന്റെ അമ്മ സർബജയായി വേഷമിട്ട കരുണാ ബാനർജി പരാജയപ്പെട്ട ഒരു നാടകനടിയായിരുന്നു. ദുർഗ്ഗയായി അഭിനയിച്ച ഉമാദാസ് ഗുപ്തയെ റായ് നേരത്തെ കണ്ടെത്തിയിരുന്നു. ഈ ചിത്രത്തിനുശേഷം അവർ അദ്ധ്യാപികയായി ജോലി നോക്കിയ ശേഷം വിരമിച്ചുകഴിഞ്ഞു. അപുവും ദുർഗ്ഗയും തുടർ അഭിനയജീവിതമില്ലാതെ യഥാർത്ഥജീവിതത്തിന്റെ മരുഭൂമിയിലെത്തിപ്പെടുകയായിരുന്നു. ചിത്രത്തിലെ മുത്തശ്ശിക്കായി റായും കൂട്ടരും നടത്തിയ അന്വേഷണം, തികച്ചും അപ്രതീക്ഷിതമായ ഒരു ചുറ്റുപാടിലാണ് അവരെ എത്തിച്ചത്. എൺപതു വയസ്സായ മുത്തശ്ശിക്കായി തിരഞ്ഞുകൊണ്ടിരുന്നപ്പോൾ, നടി റീബാ ദേവിയാണ് ചുനിബാല ദേവിയെന്ന് പഴയ കാല നാടക നടിയുടെ വിവരം അവരെ അറിയിച്ചത്. കൽക്കട്ടയിലെ ചുവന്ന തെരുവിനടുത്ത് താമസിച്ചിരുന്ന അവരെ അന്വേഷിച്ച് ചെന്ന റായെയും കൂട്ടുകാരെയും നാട്ടുകാർ തെറ്റിദ്ധരിച്ചു. തങ്ങളുടെ യഥാർത്ഥ ആവശ്യം അറിയിച്ചപ്പോൾ, അവർ നടിയുടെ വീട് കണ്ടുപിടിച്ചുകൊടുത്തു. അങ്ങനെയാണ് ചുനി ബാലദേവിയെന്ന മുത്തശ്ശി *പഥേർ പാഞ്ചാലി*യിൽ വേഷമിടുന്നത്. അഭിനയിച്ചുകൊണ്ടിരുന്നപ്പോൾ അവരുടെ ആരോഗ്യ കാര്യത്തിൽ റായ് ഏറെ ആശങ്കാകുലനായിരുന്നു.

സ്ഥിരമായി ബംഗാളി ചിത്രങ്ങളിൽ അഭിനയിച്ചുകൊണ്ടിരുന്ന കനു ബാനർജി, ഷൂട്ടിങ്ങിന്റെ ആദ്യ ദിവസം മുടി ക്രോപ്പ് ചെയ്ത് വന്നപ്പോൾ മുടി വളർന്നതിനു ശേഷം ഷൂട്ടിങ് ആരംഭിക്കാമെന്ന് പറഞ്ഞ് സംവിധായകൻ അയാളെ തിരിച്ചയച്ചു. അത്ഭുതത്തോടെ റായെ നോക്കി ബാനർജി പറഞ്ഞു. "ഒടുവിൽ ഞാനൊരു യഥാർത്ഥ സംവിധായകനെ കണ്ടെത്തിയിരിക്കുന്നു."പതിവു രീതിയിൽ കൃത്രിമമുടി ഉപയോഗിക്കാതെ, എല്ലാം സ്വാഭാവികമായി മാത്രം ചെയ്യുന്ന ഒരു സംവിധായകനെ ആദ്യമായി കണ്ടുമുട്ടുകയായിരുന്നു പ്രൊഫഷണൽ നടനായിരുന്ന കനു ബാനർജി.

സാങ്കേതികവിദഗ്ധരുടെ തിരഞ്ഞെടുപ്പിലും തികഞ്ഞ വ്യത്യസ്തത റായ് പുലർത്തിയിരുന്നു. നേരത്തെ നിശ്ചയിച്ചിരുന്ന ഛായാഗ്രാഹകൻ ദക്ഷിണേന്ത്യയിൽ ഷൂട്ടിങ്ങിലായിരുന്നതിനാൽ, അയാളുടെ അസ്സിസ്റ്റന്റിനെ മാത്രമേ റായ്ക്ക് ലഭിച്ചുള്ളു. അദ്ദേഹമാണ് റായുടെ നിരവധി ചിത്രങ്ങൾക്ക് ക്യാമറ കൈകാര്യം ചെയ്ത് പ്രസിദ്ധനായി മാറിയ ഛായാഗ്രാഹകൻ സുബ്രതോ മിത്ര. റിനോയെ 'റിവർ' ഷൂട്ട് ചെയ്യാനായി കൽക്കട്ടയിൽ എത്തിയപ്പോൾ എല്ലാ ദിവസവും അത് കാണാനായി മിത്ര പോയിരുന്നു. നിശ്ചലഛായാഗ്രാഹകനായ അദ്ദേഹത്തിന് മൂവി ക്യാമറ കൈകാര്യം ചെയ്ത

പരിചയം ഒട്ടുമില്ലായിരുന്നു. എന്നാൽ റായ്ക്ക് സുഹൃത്തിന്റെ കഴിവിൽ പൂർണ്ണവിശ്വാസമുണ്ടായിരുന്നു. ക്യാമറയും ഛായാഗ്രഹണവുമൊക്കെ കേവലം സാങ്കേതിക വിദ്യയ്ക്ക് അപ്പുറത്തുള്ള കാര്യമാണെന്ന് വിശ്വസിച്ചിരുന്ന അദ്ദേഹം മിത്രയുമായി മുമ്പോട്ട് പോകാൻതന്നെ തീരുമാനിച്ചു. കൂടാതെ, തന്റെ സൗകര്യമനുസരിച്ച് മഴ, യഥാർത്ഥ മഴയിലും വെയിൽ, യഥാർത്ഥ വെയിലിലും ചിത്രീകരിക്കാൻ പതിവു ക്യാമറാമേൻമാർക്ക് സാവകാശം ഉണ്ടാവില്ല എന്ന് അദ്ദേഹത്തിന് ഉറപ്പുണ്ടായിരുന്നു. റായുടെ തിരഞ്ഞെടുപ്പ് കൃത്യമായിരുന്നു എന്ന് പിന്നീട് ലോകം വിധിയെഴുതി. *പഥേർ പാഞ്ചാലി* യുടെ ഛായാഗ്രഹണം മികവുറ്റതാണെന്ന് പൊതുവെ അംഗീകരിക്കപ്പെട്ടുക മാത്രമല്ല, സുബ്രതോ മിത്ര നിരവധി പുരസ്കാരങ്ങൾ നേടുകയും ചെയ്തു. ചിത്രത്തിന്റെ എഡിറ്ററായി ദുലാൽ ദത്തയും ആർട്ട് ഡയറക്ടറായി, ശാന്തിനികേതനിൽ റായ്ക്ക് ഒപ്പം കലാപഠനം നടത്തിയ സുഹൃത്ത് ബൻസി ചന്ദ്ര ഗുപ്തയും പ്രവർത്തിച്ചു. ഇവരൊക്കെയും ദീർഘകാലം ചലച്ചിത്രരംഗത്ത് അദ്ദേഹത്തിന്റെ ഒപ്പം പ്രവർത്തിക്കയും അംഗീകാരങ്ങൾ നേടുകയും ചെയ്തു.

ഒരുക്കങ്ങൾ എല്ലാം പൂർത്തിയായി ചിത്രീകരണം ആരംഭിക്കാൻ പോകുന്നതിനിടയ്ക്ക് ഒരു അപ്രതീക്ഷിത സംഭവം നടന്നു. ഒരു മുൻപരിചയുമില്ലാത്ത സത്യജിത് റായെക്കൊണ്ട് പ്രശസ്തമായ നോവൽ *പഥേർ പാഞ്ചാലി*യുടെ ചലച്ചിത്രരൂപം സംവിധാനം ചെയ്യിക്കരുത് എന്ന അഭ്യർത്ഥനയുമായി ചില നിർമ്മാതാക്കൾ രമാ ബാനർജിയെ ചെന്നു കണ്ടു. നോവലിന്റെ സിനിമാചിത്രീകരണ അവകാശത്തിനായി ആവശ്യപ്പെടുന്ന പണം കൊടുക്കാൻ അവർ തയ്യാറായെങ്കിലും, രമാ ബാനർജി തന്റെ തീരുമാനത്തിൽ ഉറച്ചുനിന്നു. ഇത്തരം നിരവധി പരീക്ഷണഘട്ടങ്ങൾ അതിജീവിച്ചുകൊണ്ട്, *പഥേർ പാഞ്ചാലി* യുടെ ഷൂട്ടിങ്, 1952 ഒക്ടോബർ 27 ന് ആരംഭിച്ചു. കൽക്കട്ടയ്ക്ക് അടുത്തുള്ള ബോറൽ ഗ്രാമവും അവിടെയുണ്ടായിരുന്ന ഇടിഞ്ഞു പൊളിഞ്ഞ് വീഴാറായ വീടും കേന്ദ്രീകരിച്ച് റായ് ചിത്രീകരണം ആരംഭിച്ചു. സെറ്റ് നിർമ്മിക്കാനായി, അതേ

സുബ്രതോ മിത്രയും റായും

ദുലാൽ ദത്ത സത്യജിത് റായ്ക്കും മകനുമൊപ്പം

വരെ ആരും പരീക്ഷിക്കാതിരുന്ന പായയ്ക്ക് മേൽ പ്ലാസ്റ്റർ ഓഫ് പാരീസ് പൂശി ഉപയോഗിക്കുന്ന രീതി ബൻസി ചന്ദ്രഗുപ്ത ആദ്യമായി പരീക്ഷിച്ചു. ഓരോ ദിവസവും ചിത്രീകരിച്ച ഫിലിം റോൾ, റായും സുബ്രതോയും ചേർന്ന് ടൗണിലെ സ്റ്റുഡിയോവിൽ എത്തിച്ചുകൊടുത്തു. പണച്ചെലവ് ഒഴിവാക്കാൻ കാറുപയോഗിക്കാതെ ബസിലായിരുന്നു അവർ പൊയ്ക്കൊണ്ടിരുന്നത്. ഒടുവിൽ പണം തികയാതെ വന്നപ്പോൾ റായുടെ ഭാര്യ, തന്റെ ആഭരണങ്ങൾ പണയംവെച്ച് 4000/- രൂപയും കൂടെ അദ്ദേഹത്തിന് നല്കി. ഷൂട്ടിങ് അവസാനിപ്പിച്ച്, പൂർത്തിയാക്കിയ ചിത്രത്തിന്റെ ഭാഗവുമായി റായ് വീണ്ടും നിർമ്മാതാക്കളെ സമീപിച്ചു.

എന്നാൽ വീണ്ടും ഫലം നിരാശയായിരുന്നു. ചിത്രത്തിന്റെ ബാക്കി ഭാഗം നിർമ്മിക്കാൻ സഹായം ലഭിക്കുമെന്ന് കരുതിയ അദ്ദേഹത്തിന് തെറ്റി. വളരെയേറെ നിരാശനായെങ്കിലും അദ്ദേഹം ആത്മവിശ്വാസം കൈവിട്ടില്ല. വിഷമിച്ചിരിക്കുന്ന മകനെ കണ്ട് റായുടെ അമ്മ ചിത്രം പൂർത്തിയാക്കാൻ എന്തെങ്കിലും വഴികൾ ഉണ്ടോ എന്ന് അന്വേഷിക്കാൻ തുടങ്ങി. അവരുടെ ഒരു ബന്ധു അന്നത്തെ ബംഗാൾ മുഖ്യമന്ത്രി ഡോ. ബി സി റോയുടെ സുഹൃത്തായിരുന്നു. അദ്ദേഹം വഴി മുഖ്യമന്ത്രിയെ സമീപിച്ചപ്പോൾ, ചിത്രത്തിന്റെ പൂർത്തിയായ ഭാഗം കാണാൻ ഡോ. റോയ് തയ്യാറായി. അതുകണ്ട്, ചിത്രം ഒരു ഡോക്യുമെന്ററിയാണെന്ന് തെറ്റിദ്ധരിച്ച മുഖ്യമന്ത്രി അത് പൂർത്തിയാക്കാനുള്ള ഫണ്ട് ഉടൻ അനുവദിച്ചു. അതോടൊപ്പം റായ്ക്ക് ഒരു ഉപദേശവും അദ്ദേഹം നൽകി: ബംഗാൾ സർക്കാർ നടപ്പിലാക്കിക്കൊണ്ടിരിക്കുന്ന ക്ഷേമപദ്ധതിയായ കമ്യൂണിറ്റി ഡെവലപ്മെന്റ് പ്രോഗ്രാമിൽ നിന്ന് ഈ കുടുംബത്തിന് സഹായം ലഭിക്കുന്നു എന്ന് ഉറപ്പ് വരുത്തണമെന്നതായിരുന്നു അത്. തന്ത്രപരമായി, ഒന്നും പറയാതെ മൗനിയായി നിന്നു റായ്. എങ്ങനെയെങ്കിലും ചിത്രം പൂർത്തിയാക്കുക എന്നത് മാത്രമായിരുന്നു അപ്പോൾ അദ്ദേഹത്തിന്റെ മനസ്സിലുണ്ടായിരുന്നത്. ഇത്തരം അനുഭവങ്ങൾ ലോകത്തിലെ മറ്റേതെങ്കിലും സംവിധായകനുണ്ടായിരിക്കുമോ എന്ന് സംശയ

മാണ്. എന്തായാലും ബംഗാൾ ഗവൺമെന്റിന്റെ റോഡ് നവീകരണ പദ്ധതിയിൽ ചിത്രം നിർമ്മിക്കാനായി രണ്ട് ലക്ഷം രൂപ അനുവദിക്കപ്പെട്ടു. പല ഘട്ടങ്ങളിലായി നൽകിയ ഫണ്ടിനായി, നിർമ്മാണ പൂർത്തീകരണത്തിന്റെ രേഖകൾ സമർപ്പിക്കേണ്ടതുണ്ടായിരുന്നു. ഒടുവിൽ അവസാനഗഡു വിതരണത്തിനായി റോഡ് അളക്കുന്നതുപോലെ, പൂർത്തിയാക്കിയ ഫിലിം റോളിന്റെ നീളത്തിന്റെ അളവായിരുന്നു രേഖകളിൽ ചേർത്തിരുന്നത് ! ചിത്രത്തിന്റെ പകർപ്പവകാശം സ്വാഭാവികമായും ബംഗാൾ സർക്കാരിനായിരുന്നു. ചിത്രത്തിന് പ്രസിഡന്റിന്റെ സ്വർണ്ണമെഡൽ ലഭിച്ചപ്പോൾ അതു സ്വീകരിച്ചത് ബംഗാൾ ഗവൺമെന്റിന്റെ 'ഡയറക്ടർ ഓഫ് പബ്ലിസിറ്റി' ആയിരുന്നു.

ഇതിനിടയിൽ, സത്യജിത് റായ് എന്ന ഒരു പുതിയ സംവിധായകൻ തികച്ചും വ്യത്യസ്തമായ ഒരു ചിത്രം നിർമ്മിക്കുന്നതായി ചലച്ചിത്രലോകം അറിഞ്ഞുതുടങ്ങിയിരുന്നു. ന്യൂയോർക്ക് മ്യൂസിയം ഓഫ് മോഡേൺ ആർട്ടിലെ (Newyork Musieum of Modern Art) മൺറോ വീലർ (Monroe Wheeler) കൽക്കട്ട സന്ദർശിക്കാനിടയായപ്പോൾ ചിത്രത്തെപ്പറ്റി അറിഞ്ഞ് അതിന്റെ ക്ലിപ്പിങ്ങുകൾ കാണുകയും 1955 ൽ അവിടെ നടക്കാൻ പോകുന്ന പ്രദർശനത്തിലേക്ക് *പഥേർ പാഞ്ചാലി* തിരഞ്ഞെടുക്കയും ചെയ്തു. അതോടെ ചിത്രത്തിന്റെ നിർമ്മാണം ഉടൻ പൂർത്തിയാക്കാൻ റായ് തീരുമാനിച്ചു. സംഗീതസംവിധായകനായി അദ്ദേഹം തിരഞ്ഞെടുത്ത പണ്ഡിറ്റ് രവിശങ്കർ, അന്ന് ഇന്ത്യയിലെ ഏറ്റവും തിരക്കുള്ള സംഗീതജ്ഞനായിരുന്നു. ഒറ്റ രാത്രി പതിനൊന്ന് മണിക്കൂർ തുടർച്ചയായി ഇരുന്ന് *പഥേർ പാഞ്ചാലി* യുടെ സംഗീതം ചിട്ടപ്പെടുത്തുകയായിരുന്നു രവിശങ്കറും സംഘവും. അതുപോലെ ഏഴുദിവസം, രാവും പകലും ചെലവഴിച്ച്, ദുലാൽ ദത്തയും റായും ചേർന്ന് ചിത്രം എഡിറ്റ് ചെയ്തു. അതിനുശേഷം ന്യൂയോർ ക്ക് പ്രദർശനത്തിന് കേവലം മൂന്നു ദിവസം മാത്രമേ ബാക്കിയുണ്ടായിരുന്നുള്ളൂ. റീൽ പായ്ക്ക് ചെയ്ത് അയച്ച ശേഷം, കുറേ ദിവസത്തെ ബാക്കിയായ ഉറക്കം റായ് തുടങ്ങിയത് വിമാനത്താവളത്തിൽ വെച്ചായിരുന്നു!

പഥേർ പാഞ്ചാലി യുടെ ദരിദ്രവും സംഘർഷഭരിതവുമായ നിർമ്മാണവഴികൾ ഇവിടെ അവസാനിക്കുകയാണ്. ചിത്രത്തിന്റെ പ്രമേയത്തെക്കാൾ സംഭവബഹുലവും ദുരിതപൂർണ്ണവുമായ ഈ അനുഭവങ്ങൾ ഒരു നിയോറിയലിസ്റ്റ് ചിത്രമായി മാറുന്നു എന്നത് തികച്ചും യാദൃച്ഛികം മാത്രം. എന്നാൽ, നിർമ്മാണ അനുഭവങ്ങളിൽനിന്നും തികച്ചും വിഭിന്നമായിരുന്നു *പഥേർ പാഞ്ചാലി* യുടെ പ്രദർശനാനുഭവങ്ങൾ. 1955 മെയ് മൂന്നിന് ന്യൂയോർക്കിലെ മ്യൂസിയം ഓഫ് മോഡേൺ ആർട്ടിൽ നടന്ന ആദ്യപ്രദർശനം വൻ വിജയമായി മാറി. 'Triumph of Sensitive Photography' എന്നാണ് അമേരിക്കൻ പത്രങ്ങൾ ചിത്രത്തെ വിലയിരുത്തിയത്. അതോടെ ചിത്രം ലോകസിനിമാരംഗത്ത് ഒരു വാർത്തയായി മാറി. ഇന്ത്യയിലെ ആദ്യപ്രദർശനം 1955 ആഗസ്റ്റ് 26 ന് കൽക്കട്ടയിലായിരുന്നു നടന്നിരുന്നത്. കൽക്കട്ടയിലെ ഒരു തിയേറ്ററിൽ ഒരാഴ്ചത്തേക്കായിരുന്നു പ്രദർശനം തീരുമാനിക്കപ്പെട്ടിരുന്നത്.

പഥേർ പാഞ്ചാലി

ആദ്യദിവസത്തെ തണുപ്പൻ പ്രതികരണം രണ്ടാം ദിവസം ഹൗസ്ഫുള്ളിലേക്ക് മാറി. ബാക്കി ദിവസങ്ങളിലും അത് തുടർന്നു. തങ്ങളുടെ അനുഭവങ്ങൾ ആദ്യമായി സ്ക്രീനിൽ കണ്ട ജനങ്ങൾ ചിത്രം ഏറ്റെടുക്കുകയായിരുന്നു. അടുത്ത ദിവസത്തെ പ്രദർശനത്തിനായി തിയേറ്റർ ഒരു തമിഴ് ചിത്രം ബുക്ക് ചെയ്തിരുന്നത് കാരണം *പഥേർ പാഞ്ചാലി*യുടെ പ്രദർശനം തുടരാൻ നിർവ്വാഹമില്ലായിരുന്നു. പിറ്റേ ദിവസം കാലത്ത്, വാതിലിൽ മുട്ടു കേട്ട് റായ് വാതിൽ തുറന്നുനോക്കി. അപ്പോൾ കരഞ്ഞുകൊണ്ട് ഒരു തമിഴ്നാട്ടുകാരൻ വാതിൽക്കൽ നിൽക്കുന്നു. കാരണം അന്വേഷിച്ച റായോട്, താൻ *പഥേർ പാഞ്ചാലി* കണ്ടെന്നും, നേരത്തെ അതുകണ്ടിരുന്നെങ്കിൽ, തന്റെ തമിഴ് ചിത്രത്തിന്റെ പ്രദർശനം മാറ്റി വെക്കാമായിരുന്നു എന്നും അയാൾ ക്ഷമാപണത്തോടെ പറഞ്ഞു.

ഇന്ത്യയിൽ *പഥേർ പാഞ്ചാലി* നേടിയ വൻപ്രദർശനവിജയം ലോകം അറിഞ്ഞു. 1955 ൽ ദേശീയ ചലച്ചിത്രപുരസ്കാരങ്ങൾ പ്രഖ്യാപിച്ചപ്പോൾ, മികച്ച ചിത്രത്തിനുള്ള പ്രസിഡന്റിന്റെ സ്വർണ്ണ മെഡൽ അടക്കം നിരവധി അംഗീകാരങ്ങൾ ചിത്രം നേടി. കൂടാതെ, ആ വർഷത്തെ കാൻ ചലച്ചിത്രമേളയിലേക്ക് ഇന്ത്യയിൽ നിന്നുള്ള ചിത്രമായി അത് തിരഞ്ഞെടുക്കപ്പെടുകയും ചെയ്തു. പൊതുവേ നിലവാരം കുറയാറുള്ളത് കാരണം കാനിൽ ഇന്ത്യൻ സിനിമയ്ക്ക് പ്രേക്ഷകർ വളരെ കുറവായിരിക്കും. ആ വർഷം അവർക്ക് മുമ്പിൽ പ്രദർശിപ്പിക്കപ്പെട്ട ചിത്രം തികച്ചും വ്യത്യസ്തമായിരുന്നു. മേളയിൽ 'ബെസ്റ്റ് ഹ്യൂമൺ ഡോക്യുമെന്റ്' പുരസ്കാരം ചിത്രം നേടിയതോടെ, സ്വാതന്ത്ര്യത്തിനുശേഷം അന്താരാഷ്ട്രപുരസ്കാരം നേടുന്ന ആദ്യ ഇന്ത്യൻ ചിത്രം എന്ന ബഹുമതി കൂടെ *പഥേർ പാഞ്ചാലി* കരസ്ഥമാക്കി. 1955 ലെ വാൻകുവർ, ബർലിൻ, സാൻഫ്രാൻസിസ്കോ, മനില ചലച്ചിത്രോത്സവങ്ങളിൽ മികച്ച ചിത്രമായി *പഥേർ പാഞ്ചാലി* തിരഞ്ഞെടുക്കപ്പെട്ടതോടെ സത്യജിത് റായ്, ലോകം അംഗീകരിച്ച സംവിധായകനായി വിശേഷിക്കപ്പെട്ടു. റായും അദ്ദേഹത്തിന്റെ കൂട്ടുകാരും ഇത്രയൊന്നും പ്രതീക്ഷിച്ചിരുന്നില്ല. ഒരു നല്ല ചിത്രം നിർമ്മിക്കണമെന്ന് മാത്രം കരുതിയ റായ്, *പഥേർ പാഞ്ചാലി* വഴി,

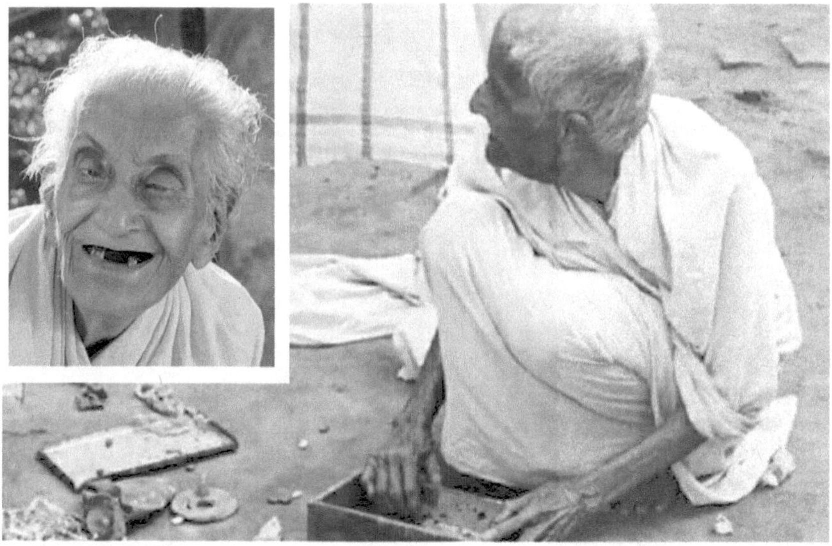

ചുനി ബാലദേവി

ഇന്ത്യൻ സിനിമയുടെ ചരിത്രം തിരുത്തിയെഴുതുകയായിരുന്നു. ഇപ്പോഴും ലോകമെമ്പാടും പ്രദർശിപ്പിക്കപ്പെട്ടു വരുന്ന *പഥേർ പാഞ്ചാലി*, ഒരു സംവിധായകന്റെയും കൂട്ടരുടെയും നിശ്ചയദാർഢ്യത്തിന്റെയും ആത്മാർത്ഥതയുടെയും അടയാളമായി ലോകസിനിമയിൽ നിലനിൽക്കുന്നു. നിയോറിയലിസ്റ്റ് അനുഭവമായി മാറിയ ചിത്രത്തിന്റെ നിർമ്മാണവഴികളുടെ ശുഭകരമായ അന്ത്യമായി ചിത്രത്തിന്റെ ഈ വിജയം മാറുന്നു.

ലോകപ്രസിദ്ധ ജാപ്പനീസ് സംവിധായകൻ അകിരാ കുറോസാവ, *പഥേർ പാഞ്ചാലി* യെപ്പറ്റി അത് റിലീസ് ചെയ്ത്, 20 വർഷങ്ങൾക്ക് ശേഷം എഴുതിയത് ശ്രദ്ധേയമാണ്: "ചിത്രം ആദ്യമായി കണ്ടപ്പോൾ എനിക്കുണ്ടായ വികാരം ഒരിക്കലും മറക്കാൻ കഴിയില്ല. അതിനുശേഷം നിരവധി തവണ ഞാൻ ചിത്രം കണ്ടു. ഓരോ പ്രാവശ്യവും ഞാൻ കാണുന്നത് പുതിയ കാഴ്ചകളാണ്. ഒരു മഹാനദിയുടെ സ്വച്ഛതയോടെയും ശാന്തതയോടെയും ഒഴുകുന്ന ചിത്രമാണിത്. ഇവിടെ ആളുകൾ ജനിക്കുന്നു, ജീവിക്കുന്നു, മരിക്കുന്നു. യാതൊരു പ്രയാസവുമില്ലാതെ, ഒരു തടസ്സവുമില്ലാതെ റായ് ഈ ചിത്രം വരയ്ക്കുന്നു. അത് പ്രേക്ഷകരിൽ പൂർവ്വകാല ഓർമ്മകളുണർത്തുന്നു. എങ്ങനെയാണ് അദ്ദേഹം അതു ചെയ്യുന്നത്? അദ്ദേഹത്തിന്റെ ചിത്രീകരണത്തിൽ അനാവശ്യമായി ഒന്നുംതന്നെ കാണാൻ കഴിയില്ല. അതുതന്നെയാണ് സത്യജിത് റായ് എന്ന ചലച്ചിത്രകാരന്റെ നിർമ്മാണരഹസ്യവും."

ഒരു പുതിയ ലോകചലച്ചിത്രകാരന്റെ പിറവി അടയാളപ്പെടുത്തിയ *പഥേർ പാഞ്ചാലി*, ലോകഭൂപടത്തിൽ ഇന്ത്യൻ സിനിമയ്ക്ക് സ്ഥാനം നേടിത്തന്നുവെന്ന് ചരിത്രം രേഖപ്പെടുത്തുന്നു. എന്നാൽ അതിനു പിന്നിലെ ശ്രമങ്ങൾ, മാനസിക സംഘർഷങ്ങൾ എന്നിവ തികച്ചും ദുരിതപൂർണ്ണമായിരുന്നുവെന്ന് ചിത്രത്തിന്റെ നിർമ്മാണചരിത്രത്തിൽനിന്ന് നാം തിരിച്ചറിയുന്നു.

2

റായുടെ സാമൂഹിക - രാഷ്ട്രീയ സമീപനങ്ങൾ

അദ്ധ്യായം ഒന്ന്

റായ് ക്യാമറയുടെ സഞ്ചാരവഴികൾ

"റായെപ്പോലെ അദ്ദേഹത്തിനുമുമ്പ് ആരും സിനിമ നിർമ്മിച്ചിട്ടില്ല, അദ്ദേഹത്തിനുശേഷം അങ്ങനെയാരെങ്കിലും ചെയ്യുമെന്ന് കരുതാനും കഴിയില്ല."

- പീറ്റർ റെയ്നർ
ചലച്ചിത്ര നിരൂപകൻ

ആയിരത്തിത്തൊള്ളായിരത്തി അൻപത്തിയഞ്ചു മുതൽ 1992 വരെ നീണ്ടുനിൽക്കുന്ന മുപ്പത്തേഴ് വർഷങ്ങൾ, മുപ്പതിലേറെ ഫീച്ചർ സിനിമകൾ, അവയ്ക്ക് പുറമെ ഡോക്യുമെന്ററികളും ഷോർട്ട് ഫിലിമുകളും. നിരവധി ചലച്ചിത്രനിരൂപണഗ്രന്ഥങ്ങൾ, ലേഖനങ്ങൾ. മൂന്നര ദശകത്തിലേറേ സജീവമായിരുന്ന റായുടെ ക്യാമറ ഏതൊക്കെ വഴികളിലൂടെയാണ് സഞ്ചരിച്ചുകൊണ്ടിരുന്നത്? അവ ഏതൊക്കെ ജീവിത മേഖലകളാണ് ഭാവിതലമുറയ്ക്കായി പകർത്തി വെച്ചിരുന്നത്? അത്തരമൊരു അന്വേഷണം റായുടെ മൊത്തം ചലച്ചിത്രങ്ങളെ സമഗ്രമായി ഉൾക്കൊള്ളാനും അദ്ദേഹത്തിന്റെ സാമൂഹിക-രാഷ്ട്രീയ സഞ്ചാരങ്ങളെ തിരിച്ചറിയാനും അത്യന്താപേക്ഷിതമാണ്.

അദ്ദേഹത്തിന്റെ സമകാലീനരായ, രാഷ്ട്രീയചലച്ചിത്രകാരെന്ന് അറിയപ്പെടുന്ന ഋത്വിക്ക് ഘട്ടക്ക്, മൃണാൾ സെൻ എന്നിവർക്കിടയിൽ അരാഷ്ട്രീയവാദിയെന്ന് പൊതുവെ അറിയപ്പെട്ടിരുന്ന/അറിയപ്പെട്ടുകൊണ്ടിരിക്കുന്ന റായുടെ സിനിമകളുടെ യഥാർത്ഥ അവസ്ഥ എന്താണെന്ന് തിരിച്ചറിയാനുള്ള ഒരു ശ്രമം കൂടിയാണിത്.

സത്യജിത് റായുടെ ചലച്ചിത്രജീവിതകാലത്തെ പൊതുവെ മൂന്ന് ഘട്ടങ്ങളായി വേർതിരിക്കാറാണ് പതിവ്. ആദ്യചിത്രം *പഥേർ പാഞ്ചാലി* നിർമ്മിച്ച 1955 മുതൽ 1964 വരെയുള്ള ഒന്നാം ഘട്ടത്തിൽ അദ്ദേഹം പതിനൊന്ന് കഥാചിത്രങ്ങളും രണ്ട് ഷോർട്ട്

ഋത്വിക്ക് ഘട്ടക്ക്

ജവഹർലാൽ നെഹ്റു

ഫിലിമുകളും, രബീന്ദ്രനാഥ് ടാഗോർ എന്ന പേരിൽ ടാഗോർ ഡോക്യുമെന്ററിയുമാണ് നിർമ്മിച്ചത്. 1947 ൽ രാജ്യം സ്വാതന്ത്ര്യം നേടി, നെഹ്റുവിന്റെ നേതൃത്വത്തിൽ ഭരണം തുടങ്ങിക്കഴിഞ്ഞിരുന്നു. പ്രതീക്ഷകളുടെയും ആഘോഷങ്ങളുടെയും കാലം. തന്റെ പുതിയ പദ്ധതികളുമായി ജനങ്ങൾക്കിടയി ലേക്ക് ഇറങ്ങിയ നെഹ്റു സ്വാതന്ത്ര്യത്തിനു ശേഷം പ്രതീക്ഷകളുടെ പ്രതീകമായി മാറി എന്നത് സ്വാഭാവികം മാത്രം. എന്നാൽ ഇത് ഏറെക്കാലം തുടരാൻ അദ്ദേഹത്തിന് കഴിഞ്ഞില്ല. നെഹ്റു മുമ്പോട്ടുവെച്ച മതനിര പേക്ഷത, മാനവികത, ആധുനികവല്ക്ക രണം, അന്താരാഷ്ട്രവല്ക്കരണം തുടങ്ങിയ ആശയങ്ങൾ ആദ്യകാലത്ത് ജനങ്ങൾക്കി ടയിൽ ഒരു പുതിയ ഉണർവ്വ് സൃഷ്ടിച്ചിരുന്നു. ഈ കാലത്താണ് സത്യജിത് റായ്, ഏറെ പ്രതീക്ഷകൾ നൽകിയ പാരമ്പര്യത്തിൽ നിന്നു ആധുനികതയിലേക്ക് സഞ്ചരിക്കുന്ന അപുത്രയം നിർമ്മിക്കുന്നത്. പ്രതിബന്ധങ്ങൾ മറികടന്ന്, ജീവിതത്തെ വെളിച്ചത്തി ന്റെ വഴികളിലേക്ക് തുറന്നുവിടുന്ന ഈ രചനകൾ റായോടൊപ്പം ഇന്ത്യൻ സിനിമ യേയും അന്താരാഷ്ട്രചലച്ചിത്രരംഗത്ത് എത്തിച്ചു. ഈ കാലഘട്ടത്തിലാണ് തന്റെ ശ്രദ്ധേയങ്ങളായ നിരവധി ചിത്രങ്ങൾ അദ്ദേഹം നിർമ്മിക്കുന്നത്. ശക്തമായ സ്ത്രീക ഥാപാത്രത്തിന്റെ സാന്നിദ്ധ്യം അടയാളപ്പെടുത്തുന്ന *മഹാനഗർ* (1963), ആൾദൈവ മെന്ന സാമൂഹികവിപത്ത് അനാവരണം ചെയ്യുന്ന *ദേവി* (1960), ഏറ്റവും മികച്ച റായ് ചിത്രമെന്ന് പൊതുവേ വിശേഷിപ്പിക്കപ്പെടുന്ന *ചാരുലത* (1964) എന്നിവ അവയിൽ ഉൾപ്പെടുന്നു. *പരഷ് പഥർ* (1957), *ജൽസാഘർ* (1958), *തീൻ കന്യ* (1961), *കാഞ്ചൻജംഗ* (1962), *അഭിജാൻ* (1962) എന്നിവയാണ് ഒന്നാം ഘട്ടത്തിലെ മറ്റ് ചിത്രങ്ങൾ.

1963 ലെ ബർലിൻ അന്താരാഷ്ട്ര ചലച്ചിത്രമേളയിൽ മികച്ച സംവിധായകനുള്ള പുരസ്കാരം നേടിക്കൊടുത്ത *മഹാനഗർ*, മാധബി മുഖർജിയെന്ന നടിയുടെ അഭിനയ മികവിൽ ആരതിയെന്ന കഥാപാത്രത്തെ ശ്രദ്ധേയമാക്കിയ ചിത്രമാണ്. പതിവ് സ്ത്രീജീവിതത്തിൽ നിന്ന് മാറിനടക്കുന്ന ചിത്രം, കുടുംബ സംരക്ഷണത്തിനായി മുമ്പോട്ട് വരുന്ന ആരതിയുടെ കഥയാണ് പ്രമേയമാക്കുന്നത്. കുടുംബം സംരക്ഷിക്കുന്ന ഭർത്താവിനെ സഹായിക്കാൻ ഡോർ ഡെലിവറി ചെയ്തു പണമുണ്ടാക്കാനായി മുമ്പോട്ട് വരുന്ന ആരതിക്ക് പാരമ്പര്യജീവിതത്തോട് യുദ്ധം നടത്തേണ്ടി വരികയാണ്. ഭർത്താവടക്കമുള്ള വീട്ടുകാരുടെ എതിർപ്പിനിടയിലും ഉറച്ച് നിൽക്കുന്ന അവർ, കുടുംബ സംരക്ഷണം പുരുഷന്റെ മാത്രമല്ല, സ്ത്രീയുടെയും കടമയാണെന്ന ആധുനികകാഴ്ചപ്പാടിന്റെ വക്താവാകുന്നു. അതോടൊപ്പം ആംഗ്ലോ ഇന്ത്യൻ വംശജയായ കമ്പനിയിലെ ജോലിക്കാരി എഡിത്തുമായുള്ള അവരുടെ സൗഹൃദവും വിമർശനങ്ങൾക്ക് വിധേയ മാകുന്നുണ്ട്. എഡിത്തിനെ ജോലിയിൽ നിന്ന് പിരിച്ചുവിട്ടതിന്റെ പേരിൽ കമ്പനിയിൽ

ആരണ്യേർ ദിൻ രാത്രി

നിന്ന് രാജിവെക്കുന്ന ആരതി, തൊഴിലിടങ്ങളിലെ സ്ത്രീ അവകാശങ്ങൾക്കുവേണ്ടിയുള്ള ഐക്യപ്പെടലിന്റെ ചിഹ്നമാവുകയാണ്. സ്വാതന്ത്ര്യം ലഭിച്ച് മൂന്നു വർഷങ്ങൾക്ക് ശേഷമുള്ള കൽക്കട്ടയുടെ തൊഴിലില്ലായ്മയുടെയും ദാരിദ്ര്യത്തിന്റെയും ഇരുണ്ട ചിത്രങ്ങൾ *മഹാനഗർ* ആവിഷ്കരിക്കുന്നു. റായുടെ ക്യാമറ ഒരേ സമയം പൊതുസമൂഹത്തിലേക്കും കുടുംബാന്തരീക്ഷങ്ങളിലേക്കും കേന്ദ്രീകരിക്കപ്പെടുന്നു. കൽക്കട്ടയിലെ യാഥാസ്ഥിതിക സാമൂഹികജീവിതം ചിത്രത്തിലൂടെ റായ് വരച്ചുകാട്ടുന്നു.

തുടർന്ന്, 1964 ൽ റായ് സംവിധാനം ചെയ്ത *ചാരുലത, മഹാനഗർ* പോലെ മാധബി മുഖർജിയുടെ സങ്കീർണ്ണമായ അഭിനയചാതുര്യത്തിന്റെ ദൃഷ്ടാന്തമായി മാറിയ മറ്റൊരു സ്ത്രീകേന്ദ്രീകൃതചിത്രമാണ്. കേവലം അടുക്കളയിലും വീടിനകത്തും തളച്ചിടപ്പെടാൻ തയ്യാറല്ലാത്ത പുതിയ കാലത്തെ സ്ത്രീജീവിത കാഴ്ചയാണ് *ചാരുലതയും* ആവിഷ്കരിക്കുന്നത്. ഈ രണ്ട് ചിത്രങ്ങളും 1960 ലെ റായ് ചിത്രം *ദേവി* യുടെ തുടർച്ചയായി കരുതാവുന്നതാണ്. പത്തൊമ്പതാം നൂറ്റാണ്ടിലെ ബംഗാൾ ഗ്രാമത്തിൽ സംഭവിക്കുന്ന *ദേവി*, ആൾദൈവമെന്ന സാമൂഹികവിപത്തിലേക്ക് നമ്മെ എത്തിക്കുന്നു. സ്വപ്നത്തിൽ കണ്ട കാളീദേവിക്ക് മരുമകളുടെ മുഖമായിരുന്നു എന്ന് ഓർമ്മിക്കുന്ന കലികിങ്കാർ, മരുമകൾ ദയാമയിയെ കാളീദേവിയുടെ അവതാരമായാണ് കരുതുന്നത്. എല്ലാവരാലും ദൈവമായി കൊണ്ടാടപ്പെടുന്ന ദയാമയിക്കും താൻ കാളീദേവിയുടെ അവതാരമാണോ എന്ന സംശയം ഉണ്ടാവുന്നു. പതുക്കെ രോഗികളെ ചികിത്സിക്കാൻ തുടങ്ങുന്ന അവർ പരിശോധിച്ച കുട്ടി മരിക്കുന്നതോടെ കാര്യങ്ങൾ വഷളാവുന്നു.

ദേവി, റായുടെ സാമൂഹിക വിമർശനങ്ങളുടെ മറ്റൊരു ശക്തമായ ഉദാഹരണമാണ്. ആൾദൈവങ്ങൾ നാട് മുഴുവൻ നിറഞ്ഞുനിൽക്കുന്ന ഇക്കാലത്ത് ചിത്രം വളരെയേറെ

പ്രസക്തമാവുന്നു. ഫ്യൂഡൽ കാലഘട്ടത്തിന്റെ ജീർണ്ണതകളിലേക്ക്, അത് സമകാലീന അവസ്ഥയിൽ നേരിടുന്ന ദുരന്തങ്ങളിലേക്ക് നമ്മെ കൊണ്ടുപോകുന്ന 1958 ലെ റായ് ചിത്രം *ജൽസാഘർ.* കാലത്തിന്റെ മാറ്റങ്ങൾ ഉൾക്കൊള്ളാതെ, പൂർവ്വ കാലസ്മരണകളിൽ മാത്രം കഴിയുന്ന ജമീന്ദാറുടെ ജീവിതം ചിത്രീകരിക്കുന്ന *ജൽ സാഘർ.* ഈ കാലഘട്ടത്തിലെ റായ് ചിത്രങ്ങൾ പരിശോധിക്കുമ്പോൾ, പാരമ്പര്യത്തിൽ നിന്ന് ആധുനികതയിലേക്കുള്ള മാറ്റം, സ്വാതന്ത്ര്യാനന്തര ഇന്ത്യയിലെ തൊഴി ലില്ലായ്മ, സാമൂഹിക വിപത്തുകൾക്കെതിരെയുള്ള ശക്തമായ നിലപാടുകൾ, അകത്തളങ്ങളിൽ നിന്ന് പുറം ലോകത്തിലേക്ക് വരുന്ന സ്ത്രീജീവിതങ്ങൾ എന്നിവയുടെ ആഖ്യാനങ്ങളായി അവയെ നമുക്ക് തിരിച്ചറിയാനാകുന്നു. റായുടെ ക്യാമറ വീടുകളുടെ അകത്തളങ്ങളിലും കൽക്കട്ടയുടെ തെരുവുകളിലും ഒരേപോലെ സഞ്ചരിക്കുന്നു. സാമൂഹികവും രാഷ്ട്രീയവുമായ വിമർശനങ്ങളുടെ രേഖപ്പെടുത്തലുകളായി റായ് ചിത്രങ്ങൾ മാറുന്നു.

1965 മുതൽ 1977 വരെയുള്ള റായുടെ ചലച്ചിത്രജീവിതത്തിലെ രണ്ടാം ഘട്ടത്തിൽ ഇന്ത്യ സംഘർഷഭരിതമായിരുന്നു. ആ ഇരുണ്ട കാലത്തിന്റെ പശ്ചാത്തലത്തിൽ പതിനൊന്ന് കഥാചിത്രങ്ങളും, ഡോക്യുമെന്ററികളായ *സിക്കിം* (1971), ദ *ഇന്നർ ഐ* (1972), *ബാല* (1976) എന്നിവയും അദ്ദേഹം നിർമ്മിച്ചു. ഇന്ത്യക്കകത്തും പുറത്തും സംഘർഷങ്ങളും പ്രക്ഷോഭങ്ങളും സജീവമായിരുന്ന കാലമായിരുന്നു അത്. 1965 ലെ ഇന്ത്യാ-പാക്ക് യുദ്ധംമൂലമുണ്ടായ തൊഴിലില്ലായ്മയും ഭക്ഷ്യക്ഷാമവും ജനജീവിതം ദുസ്സഹമാക്കി. വിയറ്റ്നാമിൽ അമേരിക്ക നടത്തിയ കടന്നുകയറ്റം, അതിനെതിരെ ലോകം മുഴുവൻ ഉയർന്ന വൻ പ്രതിഷേധങ്ങൾ, ചൈനയിലെ സാംസ്കാരികവിപ്ലവം എന്നിവ കൽക്കട്ടയിലെ യുവജനങ്ങളെ തെരുവുകളിലെത്തിച്ചു. അവർക്കൊപ്പം കലാ

റായുടെ രണ്ട് മുഖ്യാഭിനേതാക്കൾ-സൗമിത്ര ചാറ്റർജിയും മാധബി മുഖർജിയും

ജൽസാഘർ

കാരന്മാരും എഴുത്തുകാരും ബുദ്ധിജീവികളും പങ്കുചേർന്നു. ബംഗാൾ മാത്രമല്ല, ഇന്ത്യയൊട്ടുക്ക് ശക്തമായ പ്രക്ഷോഭങ്ങൾ സംഘടിപ്പിക്കപ്പെട്ടു. ഇന്ത്യൻ ഭരണകൂടത്തിന്റെ ജനവിരുദ്ധസമീപനങ്ങൾക്കെതിരെ ജയപ്രകാശ് നാരായണന്റെ നേതൃത്വത്തിൽ നടന്ന പ്രക്ഷോഭം ഭരണക്രമത്തെ വിറപ്പിച്ചു. ഇന്ദിരാഗാന്ധിയുടെ നേതൃത്വത്തിലുള്ള ഭരണകൂടം 1975 ജൂണിൽ രാജ്യത്ത് അടിയന്തരാവസ്ഥ പ്രഖ്യാപിച്ചു. അടിസ്ഥാന സ്വാതന്ത്ര്യം നിഷേധിക്കപ്പെട്ട്, ജനാധിപത്യത്തിന് കടുത്ത വെല്ലുവിളിയായി മാറിയ അടിയന്തരാവസ്ഥയ്ക്കെതിരെ രാജ്യം ശക്തമായി പ്രതികരിച്ചു. ഈ രാഷ്ട്രീയ സംഭവങ്ങൾ റായുടെ രചനകളിൽ നാം അനുഭവിക്കുന്നുണ്ട്. ഈ ഘട്ടത്തിൽ റായ് നിർമ്മിച്ചത് പ്രധാനമായും രാഷ്ട്രീയ ചിത്രങ്ങളാണ്. കൽക്കട്ട ത്രയം എന്നറിയപ്പെടുന്ന *പ്രതിദ്വന്ദി* (1970), *സീമാബദ്ധ* (1971), *ജനാരണ്യ* (1975) എന്നിവയാണ് അവയിൽ പ്രധാനപ്പെട്ടവ. കൽക്കട്ടയിലെ യുവജനതയുടെ തൊഴിലില്ലായ്മയും നിരാശയും ധാർമ്മിക അധ:പതനവും അസ്വസ്ഥതകളും രേഖപ്പെടുത്തുന്ന ഇവ റായുടെ ചലച്ചിത്രജീവിതത്തിൽ പുതിയൊരദ്ധ്യായമാണ് സൃഷ്ടിച്ചത്. ഇക്കാലത്തു തന്നെ നിർമ്മിച്ച *ആരണ്യേർ ദിൻ രാത്രി* (1969), *ഡിസ്റ്റന്റ് തണ്ടർ* (1972) എന്നിവ യുദ്ധകാല ചിത്രീകരണങ്ങളായി 1943 ലെ ക്ഷാമവും അക്രമങ്ങളും വരച്ചുകാട്ടുന്നു. 1856 ൽ അവധരാജാവ് ബ്രിട്ടീഷുകാർക്ക് കീഴടങ്ങുന്ന ചരിത്രപശ്ചാത്തലത്തിൽ നിർമ്മിച്ച *സത്രഞ്ച് കെ ഖിലാഡി* (1977) രാജ്യത്തിന്റെ അക്കാലത്തെ അവസ്ഥയുടെ നേർക്കാഴ്ചയായി മാറി. അടിയന്തരാവസ്ഥയെ റായ് പരസ്യമായി എതിർത്തിരുന്നു എന്നത് ഇതിനൊപ്പം ചേർത്ത് വെക്കാവുന്നതാണ്.

ഇവയ്ക്ക് പുറമെ *നായക്ക്* (1966), *ചിരിയാഖാന* (1967), *ഗുപി ഗായേൻ ബാഘാ ബായേൻ* (1968), *ആരണ്യേർ ദിൻ രാത്രി* (1969), *സോണാർ കൊല്ല* (1974) എന്നിവയാണ് ഇക്കാലഘട്ടത്തിൽ റായ് നിർമ്മിച്ച മറ്റു പ്രധാന ചിത്രങ്ങൾ. സംഘർഷഭരിതമായ കാലത്ത്,

റായ് ഷൂട്ടിങ്ങിനിടയിൽ

ജൽസാഘർ

ഭരണകൂടത്തിനെതിരെ, അതിന്റെ ജനവിരുദ്ധതയ്ക്കെതിരെ, ജനാധിപത്യത്തെ തുരങ്കംവെക്കുന്ന നടപടികൾക്കെതിരെ ഒരു കലാകാരന്റെ പ്രതിഷേധം സത്യജിത് റായും ശക്തമായി രേഖപ്പെടുത്തിയിരുന്നു എന്നു വ്യക്തമാണ്. ഇന്ദിരാഗാന്ധിയുമായി വ്യക്തിപരമായി അടുപ്പമുണ്ടായിരുന്നെങ്കിലും അടിയന്തരാവസ്ഥയ്ക്ക് അനുകൂലമായി ചിത്രമെടുക്കാൻ ആവശ്യപ്പെട്ടപ്പോൾ, സംശയമില്ലാതെ അത് നിരസിച്ച അദ്ദേഹം പരസ്യമായി അടിയന്തരാവസ്ഥയെ വിമർശിക്കയും ചെയ്തിരുന്നു.

റായുടെ ചലച്ചിത്രജീവിതത്തിലെ മൂന്നാമത്തെയും അവസാനത്തെയും കാലഘട്ടം 1978 മുതൽ 1992 വരെയുള്ള പതിനഞ്ച് വർഷങ്ങളാണ്. ഇക്കാലത്ത് അഴിമതി പോലുള്ള സാമൂഹികവിപത്തുകളാണ് അദ്ദേഹം പ്രമേയമാക്കുന്നത്. അതോടൊപ്പം ജീവിതത്തിലേക്ക് തിരിഞ്ഞുനോക്കാനും അതിന്റെ വ്യത്യസ്തങ്ങളായ അർത്ഥതലങ്ങളിലൂടെ സഞ്ചരിക്കാനും ഇക്കാലം അദ്ദേഹം വിനിയോഗിച്ചു. ടാഗോർ ചിത്രം *ഘരേ ബായ് രേ* (1984) രാഷ്ട്രീയത്തിൽ മതം കൂടിച്ചേരുന്നതിലെ അപകടം ചൂണ്ടിക്കാട്ടുന്നതോടൊപ്പം സ്വദേശി പ്രസ്ഥാനം നേരിട്ട വെല്ലുവിളികളും പ്രമേയവല്ക്കരിച്ചു. രാഷ്ട്രീയത്തിലെ മൂല്യശോഷണം എടുത്തുപറയുന്ന ചിത്രം പിൽക്കാല ഇന്ത്യൻരാഷ്ട്രീയം പ്രവചിക്കുന്നു. 1982 ലെ ഹൃദയാഘാതവും അതിന്റെ ചികിത്സയും കാരണം ദീർഘകാലം സിനിമാ നിർമ്മാണം നിർത്തിവെച്ച റായ്, പിന്നീടുള്ള ചിത്രങ്ങൾ മിക്കവാറും ഇൻഡോർ ചിത്രീകരണങ്ങളിൽ ഒതുക്കി നിർത്തുകയായിരുന്നു. ഇവയിൽ, അധികാരം നിലനിർത്താനായി മതവിശ്വാസം ദുരുപയോഗം ചെയ്യുന്ന, സത്യം വിളിച്ചുപറയുന്നവന്റെ വായടയ്ക്കുന്ന *ഗണശത്രു* (1989), സമകാലീനലോകത്തെ അഴിമതിയുടെ സ്വീകാര്യത പ്രമേയമാക്കുന്ന *ശാഖാ പ്രൊശാഖാ* (1990), ജീവിതത്തിന്റെ അർത്ഥമന്വേഷിക്കുന്ന *ആഗന്തുക്ക്*(1992) എന്നിവ ഉൾപ്പെടുന്നു. *ആഗന്തുക്ക്* അദ്ദേഹത്തിന്റെ അവസാന ചിത്രമായിരുന്നു.

ചെയ്യാൻ ധാരാളം പദ്ധതികൾ ബാക്കിവെച്ചുകൊണ്ട് ദീർഘവും സമ്പന്നവും സംഭവബഹുലവുമായ ആ ജീവിതം 1992 ൽ അവസാനിക്കുകയാണ്. ഈ കാലഘട്ടത്തിൽ നിർമ്മിച്ച ഷോർട്ട് ഫിലിമുകളായ *പിക്കു* (1982), *സദ്ഗതി* (1983) എന്നിവ

ജൽസാഘർ

നാടിനെയും ജീവിതത്തെയും പുറകോട്ട് നയിക്കുന്ന അഴിമതി, തൊട്ടുകൂടായ്മ എന്നിവ ശക്തമായി രേഖപ്പെടുത്തുന്നു.

റായുടെ പ്രധാന ചിത്രങ്ങളിലൂടെ കടന്നുപോകുന്ന ഒരാൾ, അദ്ദേഹത്തിന്റെ ക്യാമറ സഞ്ചരിച്ച വഴികൾ പരിശോധിക്കുമ്പോൾ തീർച്ചയായും സാമൂഹിക-രാഷ്ട്രീയ വിഷയങ്ങളിൽത്തന്നെയായിരിക്കും എത്തിച്ചേരുക. രാജ്യം നേരിട്ട പ്രധാന പ്രശ്നങ്ങളിൽ, സിനിമകളിലൂടെ തന്റേതായ രീതിയിൽ റായ് പ്രതികരിച്ചു, പ്രതിഷേധിച്ചു. ജനജീവിതത്തെ നേരിട്ട് ബാധിച്ചിരുന്ന പട്ടിണി, ക്ഷാമം, തൊഴിലില്ലായ്മ, മതവിശ്വാസത്തിന്റെ ദുരുപയോഗം, പണത്തിന്റെ സ്വാധീനം, സ്ത്രീസ്വാതന്ത്ര്യം, ജാതി-മത-വർഗ്ഗ വേർതിരിവുകൾ എന്നിവകളിലൂടെയാണ് അദ്ദേഹത്തിന്റെ ക്യാമറ ചലിച്ചുകൊണ്ടിരുന്നത്. തന്റെ സമകാലീനരായ ഘട്ടക്കും മൃണാൾസെന്നും നേരിട്ട് പ്രശ്നങ്ങളെ ചിത്രീകരിച്ചപ്പോൾ

കാഞ്ചൻജംഗ

അഭിജാൻ

അദ്ദേഹം തന്റേതായ സൂക്ഷ്മമായ രീതിയിൽ അവ ആവിഷ്കരിക്കയായിരുന്നു. റായ്, പൊതു മണ്ഡലത്തെ രേഖപ്പെടുത്തിയ നിരവധി ഉദാഹരണങ്ങൾ നമുക്ക് കാണാൻ കഴിയുന്നുണ്ട്. *അപൂർസൻസാറിൽ*, പണമില്ലാതെ കോളേജ് വിദ്യാഭ്യാസം നിർത്തി, ജോലിക്കായി തെരുവിലേക്കിറങ്ങുന്ന അപുവിന് കോളേജ് മേലധികാരി ശുപാർശ ക്കത്ത് കൊടുക്കുന്നു, അതും വാങ്ങി പുറത്ത് പോകാനായി ഒരുങ്ങുന്ന അപു പുറത്ത് മുദ്രാവാക്യം മുഴങ്ങുന്നത് കേൾക്കുകയാണ്. ഉടൻ അതവസാനിക്കയും ചെയ്യുന്നു. ജോലി അന്വേഷിക്കാനായി പുറത്തിറങ്ങുന്ന അപുവിന് പുറം ലോകത്തെക്കുറിച്ച് കൃത്യമായ സൂചന ലഭിക്കയാണ്. അപുവിനെ യാത്രയാക്കുന്ന കോളേജ് മേലധികാരിക്കും കണ്ടുകൊണ്ടിരിക്കുന്ന നമുക്കും അയാൾ നേരിടാൻ പോകുന്ന സംഘർഷങ്ങളെക്കുറിച്ച് അറിവ് ലഭിക്കുന്നു. ഇത്തരം സൂക്ഷ്മമായ സൂചനകളാണ് റായ് ചിത്രങ്ങൾക്ക് ഊർജ്ജം നൽകുന്നത്.

റായുടെ സിനിമകളിൽ അഭിനയിച്ച അദ്ദേഹത്തിന്റെ അടുത്ത സുഹൃത്ത് ഉത്പൽ ദത്ത് അദ്ദേഹത്തെക്കുറിച്ച് പറഞ്ഞിരുന്ന അഭിപ്രായം ഇവിടെ പ്രസക്തമാണ്: "തന്റെ അഭിപ്രായം ശക്തമായും കൃത്യമായും രേഖപ്പെടുത്തുക എന്നത് റായുടെ രീതിയാണ്, എന്നാൽ അത് ഒരിക്കലും വാചാടോപം (rhetoric) ആയിരിക്കില്ല." ഇത് അദ്ദേഹത്തിന്റെ ചിത്രങ്ങൾക്കും ബാധകമാണ്. അതുകൊണ്ടാണ് റായ് ചിത്രങ്ങളിലെ രാഷ്ട്രീയം പലപ്പോഴും തിരിച്ചറിയപ്പെടാതെ പോകുന്നത്. താൻ ജീവിച്ച കാലഘട്ടം നേരിട്ട സാമൂഹിക-രാഷ്ട്രീയ സമസ്യകളോട് ജനപക്ഷത്ത് നിന്നുകൊണ്ട് തന്റേതായ രീതിയിൽ പ്രതികരിച്ച ചലച്ചിത്രകാരനായിരുന്നു സത്യജിത് റായ്.

അദ്ധ്യായം രണ്ട്

പാരമ്പര്യത്തിൽ നിന്ന് ആധുനികതയിലേക്ക് വഴിമാറുന്ന അപുത്രയം

"സത്യജിത് റായ് മഹാനായൊരു അദ്ധ്യാപകനായിരുന്നു."

- മാധബി മുഖർജി

(നടി)

അപുവിന്റെ ജനനത്തിനു മുമ്പ് ആരംഭിച്ച്, അപുവിന്റെ മകൻ കാജലിന്റെ കുട്ടിക്കാലത്തിൽ എത്തിനിൽക്കുന്ന കഥാരൂപത്തിലൂടെ സഞ്ചരിക്കുകയാണ് അപുത്രയം. ഇവയ്ക്കിടയിൽ മരണവും വിവാഹവും ദുരിതവും വേദനയും കണ്ണീരും പുഞ്ചിരിയും അടങ്ങിയ ജീവിതക്കാഴ്ചകൾ ഈ മൂന്ന് ചിത്രങ്ങൾ നമുക്ക് മുമ്പിലെത്തിക്കുന്നു. ആദ്യ രണ്ട് ചിത്രങ്ങൾ, *പഥേർ പാഞ്ചാലി* (1955), *അപരാജിതോ* (1956) എന്നിവ തുടർവർഷങ്ങളിലും അവസാനചിത്രം *അപുർസൻസാർ* 1959 ലുമാണ് സത്യജിത് റായ് നിർമ്മിക്കുന്നത്. ഇതിനിടയിൽ *പരസ് പഥർ* (1957), *ജൽസാഘർ* (1958) എന്നീ ചിത്രങ്ങളും അദ്ദേഹം നിർമ്മിച്ചിരുന്നു. *പഥേർ പാഞ്ചാലി*, അപുവിന്റെ ബാല്യകാലം വരച്ചു കാണിക്കുമ്പോൾ, *അപരാജിതോ* അവന്റെ കൗമാരത്തിലൂടെയും *അപുർസൻസാർ* യൗവന കാല കാഴ്ചകളിലൂടെയുമാണ് മുമ്പോട്ട് നീങ്ങുന്നത്. അപുവിന്റെ ജീവിതചക്രം ഏതാണ്ട് പൂർത്തിയാവുമ്പോൾ, ഒരു കാലഘട്ടത്തിന്റെ കാഴ്ചകളിലൂടെയാണ് നാം കടന്നുപോകുന്നത്. വിഭൂതിഭൂഷൺ ബന്ദോപാദ്ധ്യയുടെ നോവലുകളായ *പഥേർ പാഞ്ചാലി, അപരാജിതോ* എന്നിവ കേന്ദ്രീകരിച്ച് നിർമ്മിച്ച ചിത്രങ്ങൾ, അക്കാലത്ത് നിലവിലുണ്ടായിരുന്ന സാമൂഹികജീവിതവും അതിൽ വന്നിരുന്ന മാറ്റങ്ങളും എത്രമാത്രം രേഖപ്പെടുത്തപ്പെട്ടിരുന്നു എന്ന് പരിശോധിക്കേണ്ടതും അപുവിന്റെ ജീവിതത്തിൽ അവ എങ്ങനെയൊക്കെയാണ് അടയാളപ്പെടുത്തപ്പെട്ടിരിക്കുന്നത് എന്ന് വിശകലനം ചെയ്യേണ്ടതുമാണ്.

പഥേർ പാഞ്ചാലി

പഥേർ പാഞ്ചാലി

പഥേർ പാഞ്ചാലി എന്ന നോവലിന്റെ ആദ്യഭാഗം *പഥേർ പാഞ്ചാലി* എന്ന ചിത്രമായും, അവസാനഭാഗവും *അപരാജിതോ* വിന്റെ ആദ്യമൂന്നിലൊന്ന് ഭാഗവും ചേർന്ന് *അപരാജിതോ*വിന് കഥയായിത്തീരുകയും, അതിന്റെ ശേഷിക്കുന്ന ഭാഗം *അപൂർസൻസാരാ* യി മാറുമ്പോഴുമാണ് അപുത്രയം പൂർത്തിയാവുന്നത്. അതേ സമയം നോവലിൽനിന്നും ഏറെ വ്യതിയാനങ്ങൾ താൻ സിനിമയിൽ വരുത്തിയിട്ടുണ്ട് എന്ന് റായ് വിശദീകരിച്ചിട്ടുണ്ട്. എന്നാൽ അവയൊന്നും സിനിമകളുടെ ആത്മാവിനെ ഒരു രീതിയിലും ബാധിക്കുന്നില്ല എന്ന് താൻ ഉറപ്പ് വരുത്തിയതായും അദ്ദേഹം കൂട്ടിച്ചേർക്കുന്നു.

അപുവിന്റെ ജീവിതം തുടങ്ങുന്ന *പഥേർ പാഞ്ചാലി* (പാതയിലെ പാട്ട്) യിൽ അവൻ പുതിയ അറിവുകളും അനുഭവങ്ങളും നേടുന്നത് സഹോദരി ദുർഗ്ഗയിൽ നിന്നാണെന്ന് നാം കാണുന്നു. അവളുടെ കണ്ണുകളിലൂടെ ലോകം കാണുകയും അവളുടെ വാക്കുകളിലൂടെ ലോകം കേൾക്കുകയും ചെയ്യുന്ന അപു, വീടിനകത്ത് വെച്ച്, മുത്തശ്ശി, അച്ഛൻ, അമ്മ എന്നിവരിലൂടെയുമാണ് പുതിയ പാഠങ്ങൾ പഠിക്കുന്നത്. എന്നാൽ വീടിന് പുറത്തുവെച്ച് അവൻ കാണുന്ന കാഴ്ചകളും അവൻ നേടുന്ന അനുഭവങ്ങളും പിൽക്കാല ജീവിതത്തിൽ അവനെ സ്വാധീനിക്കുന്നതായി നാം കാണുന്നുണ്ട്. ചിത്രത്തിലെ ഏറ്റവും മുഖ്യമായ കാഴ്ചകളിലൊന്നായ അപു ആദ്യമായി തീവണ്ടി കാണുന്നത്, അതോടൊപ്പം വയലിലൂടെ കടന്നുപോകുന്ന വൈദ്യുതലൈൻ എന്നിവ ചിത്രത്തിന്റെ പ്രമേയത്തിന് കരുത്ത് നൽകുന്നുണ്ട്. പരമ്പരാഗത ഗ്രാമീണ ജീവിതത്തിൽ നിന്നുള്ള വിടുതലായി, ആധുനികതയിലേക്കുള്ള മാറ്റമായി നിരൂപകർ ഇവയെ വിശേഷിപ്പിക്കുന്നു. ഗ്രാമത്തിൽ വരുന്ന നാടകസംഘത്തിന്റെ പ്രദർശനങ്ങൾ, അയൽക്കാരി പെൺകുട്ടിയുടെ വിവാഹം, പൂത്തു നിൽക്കുന്ന വയൽ, മുത്തശ്ശിയുടെ മരണം, ഒടുവിൽ ദുർഗ്ഗയുടെ ആകസ്മിക മരണം ഇവയൊക്കെ അപുവിനും (ചിലപ്പോഴൊക്കെ ദുർഗ്ഗയ്ക്കും)

പുതിയ അറിവുകളായി, പുതിയ അനുഭവങ്ങളായി മാറുന്നു. ആ രീതിയിൽ അവർ അവ സ്വീകരിക്കുന്നു. ഇവയിൽ മിക്കവയ്ക്കുമൊപ്പം ദുർഗ്ഗ നൽകുന്ന വിശദീകരണങ്ങൾ അപുവിന് വളരെ സഹായകരമായി മാറുന്നുണ്ട്. വീട്ടിലെ ദാരിദ്ര്യം, അത് അമ്മയിലു ണ്ടാക്കുന്ന വികാരം, അയൽക്കാരി മിസ്സിസ് മുഖർജിയുടെ പരാതികൾ, മുത്തശ്ശിയുടെ വരവ്, ദുർഗ്ഗ ഒളിച്ചുവെച്ച മാല, മുത്തശ്ശിയുടെ മരണം ഇവയൊക്കെ ജീവിതത്തിന്റെ പുതിയ കാഴ്ചകളായി, അനുഭവങ്ങളായി അവന്റെ മനസ്സ് രേഖപ്പെടുത്തുന്നു.

അപു നേരിടുന്ന രണ്ടാമത്തെ മരണം, അവന്റെ സഹോദരി ദുർഗ്ഗയുടേതാണ്. ആദ്യമരണം അവന് കാട്ടിക്കൊടുത്ത ദുർഗ്ഗ മരിക്കുന്ന സമയത്ത് അവൻ ഉറങ്ങുകയാ യിരുന്നെങ്കിലും, പിറ്റേ ദിവസം പ്രഭാതത്തിൽ അത് അവൻ തിരിച്ചറിയുന്നു. അത് ഒരു വൻ ദുരന്തയാഥാർത്ഥ്യമായി അവനു മുമ്പിൽ വന്നുചേരുന്നു. പിന്നീടുള്ള അപു വ്യത്യ സ്തനാണ്. കൂടുതൽ പക്വതയാർന്ന, ഗൗരവപ്രകൃതനായ അപുവിനെയാണ് നാം തുട ർന്ന് കാണുന്നത്. ദുർഗ്ഗയില്ലാതെ തനിച്ച് സ്കൂളിലേക്ക് പോകുന്ന അപു, മഴ വരുമോ എന്ന് ഭയപ്പെട്ട്, തിരിച്ച് വീട്ടിലേക്ക് പോയി കുടയെടുത്ത് വരുന്നു. തന്റെ സഹോദരി യുടെ മരണകാരണമായ മഴയെപ്പറ്റി അവൻ ഓർമ്മിക്കുന്നു. അതോടൊപ്പം അതു ചൂണ്ടിക്കാണിച്ചുതരാനായി സഹോദരി ഇല്ല എന്ന തിരിച്ചറിവും അവൻ നേടുന്നു. വീട് വിട്ട് വാരാണസിയിലേക്ക് പോകാനൊരുങ്ങുമ്പോൾ, ദുർഗ്ഗ അയൽപക്കത്ത് നിന്ന് എടുത്ത മാല കൈയിൽ കിട്ടിയ അപു അത് ദൂരെ കുളത്തിലേക്ക് വലിച്ചെറിയുന്ന കാഴ്ച, അപുവിന്റെ വളർച്ചയുടെ അടയാളമായി സ്വീകരിക്കാവുന്നതാണ്. മരിച്ചുപോയ ദുർഗ്ഗ ഒരിക്കലും കള്ളിയായി കളങ്കപ്പെടരുത് എന്ന ആഗ്രഹമായിരുന്നു അപുവിനു ണ്ടായിരുന്നത്.

വാരാണസിയിലേക്ക്, മാതാപിതാക്കൾക്കൊപ്പം പോകുന്ന അപു, കുട്ടിയല്ല വളർ ന്ന ഒരാൾ തന്നെയാണ്, അനുഭവങ്ങളും പാഠങ്ങളും ഉൾക്കൊണ്ട അപു ജീവിതത്തി ലേക്ക് കടക്കുന്നു. ഇതൊക്കെ റായുടെ സംവിധാനത്തിന്റെ സൂക്ഷ്മതയുടെ ദൃഷ്ടാന്ത ങ്ങളായിട്ടാണ് പ്രേക്ഷകർ സ്വീകരിക്കുന്നത്.

പഥേർ പാഞ്ചാലി

ഇത്തരം അറിവുകൾക്കും അനുഭവങ്ങൾക്കുമപ്പുറം, ചിത്രത്തിലൂടെ നാം തിരിച്ചറിയുന്ന ആശയപരമായ തെളിച്ചങ്ങൾ എന്തൊക്കെയാണ് ? വേറൊരർത്ഥത്തിൽ അതിന്റെ സാമൂഹിക/രാഷ്ട്രീയ സൂചനകൾ എന്തൊക്കെയാണ്? ചിത്രം പലയിടങ്ങളിലായി കാട്ടിത്തരുന്ന ആധുനികതയുടെ സൂചനകൾ നമുക്ക് തള്ളിക്കളയാവുന്നവയല്ല. നേരത്തെ സൂചിപ്പിച്ചതുപോലെ, തീവണ്ടിയുടെ കാഴ്ച, ചിത്രത്തിലെ ഒരു മുഖ്യദൃശ്യമാണ്. അപുവും ദുർഗ്ഗയും ഈ കാഴ്ച കാണുന്നു, വീണ്ടും കാണാനാഗ്രഹിക്കുന്നു. വയലിലൂടെ കടന്നുപോകുന്ന വൈദ്യുതി ലൈൻ മാറ്റത്തിന്റെ മറ്റൊരു സൂചനയാണ് നമുക്ക് നൽകുന്നത്. ആധുനിക ജീവിതത്തിന്റെ അനുഭവങ്ങൾ സ്വീകരിക്കുകയാണ് അപു. തന്റെ പരമ്പരാഗത തൊഴിൽ ചെയ്ത് ജീവിച്ചുപോന്നിരുന്ന ഹരിഹർ, അത് ഉപേക്ഷിച്ച്, തലമുറകളായി ജീവിച്ച വീട് ഉപേക്ഷിച്ച് കൂടുതൽ സാമ്പത്തിക സാദ്ധ്യതകളുള്ള നഗരത്തിലേക്ക് പോകുന്നു. ഗ്രാമത്തിലെ ജീവിതം കാരണമാണ് മകൾ നഷ്ടപ്പെട്ടത് എന്ന തിരിച്ചറിവ് അയാൾക്കുണ്ട്. വീട്ടിനകത്തേക്ക് ഇഴഞ്ഞുപോകുന്ന പാമ്പ്, ജീർണ്ണതയുടെ കേന്ദ്രമായി വീടിനെ രേഖപ്പെടുത്തുന്നു.

"ഇത്തരം വീടിനുള്ളിൽ ജീവിച്ചാൽ മനസ്സ് മുരടിച്ചു പോകുമെന്നുള്ള'' അയൽക്കാരുടെ അഭിപ്രായവും ഈ വസ്തുതയ്ക്ക് ബലം നൽകുകയാണ്. ഇങ്ങനെ മാറ്റങ്ങൾ തിരിച്ചറിഞ്ഞ്, അവ സ്വീകരിച്ച്, പാരമ്പര്യത്തിന്റെ മാറാലകളിൽനിന്നും വിടുതൽ നേടി, ജീവിതത്തിന്റെ തുറസ്സുകളിലേക്കുള്ള അപുവിന്റെ യാത്രയുടെ തുടക്കമായി *പഥേർ പാഞ്ചാലി* മാറുകയാണ്. തുടർന്നുള്ള രണ്ട് ചിത്രങ്ങളിലും ഈ വസ്തുതയ്ക്ക് കൂടുതൽ മൂർത്തത കൈവരുന്നതായി നമുക്ക് കാണാൻ കഴിയും.

അപുത്രയത്തിലെ രണ്ടാമത്തെ ചിത്രം *അപരാജിതോ* വിലെത്തുമ്പോൾ അപു കഥയുടെ കേന്ദ്രസ്ഥാനത്ത് എത്തുകയും നിർണ്ണായകമായ തീരുമാനങ്ങളെടുക്കുകയും ചെയ്യുന്നതാണ് നാം കാണുന്നത്. ഇവ പലപ്പോഴും അപുവും അമ്മയും തമ്മിലുള്ള

സംഘർഷങ്ങളിലെത്തുകയും ചെയ്യുന്നുണ്ട്. പാരമ്പര്യജീവിതത്തിൽ നിന്നും വ്യതിചലിക്കുന്നവർ ഇത്തരം സംഘർഷങ്ങളിൽ ചെന്നെത്തുന്നത് തികച്ചും സ്വാഭാവികവുമാണ്. ഇവയുണ്ടാക്കുന്ന വേർപിരിയലുകളും വേദനകളും സംഘർഷങ്ങളും നാം ഇവിടെ കാണുന്നു. അവ മറികടക്കാനും പുതുവഴികളിലൂടെ സഞ്ചരിക്കാനും അപുവിന് കഴിയുന്നു എന്നതാണ് ചിത്രത്തിന്റെ പ്രസക്തി. ഇവ സംവിധായകന്റെ ജീവിത സമീപനങ്ങളായിട്ടാണ് നാം തിരിച്ചറിയുന്നത്.

പഥേർ പാഞ്ചാലി യുടെ അവസാനത്തിൽ നിന്നുമാരംഭിക്കുന്ന *അപരാജിതോ*, ഹരിഹർ, സർബജയ, അപു എന്നിവരുടെ വാരാണസി യാത്രയിൽ തുടങ്ങുന്നു. അവിടെ ഗംഗാതീരത്ത് ഒരു വാടകവീട്ടിൽ താമസമാക്കുന്നു അവർ. മരിച്ചവർക്ക് കർമ്മങ്ങൾ ചെയ്തും പുരാണഗ്രന്ഥപാരായണം നടത്തിയും ആയുർവേദചികിത്സയിലൂടെയും ഹരിഹർ പണമുണ്ടാക്കി, കുടുംബം മുമ്പോട്ട് കൊണ്ടുപോകുന്നു. അപുവിന്റെ ലോകം പണ്ടത്തേക്കാൾ വിശാലമാണ്. ഗംഗാ തീരത്തെ വ്യത്യസ്തമായ കാഴ്ചകൾ, കളിക്കൂട്ടുകാരുടെ സംഘം, ഇങ്ങനെ ജീവിതത്തിന്റെ വിഭിന്നമായ കാഴ്ചകളിലൂടെ, അനുഭവങ്ങളിലൂടെ അപു സഞ്ചരിക്കുന്നു. പുതിയ വീട്ടിലേക്ക് താമസം മാറാനും അപുവിനെ സ്കൂളിലയക്കാനും ഹരിഹർ പദ്ധതികളിടുന്നുണ്ടെങ്കിലും അയാൾ ആകസ്മികമായി മരണമടയുന്നു. അപുവിന്റെ മുമ്പിലെ മൂന്നാമത്തെ മരണം. ഓരോ മരണവും അവന് പുതിയപാഠങ്ങൾ നൽകുകയാണ്.

അടുത്തുള്ള വീട്ടിൽ അടുക്കളക്കാരിയായി സർബജയ ജോലി ചെയ്യുന്നുണ്ടെങ്കിലും, ഗ്രാമത്തിലുള്ള തന്റെ വീട്ടിലേക്ക് അമ്മാവൻ അവരെ കൂട്ടിക്കൊണ്ടു വരുന്നു. അമ്മയുടെ നിർബ്ബന്ധമനുസരിച്ച്, അമ്മാവൻ പഠിപ്പിച്ചുകൊടുത്ത പൂജാക്രമങ്ങൾ ശീലിച്ച്, അപു അച്ഛന്റെ പാത പിന്തുടരുന്നെങ്കിലും, പിന്നീട് അവൻ സ്കൂളിൽ ചേർന്ന് പഠനം

പഥേർ പാഞ്ചാലി

പഥേർ പാഞ്ചാലി

തുടരുകയാണ്. അവന്റെ പാതയും ലക്ഷ്യവും പിതാവിന്റേതിൽനിന്നും വ്യത്യസ്തമായിരുന്നു. പരീക്ഷയിൽ മികച്ച വിജയം നേടിയ അപ്പു ഉപരിപഠനത്തിനായി കൽക്കട്ടയിൽ പോകാൻ തീരുമാനിക്കയാണ്. ഇതിന്റെ പേരിൽ അമ്മയുമായി വഴക്കിടുന്നു, ആദ്യമായി അമ്മ അവനെ അടിക്കുന്നത് നാം കാണുന്നു. എന്നാൽ, പെട്ടെന്നുതന്നെ പശ്ചാത്തപിച്ച് അമ്മ അവന് സമ്മതം നൽകുകയാണ്.

കൽക്കട്ടയിലെത്തിയ അപ്പുവിന്റെ ജീവിത ദിശയാകെ മാറുകയാണ്. അറിവിന്റെ പുതിയ ലോകത്തെത്തുന്നു അപ്പു. രാത്രി പ്രസിൽ ജോലി ചെയ്യുകയും പകൽ കോളേജിൽ പഠിക്കയും ചെയ്യേണ്ടിവരുമ്പോൾ നേരിടുന്ന ബുദ്ധിമുട്ടുകൾ സഹിച്ചുകൊണ്ട് മുമ്പോട്ട് നീങ്ങുന്ന അപ്പു താൽക്കാലികമായെങ്കിലും ഗ്രാമം മറക്കുന്നു, ചിലപ്പോഴെങ്കിലും അമ്മയേയും. സ്കൂളിൽ നിന്ന് അവന് സമ്മാനമായി ലഭിച്ച ഗ്ലോബ്, അറിവിന്റെ പുതിയ മേഖല തേടുന്നതിന്റെ സൂചനയാകുന്നു. അതേ സമയം തന്റെ ശാരീരികവും മാനസികവുമായ അവശതകൾ അപ്പുവിനെ അറിയിക്കാതെ അവന്റെ കാര്യങ്ങൾ ശ്രദ്ധിക്കുന്നു സർബജയ. എന്നാൽ തന്നിൽ നിന്നും അകന്നുപോകുന്ന മകനെ അവർ അറിയുന്നുമുണ്ട്. ഒരു അവസരത്തിൽ ജോലി നേടി, തന്നെയും കൽക്കട്ടയിലേക്ക് കൊണ്ടുപോകുമോ എന്നവർ അപ്പുവിനോട് ചോദിക്കുന്നുണ്ട്. അതേ സമയം അപ്പുവിന് അമ്മയോട് അളവില്ലാത്ത സ്നേഹമുണ്ട്. കൽക്കട്ടയ്ക്ക് പോകാൻ റെയിൽവേ സ്റ്റേഷനിലെത്തിയ അപ്പു, ട്രെയിൻ പോയെന്ന് കള്ളം പറഞ്ഞ്, അമ്മയുടെ അടുത്തേക്ക് തിരിച്ച് വരുന്നത് നാം കാണുന്നുണ്ട്.

ആരോഗ്യം ക്ഷയിച്ച്, മാനസികമായി തകർന്ന്, സർബജയ മരിക്കുമ്പോൾ അപ്പു കൽക്കട്ടയിലാണ്. എഴുത്ത് കിട്ടി, വീട്ടിലെത്തിയ അപ്പു കാണുന്നത് അമ്മയ്ക്ക് അന്ത്യകർമ്മങ്ങൾ ചെയ്യുന്ന അമ്മാവനെയാണ്. അപ്പു താൽക്കാലികമായി വിഷമിക്കുന്നുവെങ്കിലും പരീക്ഷകൾ പൂർത്തിയാക്കാനായി അവൻ തിരിച്ച് കൽക്കട്ടയിലേക്ക് പോകുന്നു. പാരമ്പര്യത്തിന്റെ കെട്ടുപാടുകളിൽ വീണുകിടക്കാൻ ആഗ്രഹിക്കാത്ത,

തങ്ങളുടേതായ അറിവിന്റെ, ജോലിയുടെ മേഖലകളിൽ കയറിപ്പോകുന്ന പുതിയ തലമുറയുടെ പ്രതിനിധിയാകുന്നു അപു. അമ്മയുടെ ബലികർമ്മങ്ങൾ ഗംഗയിൽ നടത്താമെന്ന് അമ്മാവന് വാക്കു കൊടുത്ത്, ഉറച്ച കാലടികളോടെ, വീട്ടിലേക്ക് തിരിഞ്ഞു നോക്കാതെ നടന്നു നീങ്ങുന്ന അപുവിനെയാണ് *അപരാജിതോ* വിന്റെ അവസാനഭാഗത്ത് നാം കാണുന്നത്. അപുത്രയത്തിൽ വളരെ ശക്തമായ ചിത്രമായി മാറുന്നു 'പരാജയപ്പെടുത്താൻ പറ്റാത്തവർ' എന്ന അർത്ഥമുള്ള *അപരാജിതോ.*

പ്രതികൂല സാഹചര്യങ്ങളോട് പൊരുതി, പാരമ്പര്യത്തോട് പൊരുതി, ജീവിതത്തിൽ മുന്നേറാൻ ശ്രമിക്കുന്ന അപുവെന്ന ചെറുപ്പക്കാരന്റെ ജീവിത ചിത്രീകരണം, പാരമ്പര്യത്തിൽ നിന്ന് ആധുനികതയിലേക്കുള്ള അവന്റെ യാത്രയായാണ് നാം തിരിച്ചറിയുന്നത്.

അപുത്രയത്തിലെ അവസാനചിത്രം, 'അപുവിന്റെ ലോക' മെന്ന *അപൂർസൻസാറിൽ* പൊതു സമൂഹത്തിലേക്കിറങ്ങുന്ന അപുവിനെയാണ് നാം കാണുന്നത്. ജീവിതത്തിൽ സ്വന്തമായി തീരുമാനങ്ങളെടുക്കുന്ന അപു സ്വന്തം നിലപാടുകളോടും സമീപനങ്ങളോടും ചേർന്നുനിന്നുകൊണ്ട് മുമ്പോട്ട് പോകുമ്പോൾ നേരിടുന്ന തിരിച്ചടികളാണ് പ്രധാനമായും ചിത്രം ദൃശ്യവല്ക്കരിക്കുന്നത്. സാമ്പത്തിക പ്രയാസം കാരണം കോളേജ് പഠനം പൂർത്തിയാക്കാൻ കഴിയാതെ, കോളേജ് മേധാവിയിൽ നിന്നും ജോലിക്കായുള്ള ശുപാർശക്കത്തുമായി പുറത്തിറങ്ങുന്ന അപുവിനെയാണ് ചിത്രത്തിന്റെ തുടക്കത്തിൽ നാം കാണുന്നത്. എഴുത്ത് തുടരണമെന്ന് ഉപദേശിക്കുന്ന കോളേജ് മേധാവി അപുവിന്റെ സാഹിത്യതാൽപ്പര്യങ്ങളിൽ ഏറെ പ്രതീക്ഷയുള്ളയാളായിരുന്നു. ഈ അവസരത്തിൽ പുറത്ത് ഉയരുന്ന മുദ്രാവാക്യം, തെരുവിൽ നടക്കുന്ന പ്രക്ഷോഭങ്ങളുടെയും പ്രതിഷേധങ്ങളുടെയും സൂചനകളാണ് നമുക്ക് നൽകുന്നത്. ക്ഷുഭിതയൗവനങ്ങളുടെ പ്രതിരോധകാഴ്ചകൾ ബംഗാളിലെ തെരുവുകളിൽ സജീവമായിരുന്ന കാലത്താണ് അപു ജോലി തേടി പുറത്തേക്കിറങ്ങുന്നത്.

പഥേർ പാഞ്ചാലി

പഥേർ പാഞ്ചാലി

അപുവിന്റെ ദരിദ്രജീവിതത്തിന്റെ നേർക്കാഴ്ചകൾ ചിത്രത്തിന്റെ തുടക്കത്തിൽ നാം കാണുന്നു. അയാൾ താമസിക്കുന്ന മുറിയുടെ അവസ്ഥ, കീറിയ കർട്ടൻ, അത്യാവശ്യം ഫർണിച്ചർ, ഒരു തൊഴിലന്വേഷകന്റെ മുറി തന്നെ. തനിക്ക് പ്രിയപ്പെട്ട പുസ്തകങ്ങൾ സഞ്ചിക്കകത്തിട്ട് തൊഴിലന്വേഷിച്ച് തെരുവുകളിലൂടെ നടന്നു നീങ്ങുന്ന കാഴ്ച ചെന്നെത്തുന്നത് ജോലി ചെയ്ത് പരിചയമില്ലെങ്കിൽ ഒഴിവില്ല എന്ന മറുപടിയിലോ, അല്ലെങ്കിൽ യോഗ്യത കൂടുതലായതിന്റെ പേരിൽ തൊഴിൽ നിഷേധിക്കപ്പെടുന്നിടത്തോ ആണ്. കൽക്കട്ടയിലെ അഭ്യസ്തവിദ്യരുടെ പൊതു അവസ്ഥയിലേക്കാണ് അപുവിന്റെ കാഴ്ച നമ്മെ എത്തിക്കുന്നത്. അപുവിന്റെ മുമ്പിൽ ജീവിതപ്രശ്നങ്ങൾ ഒന്നൊന്നായി കടന്നു വരുന്നത് റായ് നമുക്ക് കാട്ടിത്തരികയാണ്.

ഇതിനിടയിൽ ആകസ്മികമായി കണ്ടുമുട്ടുന്ന പഴയ സഹപാഠി പുലു, അപുവിന്റെ ജീവിതത്തിൽ നിർണ്ണായകമാറ്റത്തിനാണ് കാരണമാകുന്നത്. അയാളുടെ അമ്മാവന്റെ മകളുടെ വിവാഹത്തിൽ പങ്കെടുക്കുന്ന അപുവിന് ഒരു പെൺകുട്ടിയുടെ ജീവിതം തകർച്ചയിൽ രക്ഷപ്പെടുത്തുക എന്ന ഉദ്ദേശ്യത്തോടെ അവളെ വിവാഹം കഴിക്കേണ്ടി വരുന്നു. അപ്പോഴും പാരമ്പര്യത്തിന്റെ വഴികളിൽ നിന്ന് മാറി നടക്കുന്നു അപു. എന്നാൽ ഇത് അയാളെ വീണ്ടും ദുരന്തങ്ങളുടെ പടുകുഴിയിലേക്കാണ് എത്തിക്കുന്നത്. പ്രസവത്തോടെ ഭാര്യ അപർണ്ണ മരിക്കുമ്പോൾ, കുട്ടിയെ കാണാൻ പോലും നിൽക്കാതെ അപു നാടുവിടുന്നു. തന്റെ പൂർത്തിയാക്കാത്ത നോവൽ കൊണ്ടു പോകുന്നെങ്കിലും ഇടയ്ക്കുവെച്ച് അയാൾ അതുപേക്ഷിക്കയാണ്. പൂർവ്വകാല ഓർമ്മകളിൽനിന്നും പൂർണ്ണമായ വിടുതൽ അയാൾക്ക് ആവശ്യമായിരുന്നു. ഒടുവിൽ, തിരിച്ചുവന്ന്, മകൻ കാജലിനൊപ്പം ഗ്രാമത്തിലെ വീട്ടിലേക്ക് മടങ്ങിപ്പോകുന്ന അപുവിലാണ് റായ് *അപൂർ*

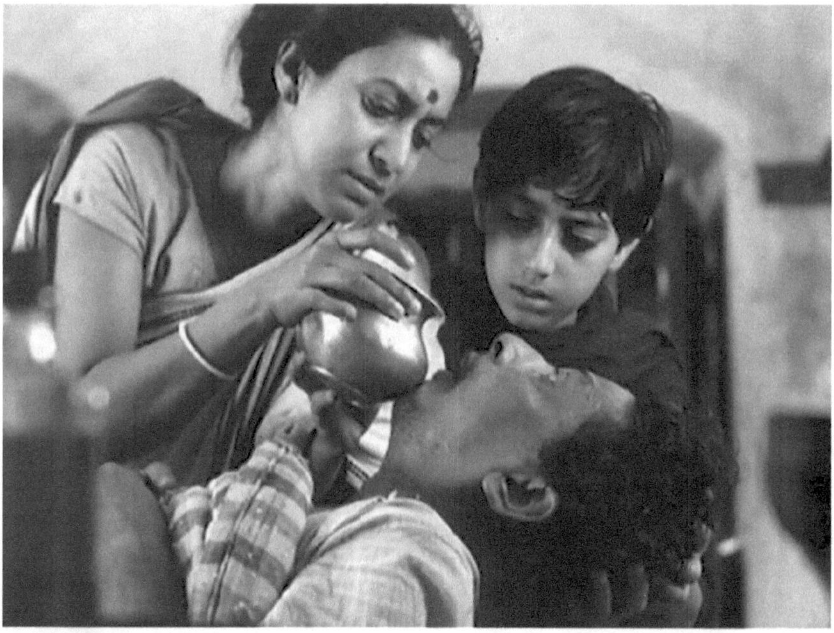

അപരാജിതോ

സൻസാർ അവസാനിപ്പിക്കുന്നത്.

റായുടെ ആദ്യരണ്ട് ചിത്രങ്ങളിൽനിന്നും, മൂന്നാമത്തെ ചിത്രം വ്യത്യസ്തമാകുന്നത്, അത് പുറംലോകത്തേക്ക് നമ്മെ കൊണ്ടുപോകുന്നു എന്നതിനാലാണ്. കൽക്കട്ടയിലെ തെരുവുകൾ, തൊഴിലില്ലായ്മ, അഭ്യസ്തവിദ്യരുടെ ദുരിതപൂർണ്ണമായ ജീവിതം ഇവ തെരുവുകാഴ്ചകൾക്കൊപ്പം ചേർന്നു നിൽക്കുന്നു. അപ്പോഴും കഥാപാത്രങ്ങൾ തങ്ങളുടെ മനസ്സിൽ സൂക്ഷിക്കുന്ന നന്മയുടെ വെളിച്ചങ്ങൾ, *അപൂർസൻസാറി*ന്റെ നിയോറിയലിസ്റ്റ് അനുഭവമായി നാം തിരിച്ചറിയുന്നു.

1932 ൽ പ്രസിദ്ധീകരിച്ച വിഭൂതിഭൂഷൻ ബന്ദോപാദ്ധ്യായയുടെ *അപരാജിതോ* എന്ന നോവലിനെ അടിസ്ഥാനമാക്കിയാണ് റായ് *അപൂർസൻസാർ* നിർമ്മിച്ചത്. 1928 ൽ ഒരു മാസികയിൽ ഖണ്ഡശ്ശ പ്രസിദ്ധീകരിച്ച്, 1929 ൽ നോവൽ രൂപത്തിൽ പുറത്തിറങ്ങിയ *പഥേർ പാഞ്ചാലി*യാണ് ആദ്യചിത്രത്തിന് അടിസ്ഥാനമായിരുന്നത്. നിശ്ചിന്തപൂർ ഗ്രാമത്തിൽ 1910 കളിൽ നടക്കുന്ന കഥയാണ് *പഥേർ പാഞ്ചാലി.* റായ് ചിത്രങ്ങൾ നിർമ്മിക്കുമ്പോൾ, സ്വതന്ത്രയായ ഇന്ത്യ നിരവധി പ്രശ്നങ്ങൾ അഭിമുഖീകരിച്ചുകൊണ്ടിരിക്കയായിരുന്നു. *അപൂർസൻസാർ,* തൊഴിലില്ലായ്മ പോലുള്ള സാമൂഹികവിഷയങ്ങൾ കൈകാര്യം ചെയ്യുന്നുണ്ട്. ഇത്തരം പ്രമേയങ്ങൾ കൂടുതൽ ഗൗരവത്തോടെ റായ് കൈകാര്യം ചെയ്യുന്നത് കൽക്കട്ട ത്രയത്തിലാണ് . അപുത്രയത്തിൽ മുഖ്യമായും പാരമ്പര്യത്തിൽ നിന്ന് ആധുനികതയിലേക്കുള്ള സഞ്ചാരമാണ് അദ്ദേഹം രേഖപ്പെടുത്തുന്നത്.

ചിത്രങ്ങളിലേക്ക് തിരിച്ചു വരുമ്പോൾ, തലമുറകളായി ജീവിച്ചു പോന്നിരുന്ന ഗ്രാമം വിട്ട്, വാരാണസിയിലേക്ക് യാത്രയാവുന്ന ഹരിഹറിന്റേയും കുടുംബത്തിന്റേയും കാഴ്ച

അപൂർസൻസാർ

യിലാണ് *പഥേർ പാഞ്ചാലി* അവസാനിക്കുന്നത്. ദാരിദ്ര്യത്തിൽ നിന്നുള്ള മോചനം ലക്ഷ്യമിട്ട്, പരമ്പരാഗതമായി ജീവിച്ചുകൊണ്ടിരുന്ന ജീർണ്ണത പേറുന്ന വീട് ഉപേക്ഷിക്കേണ്ടതു തന്നെയാണ് എന്ന തിരിച്ചറിവോടെയാണ് അവർ അത് ഒഴിവാക്കുന്നത്. പാരമ്പര്യത്തിന്റെ കണ്ണി ആദ്യമായി മുറിച്ച് മാറ്റുന്നത് ഹരിഹർ ആണെന്ന നിഗമനത്തിലേക്കാണ് നാം എത്തുന്നത്. രണ്ടാം ചിത്രത്തിൽ ഇത്തരം വ്യതിയാനങ്ങൾ പ്രകടവും ശക്തവുമാണ്. വിദ്യാർത്ഥിയായ അപു, അറിവ് നേടുകയാണ് പുതിയ ലോകത്തിൽ ജീവിക്കാനുള്ള ഏക വഴിയെന്ന് തിരിച്ചറിയുന്നു. അതിനായി ശക്തമായി വാദിക്കയും പ്രയത്നിക്കയും ചെയ്യുന്ന, പാരമ്പര്യ ലോകത്തിൽ നിന്ന് ആധുനികതയിലേക്ക് സഞ്ചരിക്കുന്ന അപുവിനെ നാമിവിടെ കാണുന്നു. അതിനായി തനിക്ക് ആകെയുള്ള, താൻ ഏറെ സ്നേഹിക്കുന്ന അമ്മയുമായി അവൻ വഴക്കിടുകയും ചെയ്യുന്നു. അറിവിന്റെ പ്രതീകമായ്, അന്വേഷണത്തിന്റെ പ്രതീകമായ് ഗ്ലോബ് വിടാതെ, തന്റെ കൈകളിൽ സൂക്ഷിക്കുന്ന അപു. പിതാവിനെപ്പോലെ പൂജകൾ ചെയ്തുകൊണ്ടുള്ള ജീവിതമല്ല തന്റേതെന്ന് അയാൾ തീരുമാനിച്ചുറപ്പിക്കുന്നു. *അപൂർസൻസാറിൽ*, മുൻകാല ഓർമ്മകളിൽ നിന്ന് പൂർണ്ണമായി വിടുതൽ നേടിയ അപുവിനെയാണ് നാം കാണുന്നത്. ജീവിതത്തിൽ പ്രയോജനരഹിതമാണ് എന്ന തിരിച്ചറിവിൽ, പൂർവ്വകാലഓർമ്മകൾ അടിസ്ഥാനമാക്കി താനെഴുതിയ നോവൽ അയാൾ നശിപ്പിക്കുകയാണ്.

ജീവിതത്തെ പിന്നോട്ട് നയിക്കുന്ന ഘടകങ്ങളെ ഉപേക്ഷിച്ച്, യാഥാർത്ഥ്യങ്ങള

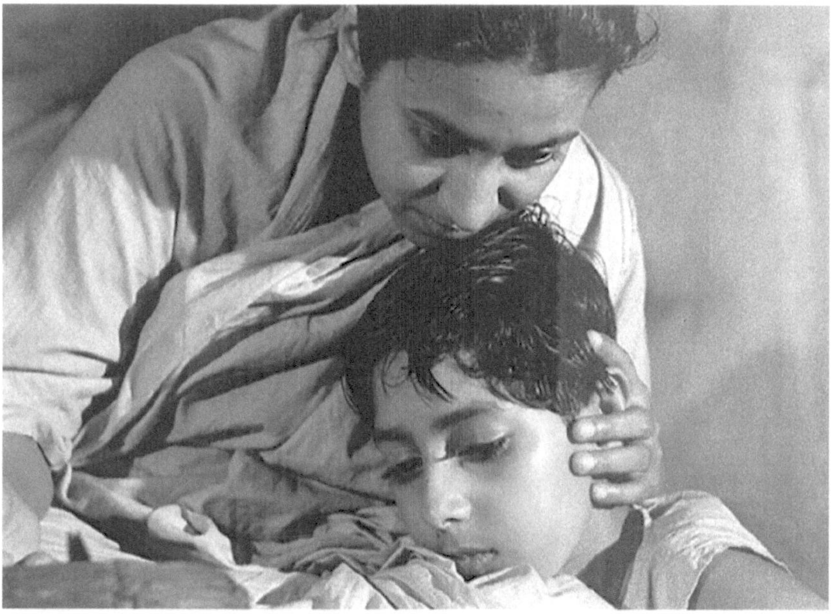

അപരാജിതോ

മായി പ്രതിപ്രവർത്തിച്ച്, വർത്തമാന ലോകത്തിൽ മുമ്പോട്ട് പോകുന്ന ജീവിതകാഴ്ച യാണ് അപുത്രയം ചിത്രീകരിക്കുന്നത്. പരമ്പരാഗതമായ വഴികളിൽനിന്നും വിടുതൽ നേടി, ആധുനികതയിലൂടെ സഞ്ചരിക്കാനുള്ള സത്യജിത് റായുടെ പ്രഖ്യാപനമാണ് അപുത്രയം.

അദ്ധ്യായം മൂന്ന്

രബീന്ദ്രനാഥ് ടാഗോറും സത്യജിത് റായും

"ഇന്ത്യയെക്കുറിച്ച് ഞാൻ മനസ്സിലാക്കുന്നത്
ഫിലിം ഫെസ്റ്റിവലുകളിൽ കാണുന്ന
റായ് ചിത്രങ്ങളിലൂടെയാണ്.
തികച്ചും അത്ഭുതകരങ്ങളായ ചിത്രങ്ങളാണവ."
- കീനു റീവ്സ്
സംവിധായകൻ

ജീവിതത്തിൽ സത്യജിത് റായെ ഏറ്റവുമധികം സ്വാധീനിച്ച വ്യക്തി ആരായിരുന്നു എന്ന ചോദ്യത്തിന് ഉത്തരം ഒന്നേയുള്ളു, അത് മഹാനായ കവിയും ചിന്തകനും നോബൽ സമ്മാനജേതാവുമായ രബീന്ദ്രനാഥ ടാഗോറായിരുന്നു. അദ്ദേഹം നിർമ്മിച്ച ശാന്തിനികേതനിൽ കുറച്ചുകാലം കലാവിദ്യാർത്ഥിയായിരുന്നു റായ് എന്നത് മാത്രമല്ല ഇതിന് കാരണമായിട്ടുള്ളത്. റായുടെ പിതാവ് സുകുമാർ റായും മുത്തച്ഛൻ ഉപേന്ദ്രകിഷോർ റായും ടാഗോറുമായി വളരെയേറെ അടുപ്പമുള്ളവരായിരുന്നു. ഒരർത്ഥത്തിൽ റായ് കുടുംബാംഗങ്ങൾ എല്ലാവരും ടാഗോറുമായി ആത്മബന്ധമുള്ളവരായിരുന്നു. അതുകൊണ്ട് കുട്ടിക്കാലം മുതൽക്കേ റായ്ക്ക് ടാഗോറിന്റെ കവിതകളും എഴുത്തും പരിചയമുണ്ടായിരുന്നു. തനിക്ക് ആറു വയസ്സുള്ളപ്പോൾ, ഓട്ടോഗ്രാഫിനായി ടാഗോറിന്റെ കൈയിൽ ഏൽപ്പിച്ച നോട്ട് ബുക്കിൽ ആശംസകൾ കുറിക്കുന്നതിന് പകരം അദ്ദേഹം എഴുതിയ കവിത കണ്ട് കൊച്ചു സത്യജിത് അതിശയിച്ചുപോയി. ഇതായിരുന്നു ആ കവിത:

രബീന്ദ്രനാഥ് ടാഗോർ

വർഷങ്ങളോളം ഞാനൊരു സഞ്ചാരിയായിരുന്നു.
നാഴികകൾ താണ്ടി ഞാൻ മലകളും സമുദ്രങ്ങളും കണ്ടു.
എന്നാൽ, സാധാരണക്കാരനെ കണ്ടില്ല,
എന്റെ അയൽക്കാരനെ ഞാൻ കണ്ടില്ല.
നെല്ലിൻ കതിരിലെ മഞ്ഞുതുള്ളി പ്രകാശിച്ചുകൊണ്ടേയിരിക്കുന്നു.

ടാഗോറിന്റെ ഈ കവിത നൽകിയ ആനന്ദം റായിൽ ജീവിതകാലം മുഴുവൻ നിലനിന്നു. തന്റെ പിൽക്കാല ജീവിതത്തിൽ റായ്, ടാഗോറിനെ സ്വന്തം ഗുരുനാഥനായി കരുതി. ടാഗോറിന്റെ കഥകൾക്കും നോവലിനും ചലച്ചിത്രഭാഷ നൽകുക മാത്രമല്ല, അദ്ദേഹത്തെക്കുറിച്ച് നിർമ്മിക്കപ്പെട്ടിട്ടുള്ളതിൽ വെച്ച് ഏറ്റവും മികച്ച ഡോക്യുമെന്ററി

നിർമ്മിക്കുകയും ചെയ്തു റായ്. ഇവയ്ക്ക് പുറമെ റായ് സിനിമകളിലും അദ്ദേഹത്തിന്റെ ചിന്തകളിലും ടാഗോറിന്റെ സ്വാധീനം നമുക്ക് കണ്ടെടുക്കാൻ കഴിയുന്നുണ്ട്. *തീൻ കന്യ* (1961), *ചാരുലത* (1964), *ഘരേ ബായരേ* (1984) എന്നിവയാണ് ടാഗോറിന്റെ കഥ/നോവൽ പ്രമേയമാക്കിക്കൊണ്ട് റായ് നിർമ്മിച്ച ചിത്രങ്ങൾ. ഇവയിൽ ടാഗോറിന്റെ ദേശീയചിന്തയും മതനിരപേക്ഷതയും പ്രകടമാകുന്ന ചിത്രമായ *ഘരേ ബായരേ* ഇന്നത്തെ ഇന്ത്യൻ അവസ്ഥയിൽ ഏറെ പ്രസക്തമാണ്. ഏറ്റവും മികച്ച റായ് ചിത്രമെന്ന് നിരൂപകരും സംവിധായകനും ഒരുപോലെ തിരഞ്ഞെടുത്ത രചനയാണ് *ചാരുലത*. ടാഗോറിന്റെ വളരെയേറെ പ്രസിദ്ധമായ *പോസ്റ്റ് മാസ്റ്റർ* അടക്കമുള്ള മൂന്ന് ചിത്രങ്ങളാണ് *തീൻ കന്യ*യിലുള്ളത്.

അമ്മയുടെയും മറ്റു കുടുംബാംഗങ്ങളുടെയും നിർദ്ദേശമനുസരിച്ചാണ് റായ്, ശാന്തിനികേതനിൽ കലാപഠനത്തിനായി പോകുന്നത്. ഒരു മികച്ച പ്രൊഫഷണൽ ആർട്ടിസ്റ്റ് ആകുകയെന്നതായിരുന്നു ഉദ്ദേശ്യം. 1940 മുതൽ 1942 വരെ ചുരുങ്ങിയ കാലം മാത്രമേ റായ് ശാന്തിനികേതനിൽ ഉണ്ടായിരുന്നുള്ളൂവെങ്കിലും, പ്രസിദ്ധ ചിത്രകാരൻ നന്ദലാൽ ബോസിന്റെ ശിക്ഷണത്തിൽ അവിടെ കഴിഞ്ഞ കാലം റായുടെ കലാജീവിതത്തെ നല്ല രീതിയിൽ വളരെയധികം സ്വാധീനിച്ചിരുന്നു. ടാഗോറിന്റെ മരണശേഷം ശാന്തിനികേതനിലെ പഠനം അവസാനിക്കുമ്പോൾ ഒരു ജോലി നേടണമെന്ന ആഗ്രഹമായിരുന്നു റായുടെ മനസ്സ് നിറയെ. അവിടം വിട്ടെങ്കിലും മരണം വരെ ടാഗോറുമായുള്ള ആത്മബന്ധം റായ് തുടരുന്നുണ്ട്.

റായുടെ ടാഗോർ ചിത്രങ്ങൾ

1. 'രബീന്ദ്രനാഥ് ടാഗോർ'

ടാഗോറുമായി നേരിട്ട് ബന്ധപ്പെടുന്ന റായ് ചിത്രങ്ങളിൽ ആദ്യചിത്രം 1961 ൽ അദ്ദേഹത്തെക്കുറിച്ച് റായ് നിർമ്മിച്ച ഡോക്യുമെന്ററി *രബീന്ദ്രനാഥ് ടാഗോറാ*ണ്. നോബൽ സമ്മാന ജേതാവായ മഹാനായ കവിയെക്കുറിച്ച് നിർമ്മിക്കപ്പെട്ടിട്ടുള്ള ഏറ്റവും മികച്ച ഡോക്യുമെന്ററി കൂടിയാണിത്. 1961 ൽ ടാഗോറിന്റെ ജന്മശതാബ്ദി ആഘോഷങ്ങൾക്കായി രൂപീകരിച്ച കമ്മിറ്റിയാണ് റായെ അതിനായി നിയോഗിച്ചത്. ചരിത്രകാരനല്ലാത്ത സംവിധായകനെ ഈ ജോലി ഏൽപ്പിച്ചതിൽ ഒരു കമ്മിറ്റി അംഗം എതിർപ്പ് അറിയിച്ചപ്പോൾ കമ്മിറ്റി അംഗം കൂടിയായിരുന്ന പ്രധാനമന്ത്രി ജവഹർലാൽ നെഹ്റു ഇടപെട്ടു.

നേരത്തെ *പഥേർ പാഞ്ചാലി* കണ്ട് റായുടെ കഴിവ് തിരിച്ചറിഞ്ഞ് അദ്ദേഹം, നമുക്ക് ചരിത്രകാരനെയല്ല, കലാകാരനെയാണ് വേണ്ടത് എന്ന് പറഞ്ഞ് എതിർപ്പിന്റെ മുനയൊടിച്ചു.

ഡോക്യുമെന്ററിയുടെ നിർമ്മാണത്തിനായി റായ് നടത്തിയ ഒരുക്കങ്ങൾ തികച്ചും മാതൃകാപരമായിരുന്നു. ശാന്തിനികേതനിൽ ഒരു മാസം താമസിച്ച്, നടത്തിയ ഗവേഷണത്തിൽ ടാഗോർ എഴുതിയ കവിതകൾ, ലേഖനങ്ങൾ, അദ്ദേഹം വരച്ച ചിത്രങ്ങൾ എന്നിവയും അദ്ദേഹവുമായി ബന്ധപ്പെട്ട ലേഖനങ്ങളും മറ്റും റായ് ശേഖരിച്ചു. അവയോടൊപ്പം അദ്ദേഹം ഉൾപ്പെട്ട ചില ന്യൂസ് റീലുകളും റായ് കണ്ടെത്തി. ടാഗോർ അവസാനമായി ലോകത്തിന് നൽകിയ സന്ദേശമായ crisis in civilization അടക്കം പ്രധാനപ്പെട്ട രേഖകൾ റായ് തന്റെ ഡോക്യുമെന്ററിയിൽ ഉൾപ്പെടുത്തിയിട്ടുണ്ട്. ടാഗോർ ഉൾപ്പെട്ട ന്യൂസ് റീലുകൾക്കായി റായ് പാരീസിലെയും ലണ്ടനിലെയും ആർക്കൈവുകൾ പരിശോധിച്ചിരുന്നു. ടാഗോറിന്റെ പിതാവ് ദ്വാരകാനാഥ് ടാഗോർ അവസാനകാലത്ത് ജീവിച്ചിരുന്ന ലണ്ടനിൽ, അദ്ദേഹത്തിന്റെ ശവകുടീരം റായ് ചിത്രീകരിച്ചു.

ചിത്രത്തിന്റെ ആദ്യപ്രദർശനം 1961 മാർച്ച് 11 ന് ഇന്ത്യൻ പ്രസിഡന്റിന്റെ വീട്ടിലെ ഹാളിലായിരുന്നു നിശ്ചയിച്ചിരുന്നത്. പ്രദർശനത്തിന് മുമ്പായി ചിത്രവുമായി ബന്ധപ്പെട്ട അനുഭവങ്ങൾ റായ് പ്രേക്ഷകരുമായി പങ്കുവെച്ചിരുന്നു. "ഇതിന്റെ പൂർത്തീകരണത്തിനായി മൂന്ന് ഫീച്ചർ സിനിമകളുടെ നിർമ്മാണത്തിനാവശ്യമായ ശ്രമം വേണ്ടിവന്നു. മഹാനായ ടാഗോറിനെ ഒരു യഥാർത്ഥ മനുഷ്യനായും രാജ്യസ്നേഹിയായും ചിത്രീകരിക്കയായിരുന്നു എന്റെ ലക്ഷ്യം." ആദ്യപ്രദർശനം തീരുമാനിക്കപ്പെട്ട ദിവസം അന്നത്തെ ആഭ്യന്തരമന്ത്രിയും നെഹ്രുവിന്റെ അടുത്ത സുഹൃത്തുമായിരുന്ന പന്ത് അത്യാസന്നനിലയിലായിരുന്നതിനാൽ വളരെ പ്രയാസത്തോടെയായിരുന്നു നെഹ്റു

അപരാജിതൊ

ഘരെ ബായ് രെ

ചിത്രം കാണാൻ വന്നിരുന്നത്. എന്നാൽ അത് കണ്ടുതീർന്ന നെഹ്റു വളരെ പ്രസന്നവാനായിരുന്നു. ജീവിതത്തിന്റെ മുമ്പോട്ടുള്ള യാത്ര ചിത്രീകരിച്ച ഡോക്യുമെന്ററി, അദ്ദേഹത്തെ കുറച്ചൊന്നുമല്ല സ്വാധീനിച്ചത്.

പതിവ് ഡോക്യുമെന്ററി ആഖ്യാനരീതികളിൽ തികച്ചും വ്യത്യസ്തമാണ് രബീന്ദ്രനാഥ് ടാഗോർ. ജനനം, ജീവിതം, മരണം എന്ന ക്രമമനുസരിച്ചുള്ള പതിവു രൂപത്തിൽ നിന്നും തികച്ചും വഴിമാറി, ടാഗോറിന്റെ ശവഘോഷയാത്രയിൽ പങ്കെടുത്ത ജനസഹസ്രങ്ങളുടെ കാഴ്ചയിൽ നിന്നും ചിത്രം ആരംഭിക്കുന്നു. പശ്ചാത്തലത്തിൽ റായുടെ ആർദ്രമായ വോയ്സ് ഓവർ. അണയുന്ന ചിതയിൽ നിന്ന് ഉദിച്ചുയരുന്ന സൂര്യന്റെ കാഴ്ച. കൽക്കട്ടയുടെ ചരിത്രത്തിലൂടെ, ടാഗോർ കുടുംബപരമ്പരകളിലൂടെ ചിത്രം സഞ്ചരിക്കുന്നു. കലയും സാഹിത്യവും സംസ്കാരവും വിദ്യാഭ്യാസവും ഒപ്പം കച്ചവടവും ഒരുമിച്ച് ചേർത്തുവെച്ച കുടുംബം. ഒന്നിനു പുറകെ മറ്റൊന്നായി ടാഗോർ തലമുറകളുടെ കാഴ്ചകൾ. കുടുംബത്തിലെ ജ്ഞാനദന്തിനി ദേവി, കാദംബരി ദേവി എന്നീ സ്ത്രീകളുടെ പുരോഗമനപരമായ കാഴ്ചപ്പാടുകളും ജീവിതവും പരാമർശിക്കപ്പെടുന്നു. യാഥാസ്ഥിതികകുടുംബങ്ങളിൽ ജനിക്കുകയും സ്ത്രീ സ്വാതന്ത്ര്യങ്ങളിലേക്ക് നടന്നു കയറുകയും ചെയ്ത ഇവരുടെ ജീവിതം കുട്ടിക്കാലത്ത് തന്നെ ടാഗോറിനെ വളരെയധികം സ്വാധീനിച്ചിരുന്നു. പിൽക്കാലത്ത് സത്യജിത് റായ് ചലച്ചിത്രഭാഷ നൽകിയ ടാഗോർ കഥകളായ *ചാരുലത* യിലെ ചാരുവിനെയും, *ഘരേ ബായ് രെ* യിലെ ബിമയലേയും സൃഷ്ടിക്കുമ്പോൾ ഇവരായിരുന്നു സംവിധായകന്റെ മനസ്സിൽ ഉണ്ടായിരുന്നത്.

ടാഗോറിന്റെ ജീവിതം ബാല്യകാലകാഴ്ചകളിലൂടെ പുരോഗമിക്കുമ്പോൾ, പതിവ് സ്കൂൾ ജീവിതം മടുപ്പിക്കുന്ന രബിയെ നാം കാണുന്നു. പുറത്തെ ആകാശത്തിലേക്ക് മിഴിയൂന്നി, ചിന്താമഗ്നനായി ക്ലാസുകളിൽ ഇരിക്കുന്ന രബി. അതേത്തുടർന്ന് അവനായി രക്ഷിതാക്കൾ വീട്ടിൽ പഠനം ഒരുക്കുന്നു. വിജ്ഞാനത്തിന്റെയും കലയുടെയും

ചാരുലത

പുതിയ ലോകങ്ങൾ അവനു മുമ്പിൽ തുറക്കപ്പെടുന്നു. പിതാവിനൊപ്പം ഉത്തരേന്ത്യ സന്ദർശിച്ച രബി, പുറംലോകകാഴ്ചകളിലേക്കും എത്തുകയാണ്. വീട്ടിലെ ഇടനാഴികകളിലും മുറികളിലും സഞ്ചരിച്ചിരുന്ന മനസ്സ്, ജീവിതത്തിന്റെ തുറസ്സുകളിലേക്ക് എത്തുകയാണ്. ടാഗോറിന്റെ ജീവിതത്തോടൊപ്പം, ഇന്ത്യൻ സ്വാതന്ത്ര്യ സമരത്തിന്റെ കാഴ്ചകളും ലോകത്ത് നടക്കുന്ന പ്രധാനസംഭവങ്ങളും സമാന്തരങ്ങളായി നമുക്ക് മുമ്പിലെത്തുന്നു എന്നത് ചിത്രത്തിന്റെ സവിശേഷതയാണ്. 1905 ലെ ബംഗാൾ വിഭജനം വഴി ഹിന്ദുക്കളും മുസ്ലീങ്ങളും വേർതിരിക്കപ്പെട്ടത് പിൽക്കാലത്ത് ഒരു മുറിവായി അവശേഷിക്കുന്നത് ചിത്രം രേഖപ്പെടുത്തുന്നുണ്ട്.

പിതാവിന്റെ നിർദ്ദേശപ്രകാരം കുടുംബത്തിലെ കച്ചവടം ശ്രദ്ധിക്കാൻ തുടങ്ങിയ ടാഗോർ കൃഷിക്കാരുടെയും സാധാരണക്കാരുടെയും ജീവിതത്തിൽ എത്തിച്ചേരുകയാണ്. ഈ അനുഭവങ്ങൾ ടാഗോറിന് പിൽക്കാലത്ത് വളരെയേറെ സഹായകരമായിത്തീർന്നു. ലോകപ്രസിദ്ധരായവരുമായി ടാഗോർ സൗഹൃദം സ്ഥാപിക്കുന്ന കാലം കൂടിയായിരുന്നു അത്. യേറ്റ്സ്, ഐൻസ്റ്റീൻ തുടങ്ങിയവരുമായി സൗഹൃദത്തിലായതോടെ അദ്ദേഹം ഒരു അന്താരാഷ്ട്രപൗരനായി മാറുകയും *ഗീതാഞ്ജലി* ലോകപ്രസിദ്ധമാകുകയും ചെയ്തു.

ഇന്ത്യൻ സ്വാതന്ത്ര്യസമരം ശക്തമായിക്കൊണ്ടിരുന്ന ഘട്ടത്തിൽ, ജാലിയൻവാലാബാഗ് കൂട്ടക്കൊലയിൽ പ്രതിഷേധിച്ച് തനിക്ക് സമ്മാനിക്കപ്പെട്ട നൈറ്റ് ഹുഡ് പദവി അദ്ദേഹം ഉപേക്ഷിക്കുന്നു. ഇക്കാലത്ത് ഗാന്ധിജിയെ പരിചയപ്പെട്ട ടാഗോർ, അഭിപ്രായവ്യത്യാസങ്ങൾ മറന്നുകൊണ്ട്, ബഹുമാനത്തോടെയാണ് അദ്ദേഹവുമായി ഇടപഴകുന്നത്.

ഇക്കാലത്ത് ലോകത്തിലെ പ്രധാനപ്പെട്ട സ്ഥലങ്ങൾ ടാഗോർ സന്ദർശിക്കുന്നുണ്ട്. തന്റെ അവസാന ലേഖനം Crisis in civilization നിൽ തനിക്ക് മനുഷ്യരിലുള്ള വിശ്വാസം നഷ്ടപ്പെട്ടിട്ടില്ല എന്ന് ലോകജനതയെ ഓർമ്മിപ്പിച്ചുകൊണ്ട് അദ്ദേഹം വിട

വാങ്ങുകയാണ്. ഇതിനിടയിൽ രോഗംമൂലം മരിച്ച ടാഗോറിന്റെ ഭാര്യയുടെയും മക്കളുടെയും സ്മരണ, ശാന്തിനികേതൻ പ്രവർത്തനങ്ങൾ എന്നിവ ചിത്രം പരാമർശിക്കുന്നുണ്ട്. ടാഗോറിന്റെ ശ്രദ്ധ ലോകത്തിൽ നടന്നുകൊണ്ടിരിക്കുന്ന പ്രധാനസംഭവങ്ങളിലും എത്തുന്നുണ്ട്. നാസി കൂട്ടക്കൊല, കോൺസെൻട്രേഷൻ ക്യാമ്പുകളിലെ ഭീകരത എന്നിവയും അദ്ദേഹം ചർച്ച ചെയ്യുന്നുണ്ട്.

ടാഗോറിന്റെ ജീവിതത്തോടൊപ്പം നമ്മുടെ രാജ്യത്തെ സ്വാതന്ത്ര്യസമരക്കാഴ്ചകളും ലോകത്തിലെ പ്രധാനസംഭവവികാസങ്ങളും ചിത്രം രേഖപ്പെടുത്തുന്നുണ്ട് എന്നത് ശ്രദ്ധേയമാണ്. വിരസമായ ഒരു ഡോക്യുമെന്ററിയായി മാറാതെ, ഒരു ഫീച്ചർ ഫിലിമിന്റെ ദൃശ്യപരതയും സംഗീതത്തിന്റെ സാന്നിദ്ധ്യവും ഇവിടെ നാം കാണുന്നു. ടാഗോറിന്റെ പ്രസിദ്ധമായ ഒരു ഉദ്ധരണിയോടെയാണ് റായ് ചിത്രം അവസാനിപ്പിക്കുന്നത്.

"മനുഷ്യരിലുള്ള വിശ്വാസം നശിക്കുന്ന രീതിയിലുള്ള പാപം ഞാനൊരിക്കലും ചെയ്യില്ല, ഹോളോകാസ്റ്റുകൾ പോലുള്ള ദുരന്തങ്ങൾ അവസാനിക്കുന്ന, സേവനത്താലും ത്യാഗത്താലും ശുദ്ധീകരിക്കപ്പെടുന്ന ലോകമാണ് ഞാൻ കാത്തിരിക്കുന്നത്."

2. തീൻ കന്യ

1961 ൽ ടാഗോറിന്റെ ജന്മശതാബ്ദി അടുത്തപ്പോൾ, ചലച്ചിത്രപ്രവർത്തകർ അദ്ദേഹത്തിന്റെ കഥകൾക്കും നോവലുകൾക്കും ചലച്ചിത്രഭാഷ നൽകാനുള്ള ശ്രമങ്ങൾ തുടങ്ങിയിരുന്നു. സത്യജിത് റായ് ആദ്യമായി തിരഞ്ഞെടുത്തത് ടാഗോറിന്റെ *തീൻ കന്യയായിരുന്നു*. ഇതിനിടെ അദ്ദേഹം, *അപുത്രയം, ദേവി, പരസ് പഥേർ* എന്നീ ചിത്രങ്ങൾ സംവിധാനം ചെയ്ത് ലോകസിനിമയിൽ തന്റേതായൊരു ഇടം നേടിക്കഴിഞ്ഞി

തീൻ കന്യ

ഘരെ ബായ് രെ

രുന്നു. *തീൻ കന്യയിൽ* ടാഗോറിന്റെ മൂന്ന് പ്രസിദ്ധ കഥകൾ 'പോസ്റ്റ് മാസ്റ്റർ', 'മോനിഹാര', 'സമാപ്തി' എന്നിവയാണുള്ളത്. മൂന്ന് വ്യത്യസ്തമായ സ്ത്രീജീവിതങ്ങൾ രേഖപ്പെടുത്തപ്പെട്ട ഇതിൽ, കൊച്ചുകുട്ടിയാണെങ്കിലും പക്വതയോടെ കാര്യങ്ങൾ ചെയ്യുന്ന, പോസ്റ്റ് മാസ്റ്ററിലെ രതൻ, മാനസിക പ്രശ്നമുള്ള മോനിഹാരയിലെ മോണി മാലികയെന്ന ഭാര്യ, സമാപ്തിയിലെ നല്ല ഒരു കുടുംബിനിയായി മാറാൻ ശ്രമിക്കുന്ന മൂൺമയി എന്നിവരിലാണ് ചിത്രം കേന്ദ്രീകരിക്കുന്നത്.

'പോസ്റ്റ്മാസ്റ്റർ' ടാഗോറിന്റെ വളരെ പ്രസിദ്ധമായ കഥയാണ്. കൽക്കട്ടയിൽ നിന്നും സ്ഥലംമാറ്റം ലഭിച്ച് ഗ്രാമത്തിൽ എത്തുന്ന പോസ്റ്റ്മാസ്റ്റർ നന്ദലാൽ പുതിയ സാഹചര്യവുമായി ഇണങ്ങിച്ചേരാൻ വളരെ വിഷമിക്കുന്നു. അത്യാവശ്യം സഹായ ങ്ങളൊക്കെ ചെയ്യുന്ന രതൻ അയാളെ സ്വന്തം സഹോദരനെപ്പോലെയാണ് സ്നേഹി ക്കുന്നത്. ഒരു ബന്ധമില്ലാതിരുന്നിട്ട് കൂടി അവർ പരസ്പരം വളരെ അടുക്കുന്നു. രതനെ എഴുത്തും വായനയും പഠിപ്പിക്കുന്ന നന്ദലാലിനു മലമ്പനി പിടിപെട്ടപ്പോൾ ഉറക്കമി ളച്ച് അയാളെ ശുശ്രൂഷിക്കുന്ന രതൻ ജീവിതത്തിന്റെ ഊഷ്മളമായ അനുഭവമാകുന്നു. സ്ഥലംമാറ്റം കിട്ടി, വേദനയോടെ നഗരത്തിലേക്ക് തിരിച്ചു പോകുന്ന നന്ദലാലിന്റെ കാഴ്ചയിൽ ചിത്രം അവസാനിപ്പിക്കുന്നു റായ്. അനാഥമായ ബാല്യകാലത്തിന്റെ ജീവിതവും ആർദ്രമായ സ്നേഹത്തിന്റെ കാഴ്ചയുമാണ് പോസ്റ്റ്മാസ്റ്റർ നമുക്ക് നൽകു ന്നത്. കൽക്കട്ട നഗരത്തിലെ സ്കൂൾവിദ്യാർത്ഥിനി ചന്ദന ബാനർജിയായിരുന്നു രതനായി അഭിനയിച്ചത്. അവളുടെ അഭിനയചാതുര്യത്താൽ, തന്നെ പ്രേക്ഷകർ സ്ക്രീനിൽ പലപ്പോഴും ശ്രദ്ധിക്കാറില്ല എന്ന് നന്ദലാലായി അഭിനയിച്ച അനിൽ ചാറ്റ ർജി പരാതി പറയാറുണ്ടായിരുന്നു.

'നഷ്ടപ്പെട്ട ആഭരണ'മെന്ന് അർത്ഥം വരുന്ന *മോനിഹാര* യെന്ന രണ്ടാം ചിത്രം ഉൾനാടൻ ഗ്രാമത്തിൽ നടക്കുന്ന കഥയാണ് പറയുന്നത്. ആഭരണങ്ങളോടുള്ള അമി

തമായ ആഗ്രഹം മോനിമാലികയുടെ ജീവനെടുക്കുന്ന കാഴ്ചയിൽ എത്തുന്ന ചിത്രം, കൽക്കട്ടയിൽ കച്ചവടക്കാരനായ ഫാനിഭൂഷന്റെയും മോനിയുടെയും കഥ പറയുന്നു. കുട്ടികളില്ലാത്ത അവർ, ബന്ധുക്കളുടെ പരിഹാസം സഹിക്കാൻ പറ്റില്ലെന്നു പറയുന്ന ഭാര്യയുടെ ആവശ്യമനുസരിച്ച് ഗ്രാമത്തിൽ വന്ന് അവിടെയുള്ള ഒറ്റപ്പെട്ട വീട്ടിൽ കഴിയുന്നു. ചണം തീ പിടിച്ച് കച്ചവടത്തിൽ വൻ നഷ്ടം സംഭവിച്ച ഭർത്താവ് അത് നികത്താൻ തന്റെ ആഭരണങ്ങൾ വാങ്ങുമെന്ന് ഭയപ്പെട്ട്, സ്വന്തം വീട്ടിലേക്ക് ബന്ധുവിനൊപ്പം പോകുന്ന മോനി മരണമടയുന്നു. പ്രേതമായി ഭർത്താവിനടുത്ത് എത്തുന്നു അവർ. ഈ കഥ വായിക്കുന്ന ഗ്രാമത്തിലെ അദ്ധ്യാപകൻ ഗോവിന്ദ ചക്രവർത്തി, അത് കേട്ടുകൊണ്ടിരിക്കുന്നത് ഫാനിഭൂഷണാണെന്ന് തിരിച്ചറിയുന്നത് കഥയുടെ അന്ത്യത്തിൽ ചില പിശകുകൾ ഉണ്ടെന്ന് അയാൾ പറയുമ്പോഴാണ്.

*തീൻ കന്യ*യിലെ അവസാനചിത്രം സമാപ്തി, നഗരത്തിലെ പഠനം കഴിഞ്ഞ് ഗ്രാമത്തിലെ വീട്ടിലെത്തിയ അമൂല്യയുടെയും ഗ്രാമത്തിൽ കുട്ടികൾക്കൊപ്പം കളിച്ച് നടക്കുന്ന മൂൺമൊയിയുടെയും കഥ പ്രമേയവല്ക്കരിക്കുന്നു. അമ്മയുടെ നിർബ്ബന്ധത്താൽ കല്യാണം കഴിക്കാനുള്ള പെൺകുട്ടിയെ കാണാൻ പോകുന്ന അമൂല്യ മൂൺമൊയിയുടെ കുസൃതികൾ തുടക്കത്തിൽ വെറുക്കുന്നെങ്കിലും പിന്നീട് അവളെ ഇഷ്ടപ്പെടുന്നു. അവളെ വിവാഹം കഴിക്കാനാഗ്രഹിച്ച അയാളെ എല്ലാവരും പരിഹസിക്കുന്നു. നിരവധി സംഘർഷങ്ങൾക്ക് ശേഷം സ്നേഹപൂർണ്ണമായ അവരുടെ കുടുംബജീവിതത്തിൽ റായ് ചിത്രം അവസാനിപ്പിക്കുകയാണ്. പതിനാലോളം റായ് ചിത്രങ്ങളിൽ അഭിനയിച്ച സൗമിത്ര ചാറ്റർജിയാണ് അമൂല്യയായി ഈ ചിത്രത്തിൽ അഭിനയിച്ചത്.

ബംഗാളിലെ ഗ്രാമങ്ങളിൽ നടക്കുന്ന ഈ മൂന്ന് കഥകളിലേയും പുരുഷന്മാർ കൽക്കട്ട നഗരവുമായി ബന്ധപ്പെടുന്നവരാണ്. തങ്ങളുടെ നിഷ്കളങ്കതയാലാണ്, പോസ്റ്റ് മാസ്റ്ററിലെ രതനും സമാപ്തിയിലെ മൂൺമയിയും മറ്റുള്ളവരുടെ ജീവിതത്തിൽ കടക്കു

അപൂർസൻസാർ

ചാരുലത

ന്നത്. രണ്ടു പേർക്കും അറിവും ജീവിതത്തിലെ പാഠങ്ങളും നൽകുന്ന നന്ദലാലും അമൂല്യയും. *തീൻ കന്യ*യിലെ ഏറ്റവും ദൈർഘ്യമേറിയ മോനിഹാര ഒഴിവാക്കി, Two Daughters എന്ന പേരിലാണ് വിദേശമേളകളിൽ ചിത്രം പ്രദർശിപ്പിക്കപ്പെട്ടത്. മെൽബൺ അന്താരാഷ്ട്ര ചലച്ചിത്രമേളയിൽ മികച്ച ചിത്രമായി അത് തിരഞ്ഞെടുക്കപ്പെട്ടപ്പോൾ നിരൂപകർ ഇങ്ങനെയെഴുതി: "ഇത് സത്യജിത് റായുടെ ഏഴാമത്തെ ചിത്രമാണ്. അദ്ദേഹത്തിന്റെ പ്രതിഭ പെട്ടെന്നൊന്നും വറ്റിപ്പോകില്ല എന്നതിന്റെ സൂചനയാണ് ഈ ചിത്രം."

തീൻ കന്യ, മഹാനായ രബീന്ദ്രനാഥ് ടാഗോറിന് ഒരു ഗുരുനാഥൻ എന്ന രീതിയിലും കഥാകൃത്ത് എന്ന നിലയിലും അദ്ദേഹവുമായി വളരെയടുത്ത സത്യജിത് റായ് എന്ന ചലച്ചിത്രകാരന്റെ ആദരമാണ് അടയാളപ്പെടുത്തുന്നത്.

3. ചാരുലത

തീൻ കന്യ 1961 ൽ പൂർത്തിയാക്കിയ സത്യജിത് റായ്, അടുത്ത ടാഗോർ ചിത്രം *ചാരുലത* സംവിധാനം ചെയ്യുന്നത് മൂന്ന് വർഷങ്ങൾക്ക് ശേഷമാണ്. പരസ്പരവിശ്വാസം നഷ്ടപ്പെട്ടാൽ നാമെങ്ങനെ ജീവിക്കും? എങ്ങനെ ഒന്നിച്ച് ജോലി ചെയ്യും? ചാരുലതയിലെ കഥാപാത്രം ഭൂപതി, തന്റെ ബന്ധു അമലിനോട് ചോദിക്കുന്ന ഈ ചോദ്യമാണ് ചിത്രം കേന്ദ്രീകരിക്കുന്നത്. വിശ്വാസനഷ്ടങ്ങളുണ്ടാക്കിയ തകർച്ച പ്രമേയമാക്കുന്ന ചിത്രം റായുടെ ഏറ്റവും ശ്രേഷ്ഠമായ രചനയായി നിരൂപകർ എക്കാലവും വിലയിരുത്തിയിരുന്നു. തനിക്ക് ചിത്രങ്ങളെല്ലാം നിർമ്മിക്കാൻ ഒരവസരം കൂടെ ലഭിച്ചാൽ ഒരു മാറ്റവുമില്ലാതെ ഞാൻ നിർമ്മിക്കുന്ന ഏകചിത്രം *ചാരുലത*യായിരിക്കുമെന്നു റായ് പറഞ്ഞിരുന്നു. പരസ്പര വിശ്വാസത്തിൽ വരുന്ന വിള്ളലുകൾ കാലത്തിനു മാത്രമേ നികത്താൻ കഴിയുകയുള്ളൂ എന്ന തിരിച്ചറിവിൽ റായ് ചിത്രം അവസാനിപ്പി

ക്കുന്നു. 1965 ദേശീയചലച്ചിത്രപുരസ്കാരങ്ങളിൽ മികച്ച ചിത്രമായി, സുവർണ്ണ കമൽ നേടിയ ചിത്രം അതേ വർഷം ബർലിൻ അന്താരാഷ്ട്ര ചലച്ചിത്രമേളയിൽ മികച്ച സംവിധായകനുള്ള സിൽവർ ബിയർ പുരസ്കാരം സത്യജിത് റായ്ക്ക് നേടിക്കൊടുക്കയും ചെയ്തു. 1958 ൽ ചിത്രത്തിന്റെ ആദ്യസ്ക്രിപ്റ്റ് റായ് എഴുതിയെങ്കിലും അത് മാറ്റിയെഴുതി ചിത്രം നിർമ്മിക്കുന്നത് 1964 ലാണ്. വളരെ ആകസ്മികമായാണ് റായ് *ചാരുലത*യിൽ എത്തുന്നത്. 1960 ൽ ടാഗോറിനെക്കുറിച്ചുള്ള ഡോക്യുമെന്ററി 'രബീന്ദ്രനാഥ് ടാഗോർ' നിർമ്മിക്കുന്നതിനായി അദ്ദേഹത്തിന്റെ രേഖകളും എഴുത്തും പരിശോധിക്കുന്നതിനിടയിൽ *നഷ്ടനീർ* (തകർന്ന കൂട്) എന്ന ടാഗോറിന്റെ നോവൽ റായുടെ ശ്രദ്ധയിൽപ്പെട്ടു. നോവലിന്റെ മാർജിനിൽ തന്റെ സഹോദരന്റെ ഭാര്യയുടെ പേർ അദ്ദേഹം രേഖപ്പെടുത്തിയിരുന്നു. ടാഗോറുമായി വളരെ അടുപ്പമുണ്ടായിരുന്ന, അദ്ദേഹത്തിന്റെ കൃതികൾ മുഴുവൻ വായിച്ച് അഭിപ്രായങ്ങൾ പറയാറുണ്ടായിരുന്ന അവർ ടാഗോറിന്റെ വിവാഹശേഷം ആത്മഹത്യ ചെയ്യുകയായിരുന്നു. അങ്ങനെയാണ് *നഷ്ടനീറി*ന് ടാഗോറിന്റെ ജീവിതവുമായി അടുത്ത ബന്ധമുണ്ടെന്ന് റായ് മനസ്സിലാക്കുന്നത്. *ചാരുലത* യിലെ കേന്ദ്രകഥാപാത്രമായ ചാരുവിനെ സൃഷ്ടിക്കുമ്പോൾ ഇത് അദ്ദേഹത്തിന്റെ മനസ്സിൽ ഉണ്ടായിരുന്നു. 'നഷ്ടനീർ' എന്ന പേരിൽ മറ്റൊരു ചിത്രമുള്ളതിനാൽ തന്റെ ചിത്രത്തിന് *ചാരുലത* എന്ന പേരാണ് സംവിധായകൻ നൽകിയത്.

1879 ൽ നടക്കുന്ന സംഭവമാണ് *ചാരുലത* ആവിഷ്കരിക്കുന്നത്. ചിത്രത്തിൽ, ഏകദേശം ഒരു നൂറ്റാണ്ട് മുമ്പുള്ള അന്തരീക്ഷം സൃഷ്ടിക്കാൻ സംവിധായകൻ കാണിച്ച ശുഷ്കാന്തി, റായ്ക്കൊപ്പം ഷൂട്ടിങ് ലൊക്കേഷനുകൾ സന്ദർശിക്കാറുണ്ടായിരുന്ന, അദ്ദേഹത്തിന്റെ ജീവിതകഥ *Portrait of a Director: Sathyajith Ray* എഴുതിയ മേരി സെറ്റൺ വിശദീകരിക്കുന്നുണ്ട്. 1879 ലെ കെട്ടിടങ്ങൾ, അക്കാലത്തുപയോഗിച്ചിരുന്ന

ജനാരണ്യ

ചാരുലത

ഉപകരണങ്ങൾ, ചിത്രങ്ങൾ, അലങ്കാരവിളക്കുകൾ തുടങ്ങി സിനിമയിൽ വരാൻ സാദ്ധ്യതയുള്ള എല്ലാം, അക്കാലത്ത് തെരുവിൽ കേൾക്കാറുണ്ടായിരുന്ന ശബ്ദങ്ങൾ വരെ അദ്ദേഹവും ആർട്ട് ഡയറക്ടറായിരുന്ന ബൻസി ചന്ദ്രഗുപ്തയും ചേർന്ന് പുനഃസൃഷ്ടിച്ചു. അതിനായി അവർ കാണിച്ച ആത്മാർത്ഥതയിലും ശ്രദ്ധയിലും മേരിസെറ്റൺ അത്ഭുതപ്പെടുന്നുണ്ട്.

ധനികനും ലിബറൽ ചിന്താഗതിക്കാരനുമായ ഭൂപതി, തന്റെ ഉടമസ്ഥതയിലുള്ള *ദ സെന്റിനെൽ (The Sentinel)* എന്ന പത്രത്തിലൂടെയാണ് ബ്രിട്ടീഷ് ഭരണത്തിനെതിരെയുള്ള ശക്തമായ വിയോജിപ്പുകൾ രേഖപ്പെടുത്തുന്നത്. പത്രം പുറത്തിറക്കാനായി രാവും പകലും കഠിനാദ്ധ്വാനം ചെയ്ത്, സൂക്ഷ്മതയോടെ അതിൽ ദേശീയവും അന്താരാഷ്ട്രീയവുമായ ലേഖനങ്ങൾ അയാൾ എഴുതുന്നു. കുടുംബജീവിതത്തിലെ തന്റെ അസാന്നിദ്ധ്യത്തെപ്പറ്റി ചിന്തിക്കാതെ, ഭാര്യയുടെ ഏകാന്തമായ ജീവിതത്തെപ്പറ്റി ആലോചിക്കാതെ അയാൾ കഴിയുന്നു. ഭാര്യ ചാരു, രാവും പകലും വിരസതയോടെ തള്ളിനീക്കുന്നു. ഇടയ്ക്ക് വായിക്കുന്ന ബങ്കിം ചന്ദ്ര ചാറ്റർജിയുടെ നോവലുകളും വഴിയാത്രക്കാരുടെ കാഴ്ചകളും മാത്രമാണ് അവർക്ക് ആശ്വാസമായി മാറുന്നത്. ചിത്രത്തിന്റെ ആദ്യ പത്തു മിനുട്ട് ചാരുവിന്റെ വിരസത എന്തുമാത്രം തീക്ഷ്ണമാണ് എന്ന് നമ്മെ അനുഭവിപ്പിക്കുന്നു റായ്. കട്ടിലിൽ ഇരുന്ന്, ഭർത്താവ് ഭൂപതിക്കായി തുവാല തുന്നിക്കൊണ്ടിരിക്കുന്ന ചാരുവിൽ ചിത്രം ആരംഭിക്കുന്നു റായ്. ഭർത്താവിന് നാലുമണിക്കുള്ള ചായ എത്തിക്കാൻ വേലക്കാരിയോട് പറഞ്ഞ്, പുസ്തകം മറിച്ചുനോക്കുന്ന അവർ, അതു കൊണ്ടുപോയി അലമാരയ്ക്കകത്ത് വെച്ച്, പുതിയ ഒരെണ്ണമെടുക്കുമ്പോൾ പുറത്ത് ശബ്ദം കേൾക്കുന്നു. ഓപ്പറ ഗ്ലാസെടുത്ത് ജനലിനടുത്ത് വന്ന് പുറത്ത് പോകുന്നവരെ ഗ്ലാസിലൂടെ ചാരു നോക്കുന്നു. ഒരു ജനലിനടുത്ത് നിന്ന് അടുത്തതിലേക്ക് ഉൽക്കണ്ഠയോടെ നീങ്ങിപ്പോകുന്ന അവർ, കാഴ്ചയുടെ തുടർച്ച നഷ്ടപ്പെട്ട് നിരാശയോടെ നിൽ

ക്കുമ്പോൾ ഭൂപതിയുടെ കാലടി ശബ്ദം. പൈപ്പ് കടിച്ചുപിടിച്ച് ചിന്താകുലനായി നടന്നുനീങ്ങുന്ന അയാൾ ചാരുവിനെ കാണുന്നതേയില്ല. ലൈബ്രറിയിൽ നിന്ന് പുസ്തകമെടുത്ത് മടങ്ങി, അത് വായിച്ചുകൊണ്ട് വരാന്തയിലൂടെ പോകുന്ന അയാൾ, അവിടെ നിൽക്കുന്ന ചാരുവിനെ കാണുന്നതേയില്ല. നടന്നു പോകുന്ന ഭൂപതിയെ തന്റെ കൈയിലെ ഓപ്പറ ഗ്ലാസിലൂടെ നോക്കുന്ന ചാരു, ഭൂപതി തന്നിൽനിന്നും ഏറെ ദൂരയാണെന്ന സൂചന നൽകുകയാണ്. പത്ത് മിനുട്ട് ദൈർഘ്യമുള്ള ഈ ദൃശ്യം ചാരുവിന്റെയും ഭൂപതിയുടെയും അവസ്ഥ ശക്തമായി വരച്ചുകാട്ടുകയാണ്. കൈയെത്തുന്ന ദൂരത്തായിട്ടും ഓപ്പറ ഗ്ലാസുകളിലൂടെ സ്വന്തം ഭർത്താവിനെ നോക്കേണ്ടിവരുന്ന അവസ്ഥ, അല്ലെങ്കിൽ ഓപ്പറ ഗ്ലാസുകളിലൂടെ കാണുന്നവരുടെ കൂട്ടത്തിൽ സ്വന്തം ഭർത്താവും ഉൾപ്പെടുന്ന അവസ്ഥ. രണ്ടായാലും അവർക്കിടയിലെ ബന്ധത്തിന്റെ ശൈഥില്യം വെളിവാക്കുന്നു ഈ ദൃശ്യം.

തന്റെ തിരക്ക് പിടിച്ച ജീവിതത്തിൽ ചാരുവിനെക്കുറിച്ച്, അവരുടെ ജീവിതത്തെക്കുറിച്ച് ചിന്തിക്കാൻ സമയമില്ലാതെ, അല്ലെങ്കിൽ തന്നെപ്പോലെ ചാരുവും തിരക്കിലായിരിക്കുമെന്ന ചിന്തയിൽ അവരുടെ ഏകാന്തത ഭൂപതി അറിയുന്നില്ല. തനിക്കായി തുന്നിയ തുവാല നൽകുമ്പോൾ, ഇതിനൊക്കെ എവിടുന്നാണ് സമയമെന്ന അയാളുടെ ചോദ്യത്തിന്, തനിക്ക് ധാരാളം ഒഴിവു സമയമുണ്ടെന്ന് ചാരു പറയുമ്പോഴാണ് അതേക്കുറിച്ച് ഭൂപതി ചിന്തിക്കുന്നത്.

അങ്ങനെയാണ് പത്രത്തിന്റെ കാര്യങ്ങളിൽത്തന്നെ സഹായിക്കാനായി വരാനാവശ്യപ്പെട്ട ചാരുവിന്റെ സഹോദരൻ ഉമാപദായോട്, ഭാര്യ മന്ദാകിനിയെയും കൊണ്ടു വരാൻ ഭൂപതി ആവശ്യപ്പെടുന്നത്. ഭൂപതിയുടെ ആദ്യത്തെ തകർച്ചയ്ക്ക് ഉമാപദായാണ് കാരണമാവുന്നത്. പ്രസിന്റെ സാമ്പത്തിക ഇടപാടുകൾ നോക്കിയിരുന്ന അയാൾ പണവുമെടുത്ത് ഭാര്യക്കൊപ്പം സ്ഥലംവിടുന്നു. ആകെ തകർന്നുപോകുന്ന

ജൽസാഘർ

സീമാബദ്ധ

ഭൂപതി, അത്ഭുതത്തോടും നിരാശയോടും ചോദിക്കുന്നു: "പരസ്പരം വിശ്വസിക്കാൻ പറ്റാതെ എങ്ങനെ നമുക്ക് മുമ്പോട്ട് പോകാൻ കഴിയും?" പണം നഷ്ടപ്പെട്ടതിനുമപ്പുറത്ത്, വിശ്വാസത്തകർച്ചയിലാണ് അയാൾ നിരാശനാകുന്നത്. അതോടെ അയാളുടെ എല്ലാമായിരുന്ന *ദ സെന്റിനൽ* എന്ന പത്രം നിലയ്ക്കുന്നു.

സൗമിത്രചാറ്റർജിയായി വേഷമിട്ട അമൽ, ഭൂപതിയുടെ അടുത്ത ബന്ധുവാണ്. ഒരു മുന്നറിയിപ്പുമില്ലാതെ, കാറ്റുള്ള ഒരു വൈകുന്നേരം ഭൂപതിയുടെയും ചാരുവിന്റെയും ജീവിതം ആടിയുലയാൻ കാരണമാകുന്ന മറ്റൊരു കാറ്റായി അയാൾ അവിടെയെത്തുന്നു. അമലും ചാരുവും തമ്മിൽ രൂപപ്പെടുന്ന ബന്ധമാണ് ഭൂപതിയെ തകർച്ചയിലെത്തിക്കുന്ന രണ്ടാമത്തെ സംഭവം. ചാരുവിന്റെ സാഹിത്യാഭിരുചിയെ പ്രോത്സാഹിപ്പിക്കാനായി അമലിനോട് ഭൂപതി ആവശ്യപ്പെടുകയാണ്. അതോടെ രണ്ടുപേരും അടുക്കുന്നു. അതിൽ അസാധാരണമായി ഒന്നും കരുതാതെ അമൽ ചാരുവിനോട് അടുത്ത് ഇടപഴകുന്നു. അവസാന സമയത്ത് മാത്രമാണ് ആ ബന്ധത്തിന് മറ്റൊരു അർത്ഥം ചാരു നൽകുന്നുണ്ട് എന്ന് അയാൾ മനസ്സിലാക്കുന്നത്. ചാരുവിന്റെ പ്രതികരണങ്ങളിൽനിന്നും അമലിനോടുള്ള പെരുമാറ്റത്തിൽനിന്നും സൂക്ഷ്മമായി നമുക്ക് ഇത് വായിച്ചെടുക്കാൻ കഴിയുന്നുണ്ട്. തനിക്കുവേണ്ടി മാത്രമായി എഴുതാൻ അമലിനോട് ആവശ്യപ്പെട്ട ചാരു, അത് ഒരു വാരികയിൽ പ്രസിദ്ധീകരിച്ച് കണ്ടതിൽ പ്രകോപിതയാകുന്നു. തന്റെ ബാല്യകാലസ്മരണകൾ മറ്റൊരിടത്ത് പ്രസിദ്ധീകരിച്ച് അമലിനോട് പ്രതികാരം ചെയ്യുന്നു അവർ.

ഭൂപതിക്കൊപ്പമുള്ള ജീവിതത്തിൽ ചാരു അനുഭവിക്കുന്ന വൈകാരിക ശൂന്യതയിൽ അമലിനെ നിറയ്ക്കുന്നു അവർ. എന്നാൽ വൈകി മാത്രം ഇതറിഞ്ഞ അമൽ, കുറ്റബോധത്താൽ ആരോടും യാത്രപറയാതെ വീട് വിട്ട് പോകുകയാണ്. ചിത്രത്തിന്റെ അവസാനഭാഗത്ത് മാത്രമാണ് ഭൂപതി, അമലും ചാരുവും തമ്മിലുണ്ടായിരുന്ന ബന്ധത്തിലെ അടിയൊഴുക്ക് തിരിച്ചറിയുന്നത്. അമലിന്റെ എഴുത്ത് വായിച്ച് പൊട്ടിക്കര

യുന്ന ചാരുവിന്റെ കാഴ്ചയാണ് അതിന് കാരണമാകുന്നത്. താൻ വീണ്ടും വഞ്ചിക്കപ്പെട്ടിരിക്കുന്നു എന്നറിഞ്ഞ്, അസ്വസ്ഥമായ മനസ്സോടെ, കുതിരവണ്ടിയിൽ ലക്ഷ്യമില്ലാത്ത യാത്ര. അതിനിടയിൽ, ഭൂപതിയും ചാരുവും പുതിയൊരു ജീവിതം ആരംഭിക്കാനും പത്രം തുടരാനും തീരുമാനിച്ചിരുന്നു. അതിന്റെ സാഹിത്യവിഭാഗം താൻ കൈകാര്യം ചെയ്യാമെന്ന് ചാരു സമ്മതിച്ചിരുന്നു. താൻ ഇനി മുതൽ ബങ്കിം ചന്ദ്രയുടെ നോവലുകൾ വായിക്കാമെന്ന് പറയുന്ന ഭൂപതി, തന്റെ തെറ്റ് തിരിച്ചറിഞ്ഞതായി നാം മനസ്സിലാക്കുന്നു. ഭാര്യയുടെ വൈകാരികമായ ആവശ്യങ്ങൾ നിറവേറ്റാൻ ഭൂപതി തയ്യാറാവുകയാണ്. എന്നാൽ ഇതിനു ശേഷമാണ് അമലും ചാരുവും തമ്മിലുണ്ടായിരുന്ന ബന്ധം ഭൂപതി അറിയുന്നത്. അന്ത്യഭാഗത്ത് ഭൂപതിയും ചാരുവും പരസപരം അടുക്കാൻ സമയമെടുക്കും എന്ന സൂചനയിൽ ചിത്രം അവസാനിക്കുന്നു.

ചാരുലത റായുടെ സിനിമ എന്നതുപോലെ, മാധബി മുഖർജിയെന്ന അനുഗ്രഹീത നടിയുടെ സിനിമ കൂടിയാണ്. റായ് ചിത്രങ്ങളിൽ ഏറ്റവും സൂക്ഷ്മമായ രീതിയിൽ അഭിനയ മികവ് പ്രദർശിപ്പിക്കപ്പെടുന്ന ചിത്രമാണിത്. അത്തരത്തിലുള്ള വൈകാരിക കൈമാറ്റങ്ങൾ നിരവധി ദൃശ്യങ്ങളിൽ നമുക്ക് കാണാൻ കഴിയുന്നു. മറ്റുള്ളവരുടെ സാന്നിദ്ധ്യത്തിൽ ചാരു അമലിനോട് പെരുമാറുന്നതും ആരുമില്ലാത്തപ്പോൾ അമലിനോട് പ്രതികരിക്കുന്നതും സൂക്ഷ്മമായി ശ്രദ്ധിച്ചാൽ, മാധബിയെന്ന നടിയുടെ അസാമാന്യ പ്രകടനം നമുക്ക് വ്യക്തമാകും. കുലീനയായ കുടുംബത്തിലെ കുടുംബിനിയിൽ നിന്ന്, അമലിനോട് പ്രേമാഭ്യർത്ഥന നടത്തുന്ന, കരഞ്ഞുകൊണ്ട് അപേക്ഷിക്കുന്ന, ഒരു കാമുകിയുടെ അവസ്ഥയിലേക്ക് അവർ മാറുന്നത് നമുക്ക് കാണാൻ കഴിയുന്നു. വളരെക്കുറച്ച് വാതിൽപ്പുറ ദൃശ്യങ്ങൾ മാത്രമേ ഇതിലുള്ളുവെങ്കിലും മുറിക്കകത്തും ഇടനാഴിയിലും വികാരസാന്ദ്രമായ അന്തരീക്ഷം നമുക്ക് കാണാൻ കഴിയുന്നുണ്ട്. 'തകർന്ന കൂട്' എന്ന് അർത്ഥമാകുന്ന *നഷ്ടനീട്,* കാലം കൂടിനെ സാധാരണ അവസ്ഥയിൽ എത്തിക്കും എന്ന പ്രത്യാശയിലാണ് അവസാനിക്കുന്നത്.

ദൃശ്യപരമായി വളരെയേറെ ഔന്നത്യത്തിലുള്ള നിരവധി സന്ദർഭങ്ങൾ നമുക്ക് *ചാരുലത* യിൽ കാണാൻ കഴിയുന്നുണ്ട്. മുറ്റത്തെ ഊഞ്ഞാലിൽ ആടുന്ന ചാരുവും ദൂരെയിരുന്ന് എഴുതിക്കൊണ്ടിരിക്കുന്ന അമലും ഉൾപ്പെട്ട ദൃശ്യം വളരെയധികം നിരൂപക പ്രശംസ നേടിയിരുന്നു. കൈയിലെ ഓപ്പറ ഗ്ലാസിലൂടെ അപ്പോൾ ചാരു കാണുന്ന കാഴ്ചകൾ അവരുടെ ജീവിതത്തിലെ പുതിയ പ്രതീക്ഷകളാണ്. കുട്ടിയെ താലോലിച്ചുകൊണ്ടിരിക്കുന്ന അയൽപക്കത്തെ സ്ത്രീ ജീവിതത്തിൽ പുതിയ പ്രതീക്ഷകൾ മെനയാൻ അവരെ പ്രേരിപ്പിക്കുന്നുണ്ട്. മറ്റു റായ് ചിത്രങ്ങളിൽനിന്നും വിഭിന്നമായി, കാച്ചിക്കുറുക്കിയ ദൃശ്യപരിചരണം *ചാരുലത* പ്രേക്ഷകർക്ക് നൽകുന്നു. ചാരുവിന്റെ മൗനവും സൂചനകളും തേങ്ങലുകളും നിശ്വാസങ്ങളും ചിത്രത്തിന്റെ അന്തരീക്ഷത്തെയാകെ വ്യത്യസ്തമാക്കുന്നു. റായ് ചിത്രങ്ങളിൽ ഏറ്റവും മികച്ചതായി സംവിധായകൻ തിരഞ്ഞെടുത്ത *ചാരുലത,* ലോകസിനിമയിലെ മികച്ച ഒരു രചനയായിട്ടാണ് കണക്കാക്കപ്പെടുന്നത്.

4. ഘരേ ബായരേ

'വീടും ലോകവും' എന്നർത്ഥമാക്കുന്ന *ഘരേ ബായരേ* റായ് നിർമ്മിക്കുന്നത് 1984 ലാണെങ്കിലും, 1940 ൽ അതിന്റെ തിരക്കഥ അദ്ദേഹം പൂർത്തിയാക്കിയിരുന്നു. 1905 ൽ അന്നത്തെ ബ്രിട്ടീഷ് വൈസ്രോയിയായിരുന്ന കഴ്സൺ പ്രഭു നടപ്പിലാക്കിയ

തീൻ കന്യ

ബംഗാൾ വിഭജനവും തുടർന്ന് സ്വദേശി പ്രസ്ഥാനവും പശ്ചാത്തലമാക്കുന്ന ചിത്രത്തിന് അടിസ്ഥാനമാകുന്നത് 1916 ൽ ടാഗോർ എഴുതിയ *ഘരേ ബായ് രേ* എന്ന നോവലാണ്. പത്ത് വർഷങ്ങൾക്ക് മുമ്പ് ബംഗാൾ വെട്ടിമുറിച്ച് ഹിന്ദുക്കൾക്കും മുസ്ലീങ്ങൾക്കുമിടയിൽ വർഗ്ഗീയ വേർതിരിവും വൈരവും ഉണ്ടാക്കിയ ബ്രിട്ടീഷ് ഭരണക്രമത്തിനെതിരെ മാത്രമല്ല, ഈ വിഭജനത്തിന്റെയും സ്വാതന്ത്ര്യസമരത്തിന്റെയും ഭാഗമായി രൂപംകൊണ്ട സ്വദേശി പ്രസ്ഥാനത്തിലും അതുണ്ടാക്കിയ വർഗ്ഗീയലഹളകളിലും അവയുടെ അടിയൊഴുക്കുകളിലൂടെയുമാണ് ടാഗോർ തന്റെ നോവൽ കൊണ്ടുപോകുന്നത്. ഇതിന്റെ കാരണത്താൽ സ്വദേശിപ്രസ്ഥാനത്തിന്റെ തുടക്കത്തിൽ അതുമായി സഹകരിച്ച ടാഗോർ, പിന്നീട് അതിൽനിന്നു വിട്ടുനിന്നിരുന്നു എന്നത് ചരിത്രം. ഇന്ത്യൻ സ്വാതന്ത്ര്യ സമരത്തിൽ എവിടെയൊക്കെയോ, എങ്ങനെയോ ഹിന്ദു വർഗ്ഗീയതയുടെ നിറം കലർന്നിരുന്നു എന്ന വിമർശനത്തിന് ഇത് ബലം നൽകുകയാണ്. ദേശീയതയിൽ നിന്ന് ഇന്ത്യയിലെ മതന്യൂനപക്ഷങ്ങളെ ഒഴിവാക്കിക്കൊണ്ടുള്ള (exclusionary nationalism) ഭരണകൂടസമീപനം ഇപ്പോഴും നമ്മുടെ രാജ്യത്ത് സജീവമാണ്. അതുകൊണ്ടുതന്നെ *ഘരേ ബായ് രേ* എന്ന ചിത്രം ഇപ്പോഴും പ്രസക്തിയുള്ളതായി മാറുന്നു. അതോടൊപ്പം റായ് സിനിമകളിലെ ശക്തരായ സ്ത്രീകഥാപാത്രങ്ങളിൽ ഇതിലെ ബിമലയും ഉൾപ്പെടുന്നുണ്ട്. ബിമല ഒരു അലിഗറിയായി, ഇന്ത്യയുടെ പ്രതീകമാവുമ്പോൾ, മതന്യൂനപക്ഷങ്ങളടക്കമുള്ള എല്ലാവരെയും ഒന്നിച്ച് ചേർത്തുള്ള വികസനസമീപനവും അതിനു വിരുദ്ധമായി വിഘടനപരമായ പ്രവർത്തനങ്ങളും ചിത്രത്തിലെ നിഖിൽ ചൗധരിയും സന്ദീപ് ചാറ്റർജിയും പ്രതിനിധാനം ചെയ്യുമ്പോൾ, ഇവയ്ക്കിടയിൽപ്പെട്ട ഇന്ത്യയായി ബിമല മാറുകയാണ്. ഇവർ മൂന്നുപേരുമാണ് ചിത്രത്തിലെ കേന്ദ്രകഥാപാത്രങ്ങൾ.

കിഴക്കൻ ബംഗാളിലെ ഒരു ഗ്രാമത്തിൽ ജമീന്ദാറായ നിഖിൽ ചൗധരി, ഗ്രാമത്തിലെ ജനങ്ങളുടെ ക്ഷേമത്തിൽ അതീവതൽപ്പരനാണ്. തികച്ചും ആധുനികമായ രീതികളിൽ ജീവിക്കുന്ന അയാൾ ബിമലയെ ആധുനികവസ്തുങ്ങൾ ഉപയോഗിക്കാൻ പ്രേരി

ചാരുലത

പ്പിക്കയും ട്യൂഷൻ ടീച്ചറെ വെച്ച് ഇംഗ്ലീഷ് പഠിപ്പിക്കയും ചെയ്യുന്നു. നിഖിലിന്റെ മുൻകാല സുഹൃത്തും സ്വദേശിപ്രസ്ഥാനത്തിന്റെ നേതാവുമായ സന്ദീപ് അവിടെയെത്തുമ്പോൾ നിഖിലും ബിമലയും അയാളെ സന്ദർശിക്കുന്നു. അയാളുടെ വ്യക്തിത്വത്തിലും രാഷ്ട്രീയ നിലപാടുകളിലും ബിമല ആകൃഷ്ടയാവുന്നു. നിഖിലിന് അത്തരം കാര്യങ്ങളിൽ വിരുദ്ധമായ അഭിപ്രായങ്ങളാണ് ഉള്ളതെന്നറിഞ്ഞിട്ടും സന്ദീപുമായി ബിമല അടുക്കുന്നു. സ്വദേശിപ്രസ്ഥാനത്തോടുള്ള ബിമലയുടെ അടുപ്പം സന്ദീപുമായുള്ള വ്യക്തിപരമായ അടുപ്പത്തിലേക്കാണ് എത്തുന്നത്. ഇത് മനസ്സിലാക്കിയ നിഖിൽ ബിമലയെ തടയുന്നില്ല, അവർ സ്വയം തിരിച്ചറിഞ്ഞ് തിരിച്ചുവരും എന്ന് പ്രതീക്ഷയോടെ അതിനായി കാത്തിരിക്കുന്നു അയാൾ.

താമസിയാതെ സന്ദീപിന്റെ യഥാർത്ഥമുഖം വെളിവാക്കപ്പെടുന്നു. നിഖിലിന്റെ അധികാരപരിധിയിൽ സ്വദേശി പ്രസ്ഥാനം വേരോടുന്നില്ല എന്ന് തിരിച്ചറിഞ്ഞ് സന്ദീപ്, അവിടെ മുസ്ലീം വിരുദ്ധസമീപനം സ്വീകരിക്കുന്നു. ഇത് വർഗ്ഗീയമായ ചേരിതിരിവിലേക്കും സംഘർഷങ്ങളിലേക്കുമാണ് എത്തുന്നത്.

ഇതിനിടയിൽ ബിമല അയാളുമായി വളരെയേറെ അടുത്തുകഴിഞ്ഞിരുന്നു. വീട്ടിൽ നിന്ന് പണവും സ്വർണ്ണവുമെടുത്ത് സന്ദീപിന് നൽകുന്നു അവർ. നാട്ടിൽ വർഗ്ഗീയ സംഘർഷങ്ങൾക്ക് നേതൃത്വം നൽകുന്ന സന്ദീപിനെ വൈകിയാണെങ്കിലും ബിമല മനസ്സിലാക്കുന്നു. ഈ സംഘർഷങ്ങളിൽ നിന്ന് സ്വന്തം നാട്ടിലെ ജനങ്ങളെ രക്ഷിക്കാനായി ഇറങ്ങിത്തിരിച്ച നിഖിൽ കൊല്ലപ്പെടുന്നതോടെ ചിത്രം അവസാനിക്കുന്നു.

തന്റെ നോവലിലൂടെ ടാഗോർ രേഖപ്പെടുത്തിയ രാഷ്ട്രീയ നിലപാടുകളുടെ ചലച്ചിത്രരൂപമാണ് *ഘരേ ബായ് രേ*. കവിതകളും ലേഖനങ്ങളും എഴുതിക്കൊണ്ട് തുടക്ക

ചാരുലത

ത്തിൽ സ്വദേശിപ്രസ്ഥാനത്തിൽ സജീവമായിരുന്ന ടാഗോർ, പിന്നീട് പ്രസ്ഥാനം ഹിന്ദുക്കൾ ഏറ്റെടുത്ത്, മുസ്ലീങ്ങൾക്കെതിരെയുള്ള സമരവും അക്രമവുമായി അത് മാറിയതോടെ അതിൽനിന്നും മാറിനിന്നു. വർഗ്ഗീയ ലഹളയായി അത് മാറിയ സമയത്താണ് 1906 ൽ ധാക്കയിൽ മുസ്ലീം ലീഗ് രൂപീകരിക്കപ്പെടുന്നത്. ചരിത്രകാരൻ രഞ്ജിത് റോയുടെ അഭിപ്രായം ഇവിടെ പ്രസക്തമാവുന്നു: "സ്വദേശി പ്രസ്ഥാനം മുസ്ലിം ജനതയെ ദേശീയ രാഷ്ട്രീയത്തിൽനിന്നും ഒറ്റപ്പെടുത്തുകയായിരുന്നു. അതോടെ ടാഗോർ സജീവരാഷ്ട്രീയത്തിൽനിന്നും മാറിനിന്നു. യുക്തിപരവും മാനവികവുമായ ഈ നിലപാട് സത്യജിത് റായും പിന്തുടരുകയായിരുന്നു. സമകാലീന രാഷ്ട്രീയ മണ്ഡലത്തിൽ സന്ദീപിന് നിരവധി പേരുമായി നമുക്ക് സാമ്യം കണ്ടെത്താൻ കഴിയും."ജനിച്ചതുകൊണ്ടു മാത്രം ഇന്ത്യ എന്റെ രാജ്യമാകുന്നില്ല. ശക്തി ഉപയോഗിച്ച് പിടിച്ചടക്കുമ്പോൾ മാത്രമാണ് അത് എന്റേതാവുന്നത്." ഇത് പ്രാവർത്തികമാക്കാൻ ശ്രമിക്കയാണ് അയാൾ ഈ ചിത്രത്തിൽ. ഇതിനായി എല്ലാ വഴികളും അയാൾ സ്വീകരിക്കുന്നു. തന്റെ വ്യക്തിത്വവും പ്രസംഗവുമുപയോഗിച്ച് ആളുകളെ സ്വാധീനിക്കുകയും അത് നടക്കാതെ വരുമ്പോൾ അക്രമമാർഗ്ഗത്തിലേക്ക് തിരിയുകയും ചെയ്യുന്നു. ചിത്രത്തിൽ ഇത്തരം നിരവധി സന്ദർഭങ്ങൾ നമുക്ക് കാണാൻ കഴിയുന്നുണ്ട്.

അക്രമരാഷ്ട്രീയത്തിലധിഷ്ഠിതമായ ദേശീയത ടാഗോർ എല്ലാക്കാലവും എതിർത്തിരുന്നു. സാമൂഹികമായ ഉന്നതിയില്ലാതെ രാഷ്ട്രീയ സ്വാതന്ത്ര്യത്തിന് അർത്ഥമില്ല എന്ന് അദ്ദേഹം വിശ്വസിച്ചു. അദ്ദേഹത്തിന്റെ ശബ്ദമാണ് നിഖിലിലൂടെ നാം ചിത്രത്തിൽ കേൾക്കുന്നത്. "അവർക്ക് ആരാധിക്കാനായി രാജ്യത്തിന്റെ ഒരു രൂപം അവർ

സ്വയം സൃഷ്ടിച്ചിരിക്കയാണ്. അതിന് യാഥാർത്ഥ്യവുമായി ഒരു ബന്ധവുമില്ല." ചിത്രം മതസൗഹാർദ്ദത്തിന്റെ ആവശ്യകത നമ്മോട് പറയുന്നു. രണ്ടു മത വിഭാഗങ്ങൾ തമ്മിൽ സംഘർഷത്തിലായപ്പോൾ, ഹിന്ദുമത നേതാക്കളെ വിളിച്ചുചേർത്ത് നിഖിൽ ആവശ്യപ്പെടുന്നത് ഇതാണ്. "നമുക്ക് ഏത് മതവിശ്വാസവും തിരഞ്ഞെടുക്കാനുള്ള അവകാശമുണ്ട്, എന്നാൽ മറ്റു വിശ്വാസങ്ങളിൽ ഇടപെടാൻ അധികാരമില്ല. മുസ്ലീങ്ങൾ ഇന്ത്യയുടെ ഭാഗം തന്നെയാണ്. അത് ചരിത്രവസ്തുതയാണ്. അത് നാം സ്വീകരിക്കയും അംഗീകരിക്കയും വേണം. അവരില്ലാത്ത ഇന്ത്യയെക്കുറിച്ച് എനിക്ക് ചിന്തിക്കാൻ പോലും കഴിയുന്നില്ല. അതുകൊണ്ട് ഞാൻ അപേക്ഷിക്കയാണ്, ഈ അക്രമങ്ങൾ തുടരരുത്.'' സ്വാഭാവികമായി *ഘരേ ബായ് രേ* സമകാലീന ഇന്ത്യൻ അവസ്ഥയിലും വളരെയധികം പ്രസക്തമാവുന്നു.

1984 ലെ ഏറ്റവും മികച്ച ചിത്രത്തിനുള്ള ദേശീയ പുരസ്കാരം, ചിത്രം നേടിയിരുന്നു. കൂടാതെ 1984 ലെ കാൻ ചലച്ചിത്രോത്സവത്തിൽ ഗ്രാന്റ് പ്രീ പുരസ്കാരത്തിനായി അത് മത്സരിക്കയും ചെയ്തു. റായ്, *ഘരേ ബായ് രേ*ക്കുവേണ്ടി ഒരുക്കിയ സംഗീതം ചിത്രത്തിന്റെ അന്തരീക്ഷവുമായി യോജിച്ച് പോകുന്നുണ്ട്. റായുടെ രാഷ്ട്രീയ ചിത്രങ്ങളിൽ *ഘരേ ബായ് രേ* കൃത്യമായ സ്ഥാനം നേടുന്നു.

സത്യജിത് റായ് എന്ന ചലച്ചിത്രകാരനെ ടാഗോർ സ്വാധീനിക്കുന്നത്, അദ്ദേഹത്തിന്റെ ചില നോവലുകൾക്കും കഥകൾക്കും റായ് ചലച്ചിത്രരൂപം കൊടുത്തു എന്നതുകൊണ്ട് മാത്രമല്ല. റായുടെ ജീവിതസമീപനങ്ങളും നിലപാടുകളും നിർണ്ണയിക്കുന്നതിൽ ടാഗോറിന് കൃത്യമായ പങ്കുണ്ട് എന്നത് പരക്കെ അംഗീകരിക്കപ്പെടുന്നതാണ്. മാർഗ്ഗദർശിയായ ഒരു ഗുരുനാഥനായും അദ്ധ്യാപകനായും ടാഗോർ റായുടെ ജീവിതത്തെ സ്വാധീനിച്ചിരുന്നു എന്നതാണ് വാസ്തവം.

അദ്ധ്യായം നാല്

രാഷ്ട്രീയ നിലപാടുകൾ രേഖപ്പെടുത്തുന്ന കൽക്കട്ട ത്രയം

"സത്യജിത് റായുമായി നിരവധി ചിത്രങ്ങളിൽ ഒന്നിച്ച് പ്രവർത്തിക്കാൻ കഴിഞ്ഞത് ഞങ്ങൾ രണ്ടുപേരും ഒരേ രീതിയിൽ ചിന്തിച്ചിരുന്നതുകൊണ്ടാണ്."

- സൗമിത്ര ചാറ്റർജി
നടൻ

റായ് ചിത്രങ്ങളിലെ രാഷ്ട്രീയനിലപാടുകളെക്കുറിച്ച് സംശയം പ്രകടിപ്പിക്കുന്നവരോട് അദ്ദേഹത്തിന്റെ ചിത്രങ്ങളിൽ ആഴമേറിയ പഠനങ്ങൾ നടത്തുകയും അവ ആസ്പദമാക്കി *ദ ഇന്നർ ഐ* എന്ന സമഗ്രമായ ഗ്രന്ഥം രചിക്കയും ചെയ്ത ആൻഡ്രൂ റോബിൻസൺ താൻ റായുമായി നടത്തിയ അഭിമുഖം ചൂണ്ടിക്കാട്ടാറുണ്ട്. രാഷ്ട്രീയം അപ്രധാനമാണെന്ന് കരുതുന്നുണ്ടോ എന്ന ചോദ്യത്തിന് റായുടെ മറുപടി ഇങ്ങനെയായിരുന്നു: "നിങ്ങൾ ഒരു ചലച്ചിത്രകാരനാണെങ്കിൽ, രാഷ്ട്രീയമടക്കമുള്ള, ചുറ്റുപാടുകളെ സ്വാധീനിക്കുന്ന എല്ലാ ഘടകങ്ങളും പ്രധാനപ്പെട്ടവ തന്നെയാണ്. 1960 മുതൽ, ഞാൻ ചുറ്റുപാടുകളെക്കുറിച്ച് കൂടുതൽ ശ്രദ്ധിക്കാൻ തുടങ്ങി, കേന്ദ്ര പ്രമേയത്തോടൊപ്പം അവയും എന്റെ ചിത്രങ്ങളിൽ ഉൾക്കൊള്ളിക്കാൻ ഞാൻ തീരുമാനിച്ചു. രാഷ്ട്രീയചർച്ചയില്ലെങ്കിലും കോക്ടെയിൽ പാർട്ടിക്കിടയിൽ ബോംബ് വർഷിക്കുന്ന ശബ്ദവും അതേപ്പറ്റി ആളുകൾ ചർച്ച ചെയ്യുന്നതും രാഷ്ട്രീയമല്ലേ? ലോഡ് ഷെഡ്ഡിങ്ങും, ലിഫ്റ്റ് ഇടയ്ക്കുവെച്ച് കേടാവുന്നതും ഒക്കെ രാഷ്ട്രീയമല്ലേ?" (അഭിമുഖത്തിന്റെ പൂർണ്ണരൂപം ഈ പുസ്തകത്തിന്റെ അവസാന അദ്ധ്യായത്തിൽ വായിക്കാം). ഇന്ത്യ, സമരങ്ങളാലും സംഘർഷങ്ങളാലും ഉലകി മറഞ്ഞിരുന്ന എഴുപതുകളിൽ റായ് നിർമ്മിച്ച ചിത്രങ്ങൾ ഇവ കൃത്യമായി അടയാളപ്പെടുത്തിയിരുന്നു. തൊഴിലില്ലായ്മ, പട്ടിണി, ബംഗ്ലാദേശ് യുദ്ധം സൃഷ്ടിച്ച

ജനാരണ്യ

അഭയാർത്ഥിപ്രവാഹം, എല്ലാത്തിനുമപ്പുറം ഇന്ത്യൻ ജനാധിപത്യത്തിന്റെ വേരറുത്ത അടിയന്തരാവസ്ഥ എന്നിവ രാജ്യം മുഴുവൻ വൻ സമരങ്ങളും സംഘർഷങ്ങളും വെടിവെപ്പും അക്രമങ്ങളും വിളിച്ചുവരുത്തി. ഇത് ഏറ്റവും രൂക്ഷമായി അനുഭവപ്പെട്ട പട്ടണം കൽക്കട്ടയായിരുന്നു. കൽക്കട്ടയിലെ തെരുവുകൾ ക്ഷുഭിതയൗവനങ്ങളുടെ പ്രതിഷേധത്താൽ സ്തംഭിച്ചുനിന്നു. നക്സലൈറ്റ് പ്രസ്ഥാനം സജീവമായിരുന്ന അക്കാലത്ത് പൊലീസുമായുള്ള ഏറ്റുമുട്ടൽ പതിവ് കാഴ്ചകളായി. തെരുവുകളിൽ അജ്ഞാതശവങ്ങൾ കാണപ്പെടാൻ തുടങ്ങി. എത്രയോ യുവാക്കൾ രക്തസാക്ഷിത്വം വഹിച്ചു. ഭരണകൂടത്തിനെതിരായുള്ള ഈ മുന്നേറ്റങ്ങളിൽ കലാകാരന്മാരും ബുദ്ധിജീവികളും പങ്കെടുത്തിരുന്നു. അതിന്റെ ഭാഗമായാണ് സമകാലീനരായ രണ്ട് പ്രസിദ്ധ ചലച്ചിത്രകാരന്മാരായ സത്യജിത് റായും മൃണാൾ സെന്നും ഒരേ സമയത്ത് കൽക്കട്ട കേന്ദ്രീകരിച്ച് കൽക്കട്ട ചിത്രത്രയങ്ങൾ സൃഷ്ടിച്ചത്. *പ്രതിദ്വന്ദി* (1970), *സീമാബദ്ധ* (1971), *ജനാരണ്യ* (1975) എന്നീ റായ് ചിത്രങ്ങളും *ഇന്റർവ്യൂ* (1971), *കൽക്കട്ട 71* (1972), *പടാദിക്ക്* (1973) എന്നീ സെൻ ചിത്രങ്ങളും കൽക്കട്ട ചിത്രത്രയങ്ങളായാണ് അറിയപ്പെടുന്നത്. വ്യത്യസ്തങ്ങളായ ശൈലികളിൽ അക്കാലത്ത് സജീവമായിരുന്ന സാമൂഹിക-രാഷ്ട്രീയ വിഷയങ്ങൾ ഈ ചിത്രങ്ങൾ ആവിഷ്കരിക്കുന്നുണ്ട്.

റായ് ചിത്രത്രയം പൊതുവെ കൈകാര്യം ചെയ്യുന്നത് കലുഷിതമായ കൽക്കട്ടയിലെ തൊഴിലില്ലായ്മയാണ്. വിവിധ സാമ്പത്തിക അവസ്ഥകളിൽ നഗരത്തിൽ ജീവിക്കുന്നവർ. മൂന്ന് ചിത്രങ്ങളിലെ മുഖ്യകഥാപാത്രങ്ങൾ സിദ്ധാർത്ഥ ബോസ്, ശ്യാമളേന്ദു ചാറ്റർജി, സോമനാഥ എന്നിവർ അക്കാലഘട്ടത്തിലെ ബംഗാളിയുവത്വത്തിന്റെ പരിച്ഛേദമായി മാറുകയാണ്. വ്യത്യസ്ത സാമ്പത്തിക അവസ്ഥകളിൽ ജീവിക്കുന്ന ഈ മൂന്നുപേരുടെയും ജീവിതപ്രതിസന്ധികൾ വിഭിന്നമാണ്. എന്നാൽ തങ്ങളുടെ നിസ്സഹായ അവസ്ഥയിൽ അവർ ഒരേപോലെയാണ്, ഒന്നുകിൽ കീഴടങ്ങുക, അല്ലെങ്കിൽ

നശിക്കുക (മരിക്കുക). എഴുപതുകളിലെ കൽക്കട്ട നേരിട്ട (ഇന്ത്യയിലെ ഇതര നഗരങ്ങളും) യുവജനങ്ങളുടെ പ്രശ്നങ്ങൾ ഉന്നയിക്കുമ്പോൾ തന്റെ രാഷ്ട്രീയ നിലപാടുകൾ തന്നെയാണ് റായ് മുമ്പോട്ട് വെക്കുന്നത്. ജീവിതസമസ്യകൾ നാം കരുതുന്നതുപോലെ ലളിതമല്ല, അവ സങ്കീർണ്ണതകളിൽ ചെന്ന് വഴിമുട്ടി നിൽക്കുകയാണ് എന്ന് ബോദ്ധ്യപ്പെടുത്തിക്കൊണ്ട്, ലളിതവല്ക്കരണം എല്ലായ്പ്പോഴും യാഥാർത്ഥ്യങ്ങളിൽ നിന്നുള്ള വ്യതിയാനങ്ങളാണ് എന്ന് റായ് പറയാറുണ്ട്. തനിക്ക് ഏറെ പരിചയമുള്ള സാമ്പത്തിക സാമൂഹിക പശ്ചാത്തലങ്ങളാണ് ഈ മൂന്നുപേർക്കും ഉള്ളതെന്ന് സൂചിപ്പിക്കുന്നു അദ്ദേഹം. അതുകൊണ്ടുതന്നെ അദ്ദേഹത്തിന്റെ ആഖ്യാനം തികച്ചും ആധികാരികമായി മാറുന്നുണ്ട്.

പ്രസക്തമായൊരു ചോദ്യം നമുക്ക് മുമ്പിൽ വരുന്നുണ്ട്, അത് സത്യജിത് റായുടെ

സീമാബദ്ധ

രാഷ്ട്രീയനിലപാട് എന്തായിരുന്നു, എന്നതാണ്. സ്വാതന്ത്ര്യത്തിനുശേഷം ബംഗാളി സമൂഹത്തിൽ മാറ്റങ്ങൾക്കായി സമരരംഗത്തിറങ്ങിയവരോട് റായ്ക്ക് എക്കാലവും ആദരവ് മാത്രമേ ഉണ്ടായിരുന്നുള്ളു. എന്നാൽ അക്രമവഴികൾ അദ്ദേഹം പിന്തുണച്ചില്ല. ആൻഡ്രൂ റോബിൻസണുമായുള്ള അഭിമുഖത്തിൽ അദ്ദേഹം അത് വ്യക്തമാക്കുന്നുണ്ട്. *പ്രതിദ്വന്ദി* യിലെ തീവ്രവാദിയെക്കുറിച്ചുള്ള ചോദ്യത്തിന് അദ്ദേഹത്തിന്റെ മറുപടി ഇങ്ങനെയാണ്: “തീർച്ചയായും. വെടിയുണ്ടകൾ നേരിടാനും, സ്വന്തം ജീവൻ ത്യജിക്കാനും തയ്യാറാകുന്നവരെ ഞാൻ എക്കാലവും ബഹുമാനിക്കുന്നു. അവർക്കുള്ള അസാമാന്യ ധൈര്യം എന്നെ എപ്പോഴും ആകർഷിക്കാറുണ്ട്. എനിക്ക് അത്തരം സന്ദർഭങ്ങൾ അഭിമുഖീകരിക്കാൻ കഴിയില്ല, അതിനുള്ള ധൈര്യം ഇല്ല. ധൈര്യം എപ്പോഴും ബഹുമാനിക്കപ്പെടേണ്ടത് തന്നെയാണ്. “സ്വാതന്ത്ര്യാനന്തര ബംഗാളി” സമൂഹത്തെ മാറ്റുവാനായി സമരങ്ങളിലേർപ്പെട്ടവരെ അദ്ദേഹം എപ്പോഴും ബഹുമാനിച്ചു. ഇടതുപക്ഷചിന്താഗതിയുണ്ടായിരുന്ന റായ് ഒരു പാർട്ടിയിൽ അംഗത്വമെടുത്ത് അതിന്റെ ചട്ടക്കൂടിനുള്ളിൽ പ്രവർത്തിക്കാൻ തയ്യാറായിരുന്നില്ല.

1962 ലെ ഇന്ത്യാ-ചൈന യുദ്ധക്കാലത്ത് ചൈനക്കെതിരെ നടന്ന പ്രകടനത്തിൽ നിന്നും മാറിനിന്ന അദ്ദേഹം, 1966 ലെ രൂക്ഷമായ ഭക്ഷ്യക്ഷാമത്തിനെതിരെ നടന്ന പ്രക്ഷോഭത്തിൽ പങ്കെടുത്തവരെ വിചാരണയില്ലാതെ തടവിലിട്ട രാജ്യത്തെ ഭരണകൂടത്തിനെതിരെ സമരരംഗത്തിറങ്ങി. അതുപോലെ വിയറ്റ്നാമിൽ യുദ്ധ രംഗത്തിറങ്ങാൻ അമേരിക്കയെടുത്ത തീരുമാനത്തിനെതിരെ നടന്ന ശക്തമായ പ്രതിഷേധത്തിലും റായ് അണിചേർന്നിരുന്നു. അടിയന്തരാവസ്ഥയ്ക്കെതിരെ ശക്തമായി പ്രതികരിച്ച റായ്, അതേക്കുറിച്ച് ഒരു ചിത്രമെടുക്കാനാവശ്യപ്പെട്ട ഇന്ദിരാഗാന്ധിയെ,

തനിക്ക് വളരെയേറെ അടുപ്പമുണ്ടായിരുന്നിട്ടുപോലും തന്റെ വിയോജിപ്പ് അറിയിച്ചു. അക്കാലത്ത് നിരവധി അക്രമങ്ങൾക്ക് നേതൃത്വം നൽകിയ സഞ്ജയ് ഗാന്ധിയെ രൂക്ഷമായ ഭാഷയിലാണ് റായ് വിമർശിച്ചിരുന്നത്.

1982 ൽ *cinesta* ലേഖകനുമായുള്ള അഭിമുഖത്തിൽ ഉയർന്നുവന്ന ചോദ്യം റായ് പ്രേക്ഷകരുടെ മനസ്സിലും എക്കാലവും ഉയർന്നുവന്നിട്ടുള്ളതാണ്.

തന്റെ ചിത്രങ്ങളിൽ നിന്ന് രാഷ്ട്രീയവിഷയങ്ങൾ അദ്ദേഹം മാറ്റി നിർത്തുന്നത് എന്തുകൊണ്ടാണെന്നായിരുന്നു ലേഖകന്റെ ചോദ്യം. അതിന് അദ്ദേഹത്തിന്റെ മറുപടി വളരെ പ്രകോപനപരമായിരുന്നു: “മറ്റാരെക്കാളും വ്യക്തമായി ഞാൻ രാഷ്ട്രീയവിഷയങ്ങൾ കൈകാര്യം ചെയ്തിട്ടുണ്ട്. മൃണാൾ സെന്നിനെക്കാൾ ഏറെ *ജനാരണ്യ*യിൽ തന്നെ വന്നുകണ്ട തൊഴിൽരഹിതനായ യുവാവിനോട് ഒരു കോൺഗ്രസുകാരൻ തങ്ങളുടെ മുമ്പിലുള്ള വിഷമങ്ങളെക്കുറിച്ച് ദീർഘമായ ഒരു പ്രസംഗം തന്നെ നടത്തുന്നുണ്ട്. അയാൾ പറയുന്നത് മുഴുവൻ അസത്യവും അബദ്ധവുമാണ്. മറ്റാരെങ്കിലുമായിരുന്നു ചിത്രം നിർമ്മിച്ചിരുന്നതെങ്കിൽ അത്തരമൊരു സീൻ അതിൽ അനുവദിക്കില്ലായിരുന്നു. ഒരു സംവിധായകന് എന്തു പറയണമെന്നതിന് പരിമിതികൾ ഉണ്ട്. ചില സംഭാഷണങ്ങളും ദൃശ്യങ്ങളും സെൻസർഷിപ്പിന് പുറത്തു കടക്കില്ല, പിന്നെ എന്തിനവ നിർമ്മിക്കണം?” *ജനാരണ്യ*യുടെ ഷൂട്ടിങ് അടിയന്തരാവസ്ഥയ്ക്ക് മുൻപായി അവസാനിച്ചിരുന്നു. എന്നാൽ 1976 ൽ മാത്രമേ അത് റിലീസ് ചെയ്തുള്ളൂ. കോൺഗ്രസിനെ വിമർശിക്കുന്ന ചിത്രമാണെങ്കിൽപ്പോലും അത് സംസ്ഥാനതലത്തിലും ദേശീയതലത്തിലും പുരസ്കാരങ്ങൾ നേടുകയുണ്ടായി. കോൺഗ്രസ് ഭരണകാലത്ത് അത് സംഭവിക്കുന്നത് പലരും അത്ഭുതമായി കണ്ടു, റായുടെ വ്യക്തിത്വത്തിനു മുമ്പിൽ അതൊക്കെ അപ്രസക്തമായി മാറുകയായിരുന്നു.

കൽക്കട്ട ത്രയം പ്രമേയമാകുന്ന കാലത്തെ ബംഗാളിലെ അവസ്ഥകൂടി ഇവിടെ സൂചിപ്പിക്കുന്നത് ഉചിതമായിരിക്കുമെന്ന് കരുതുന്നു. അതേവരെ ബംഗാൾ മുഖ്യമന്ത്രി

യായിരുന്ന ഡോ. ബി സി റായ് 1962 ൽ അന്തരിച്ചു. 1966 ൽ രൂക്ഷമായ ഭക്ഷ്യ ക്ഷാമം, ജനങ്ങളെ തെരുവുകളിൽ ഇറക്കി. പൊലീസ് വെടിവെപ്പിൽ നിരവധി പേർ കൊല്ലപ്പെട്ടു. 1966 ൽ ആദ്യ കോൺഗ്രസേതര ഭരണം ബംഗാളിൽ നിലവിൽ വന്നെങ്കിലും അവർക്ക് കാര്യമായൊന്നും ചെയ്യാനായില്ല. നക്സലൈറ്റ് പ്രസ്ഥാനം കൽക്കട്ടയിലും മറ്റിടങ്ങളിലും സജീവമാകുന്നത് ഇക്കാലത്താണ്. യുവജനങ്ങൾ തെരുവുകളിൽ ഇറങ്ങാൻ തുടങ്ങി, വിദ്യാർത്ഥികൾ സമരമുഖത്തായിരുന്നു, പൊതുവേ കൽക്കട്ട തിളച്ചുമറിയുന്ന ഒരു നഗരമായി മാറുകയായിരുന്നു.

കൽക്കട്ട ത്രയത്തിലെ ആദ്യചിത്രം *പ്രതിദ്വന്ദി* പൂർത്തിയായ ഉടൻ തന്റെ സുഹൃത്തും നിരൂപകയുമായിരുന്ന മേരി സെറ്റന് റായ് എഴുതി: “ഞാൻ ഇതേവരെ നിർമ്മിച്ചതിൽ വെച്ച് ഏറ്റവും പ്രകോപനപരമായ ചിത്രമാണിത്. പൊലീസ് വേട്ട ഏറ്റവും രൂക്ഷമായ ഘട്ടത്തിൽ ആണ് ചിത്രം റിലീസ് ചെയ്യുന്നത്. ചിത്രം വളരെ ഗൗരവമുള്ളതും അതിന്റെ ട്രീറ്റ്മെന്റ് ആധുനികവുമാണ്.”

റായ് ചൂണ്ടിക്കാട്ടിയതുപോലെ, കൽക്കട്ട ചിത്രത്രയത്തിന്റെ ദൃശ്യപരിചരണരീതി അപുത്രയത്തിൽനിന്നും തികച്ചും വിഭിന്നമാണ്. ക്യാമറ ചടുലചലനങ്ങളോടെ, തെരുവുകളിൽ നിന്ന് മുറികളിലേക്കും, മുറികളിൽനിന്നും സംഘർഷഭരിതമായ, ആളുകൾ തിങ്ങിക്കൂടുന്ന, വേഗതയോടെ നടന്നുനീങ്ങുന്ന തെരുവുകളിലേക്കും സഞ്ചരിക്കുന്നു. ചിത്രങ്ങളിലെ പ്രമേയങ്ങളുമായി യോജിച്ച് നിന്നുകൊണ്ട്, കഥാപാത്രങ്ങളുടെ ഉള്ളിൽ നിറഞ്ഞുനിൽക്കുന്ന പ്രതിഷേധത്തിന്റെയും അസ്വസ്ഥതകളുടെയും ആഖ്യാനങ്ങളായി ഇവ മാറുന്നു.

കൽക്കട്ട ത്രയത്തിലെ ആദ്യചിത്രം *പ്രതിദ്വന്ദി* (1970) യിലെ കേന്ദ്രകഥാപാത്രം സിദ്ധാർത്ഥ ചാറ്റർജി, പിതാവിന്റെ ആകസ്മിക മരണത്തിനു ശേഷം മെഡിസിൻ പഠനം ഉപേക്ഷിച്ച്, കൽക്കട്ടയിലെ ജോലിയന്വേഷിക്കുന്ന ആയിരങ്ങളിൽ ഒരാളായിത്തീരുകയാണ്. അമ്മ, അമ്മാവൻ, അനുജൻ, അനുജത്തി എന്നിവർക്കൊപ്പമാണ്

പ്രതിദ്വന്ദി

പ്രതിദ്വന്ദി

അയാൾ കഴിയുന്നത്. സായുധവിപ്ലവ വഴി തിരഞ്ഞെടുത്ത അനുജന്റെ ആദ്യഗുരു സിദ്ധാർത്ഥ തന്നെയായിരുന്നു. കോളേജ് യൂണിയൻ ഭാരവാഹിയായിരുന്ന ജ്യേഷ്ഠൻ തനിക്ക് ചെഗുവേരയുടെ പുസ്തകം സമ്മാനിച്ച സംഭവം അനുജൻ ഒരവസരത്തിൽ അയാളെ ഓർമ്മപ്പെടുത്തുന്നുണ്ട്. സ്വകാര്യസ്ഥാപനത്തിൽ ജോലി ചെയ്യുന്ന അനുജത്തി വൈകി വീട്ടിലെത്തുന്നത് വീട്ടുകാരെ മാത്രമല്ല അയൽക്കാരേയും അസ്വസ്ഥരാക്കുന്നുണ്ട്. ഇതിന്റെ പേരിൽ സിദ്ധാർത്ഥ അവളെ വഴക്ക് പറയുന്നുണ്ട്. ജോലിക്കുവേണ്ടിയുള്ള ഇന്റർവ്യൂവിൽ പങ്കെടുക്കാനായി ദിവസേന സർട്ടിഫിക്കറ്റുകളുമായി ഇറങ്ങുന്ന സിദ്ധാർത്ഥ, അതിൽ പങ്കെടുത്ത് നിരാശനായി തെരുവുകളിലൂടെ അലയുന്നു, സുഹൃത്തുക്കളെ കാണുന്നു, തിരിച്ച് വീട്ടിലെത്തുന്നു. എഴുപതുകളിൽ കൽക്കട്ട മാത്രമല്ല, മിക്കവാറും എല്ലാ ഇന്ത്യൻ നഗരങ്ങളും ഇത്തരം കാഴ്ചകൾക്ക് സാക്ഷ്യം വഹിച്ചിരുന്നു.

ഈ ദുരിതപൂർണ്ണമായ അനുഭവങ്ങൾക്കിടയിലും ബാല്യകാല ഓർമ്മകളിൽ സിദ്ധാർത്ഥ എത്തുന്നുണ്ട്. അനുജത്തിക്കൊപ്പം പക്ഷികളെത്തേടി നടന്ന കുട്ടിക്കാലവും അനുജൻ കോഴികളെ കൊല്ലുന്നത് കണ്ടുനിൽക്കാനാകാതെ മുഖം മറച്ചതും ഓർമ്മിക്കുന്ന അയാൾ. അന്നു കേട്ട പക്ഷിയുടെ പാട്ട് ഓർമ്മിച്ചുകൊണ്ട്, അനുജത്തിക്ക് കൊടുക്കാനായി അതുപോലെ ഒരെണ്ണത്തിനെ വാങ്ങാൻ ചന്തമുഴവൻ തിരയുന്ന സിദ്ധാർത്ഥ. ഇടയ്ക്ക് ഒരു ദിവസം അയാളെയും കൂട്ടി ടെറസ്സിലേക്ക് പോകുന്ന അനുജത്തി, തന്റെ പഴയകാല ഓർമ്മകളിൽ അവിടെ വെച്ച് നൃത്തം ചെയ്യുന്നു. അകൽച്ച തോന്നിയിരുന്ന തന്റെ പ്രിയപ്പെട്ട അനുജത്തിയെ ഹൃദയത്തോട് ചേർത്തു വെക്കുന്ന സിദ്ധാർത്ഥ. ഇങ്ങനെ സ്വന്തം ജീവിതത്തിലെ അരക്ഷിതാവസ്ഥയ്ക്ക് നടുവിലും അയാൾ

ആശ്വാസം കണ്ടെത്തുന്നു.

വിദ്യാർത്ഥി കാലത്തെ രാഷ്ട്രീയ ജീവിതത്തിൽ നിന്ന് ഏറെ പിന്നോട്ട് പോയെങ്കിലും തന്റെ നിലപാടുകളിൽ മാറ്റം കാണിക്കുന്നില്ല സിദ്ധാർത്ഥ. ഇന്റർവ്യൂവിന് പങ്കെടുക്കുന്ന ഘട്ടത്തിൽ ഈ ദശകത്തിലെ ഏറ്റവും ശ്രദ്ധേയസംഭവമെന്താണെന്ന ചോദ്യത്തിന് സംശയമില്ലാതെ അമേരിക്കൻ ആക്രമണത്തിനെതിരെ വിയറ്റ്നാം ജനതയുടെ ചെറുത്തുനിൽപ്പ് എന്നാണ് അയാൾ പറയുന്നത്. ചന്ദ്രനിൽ മനുഷ്യൻ കാലുകുത്തിയതല്ലേ എന്ന ചോദ്യം ഉയർന്നപ്പോൾ അത് സ്വാഭാവികമായി നടക്കുന്നതാണെന്ന് അഭിപ്രായപ്പെടുന്ന സിദ്ധാർത്ഥയോട് പതിവ് ചോദ്യം വരുന്നു: “നിങ്ങൾ കമ്യൂണിസ്റ്റാണോ?” പുരോഗമനാശയങ്ങളും അഭിപ്രായങ്ങളും രേഖപ്പെടുത്താൻ ഒരാൾ കമ്യൂണിസ്റ്റ് ആകേണ്ടതില്ല എന്ന ഉറച്ച മറുപടിക്ക് മുമ്പിൽ ഇന്റർവ്യൂ അവസാനിക്കുന്നു. ഇത്തരം നിലപാടുകളുടെ ഉച്ചസ്ഥായിയിലുള്ള ദൃശ്യമാണ് ചിത്രത്തിന്റെ അന്ത്യഭാഗത്ത് നാം കാണുന്നത്. ഇന്റർവ്യൂവിന് വരാന്തയിൽ തിങ്ങിക്കൂടി നിൽക്കുന്ന ഉദ്യോഗാർത്ഥികൾ. ആവശ്യത്തിന് കസേരകളോ ഫാനോ ഇല്ലാതെ ഇന്ത്യൻ യുവത്വത്തെ അപമാനിക്കയും പീഡിപ്പിക്കയും ചെയ്യുന്ന കമ്പനികൾ. ഇടയ്ക്ക് തളർന്ന് ബോധരഹിതരായി വീഴുന്നവർ. സഹിക്കാവുന്നതിനപ്പുറമായപ്പോൾ സിദ്ധാർത്ഥയും മറ്റുചിലരും ഇന്റർവ്യൂ നടക്കുന്ന മുറിയ്ക്കകത്തേക്ക് തള്ളിക്കയറുന്നു. പ്രതികരണത്തിൽ പ്രകോപിതരായി കമ്പനി ഉദ്യോഗസ്ഥരെ അവർ മർദ്ദിക്കുന്നു, ഫർണിച്ചർ തല്ലിത്തകർക്കുന്നു. ഇന്ത്യൻ യുവത്വത്തോട് കുത്തക കമ്പനികൾ കാണിച്ചുകൊണ്ടിരിക്കുന്ന അനീതിയിൽ പ്രതിഷേധിക്കുകയായിരുന്നു സിദ്ധാർത്ഥ.

എഴുപതുകളിൽ കൽക്കട്ടയിൽ സജീവമായിരുന്ന രാഷ്ട്രീയ അന്തരീക്ഷം ചിത്രം രേഖപ്പെടുത്തുന്നുണ്ട്. സൂക്ഷ്മവും ശക്തവുമായ കാഴ്ചകൾ റായ് ഇതിനായി ചിത്രീകരിക്കുന്നുണ്ട്. ഇന്റർവ്യൂ കഴിഞ്ഞ് നിരാശനായി അൽപ്പസമയം തീയറ്ററിൽ ചെലവഴിക്കാനെത്തിയ സിദ്ധാർത്ഥയ്ക്ക് മുമ്പിൽ പ്രധാനമന്ത്രി ഇന്ദിരാഗാന്ധിയുടെ ഭരണമുന്നേറ്റങ്ങൾ ചിത്രീകരിച്ച ന്യൂസ് റീൽ. തൊഴിലും വരുമാനവുമില്ലാത്തവരുടെ മുമ്പിൽ ഇൻകംടാക്സ് ഇളവുകളെക്കുറിച്ച് വിശദീകരണങ്ങൾ, ഭരണനേട്ടങ്ങളുടെ നീണ്ട പട്ടിക.... പെട്ടെന്ന് തീയറ്ററിൽ ബോംബ് സ്ഫോടനം. ചിതറിയോടുന്ന ജനങ്ങൾ. എഴുപതുകളിൽ നക്സലൈറ്റ് പ്രസ്ഥാനം കൽക്കട്ടയിൽ സജീവമായിരുന്നു. ജനങ്ങളുടെ പ്രതിഷേധവും നഗരത്തിലെ അരക്ഷിതാവസ്ഥയും ഒരേസമയം പ്രേക്ഷകരിലെത്തുന്നു. നഗരത്തിലെ തെരുവുകളിൽ ഒട്ടിച്ചുവെച്ചിരിക്കുന്ന പ്രതിഷേധത്തിന്റെയും പ്രതിരോധത്തിന്റെയും മുദ്രാവാക്യങ്ങൾ, തിളച്ചുമറിയുന്ന കൽക്കട്ടയുടെ ചിത്രം തന്നെയാണ് നമുക്ക് നൽകുന്നത്. നഗരത്തിൽ ഒരു ജോലിക്കായി ശ്രമിച്ച്, പരാജയപ്പെട്ട്, സെയിൽസ്മാന്റെ ജോലിക്കായി നഗരം വിട്ട് പോകുന്ന സിദ്ധാർത്ഥയിലാണ് റായ് ചിത്രം അവസാനിപ്പിക്കുന്നത്. അടുത്ത് പരിചയപ്പെട്ട കേയയെന്ന പെൺകുട്ടിയുടെ സൗഹൃദം മാത്രം ഒരു തണലായി അയാൾക്കൊപ്പമുണ്ട്.

പ്രസിദ്ധ ബംഗാളി എഴുത്തുകാരൻ സുനിൽ ഗംഗോപാദ്ധ്യായയുടെ നോവൽ അടിസ്ഥാനപ്പെടുത്തിയാണ് സത്യജിത് റായ് *പ്രതിദ്വന്ദി* നിർമ്മിക്കുന്നത്. സിദ്ധാർത്ഥയുടെ *പ്രതിദ്വന്ദി* (എതിരാളി) ആരാണ് ? സാമ്പത്തിക പ്രയാസം കാരണം മെഡിക്കൽ വിദ്യാഭ്യാസം പൂർത്തിയാക്കാൻ കഴിയാതെ, തെരുവിൽ ജോലിക്കായി അലയുന്ന സിദ്ധാർത്ഥയുടെ എതിരാളി ആര്? ആരെയാണ് അയാൾ നേരിടേണ്ടത്? ബംഗാളിലെ സാമ്പത്തിക സാമൂഹിക അവസ്ഥ, സഹായിക്കാൻ തയ്യാറാകാത്ത, അതിനു കഴിയാത്ത

ജനങ്ങൾ, അയാളുടെ സ്വതന്ത്രചിന്തയും നിലപാടുകളും! ഇതിൽ ആരാണ് സിദ്ധാർത്ഥയുടെ എതിരാളി? റായുടെ ചോദ്യം ഉത്തരമില്ലാതെ അവശേഷിക്കുകയാണ്.

മണിശങ്കർ മുഖർജിയുടെ *സീമാബദ്ധ* എന്ന നോവൽ അതേപേരിൽ 1971 ലാണ് റായ് ചലച്ചിത്രമാക്കുന്നത്. കൽക്കട്ടത്രയത്തിലെ രണ്ടാം ചിത്രമായ ഇത് 1971 ൽ മികച്ച ചിത്രത്തിനുള്ള ദേശീയപുരസ്കാരവും അതേ വർഷം വെനീസ് അന്താരാഷ്ട്ര ചലച്ചിത്രമേളയിൽ ഫിപ്രസി പുരസ്കാരവും നേടി. *പ്രതിദ്വന്ദി* യുടെ മറുവശമായി കാണാവുന്ന *സീമാബദ്ധ*, ശ്യാമളേന്ദു ചാറ്റർജിയുടെ മാനസിക സംഘർഷം നിറഞ്ഞ ജീവിതകഥയാണ്. തനിക്ക് ചുറ്റുമുള്ള ലോകം അയാളിൽ എന്തുമാത്രം മാറ്റങ്ങളാണ് ഉണ്ടാക്കുന്നത്, ജീവിതത്തിലെ 'ഉയർച്ച' ലക്ഷ്യമിടുന്ന അയാൾ ജീവിതത്തിലെ ഏതൊക്കെ അധാർമ്മികമായ വഴികളിലാണ് എത്തിച്ചേരുന്നത് എന്നൊക്കെ ചിത്രം അന്വേഷിക്കുന്നു. പാറ്റ്നയിൽ നിന്ന് ആരംഭിച്ച് കൽക്കട്ടയിലെത്തുമ്പോൾ, ശ്യാമളേന്ദുവിന്റെ ജീവിതത്തിൽ നിന്ന് എല്ലാ നന്മയും വറ്റിപ്പോകുകയാണ്. അതേ സമയം തീവ്രമായ മാനസിക സംഘർഷങ്ങളിലേക്കും അയാൾ എത്തിച്ചേരുന്നുണ്ട്. പൂർവ്വകാല ജീവിതത്തിൽനിന്നും പൂർണ്ണമായ വിടുതൽ അയാൾക്ക് സാദ്ധ്യമാകുന്നുമില്ല. അപൂർവ്വമായെങ്കിലും അത് വർത്തമാനത്തിൽ തിരിച്ചുവരുന്നുണ്ട്. പൊരുതുവാനുള്ള കരുത്തില്ലാതെ, ജീവിതത്തിന്റെ ജീർണ്ണതകളിൽ അഭയം കണ്ടെത്തുന്ന ഒരു സമൂഹം അക്കാലത്തെ കൽക്കട്ടയിൽ ഉണ്ടായിരുന്നു, എല്ലാ നഗരങ്ങളിലും ഉണ്ടായിരുന്നു.

ജീവിതത്തിൽ നന്മയുടെ പാഠങ്ങൾ പഠിപ്പിച്ചിരുന്ന, സത്യസന്ധനായ അദ്ധ്യാപകനായിരുന്നു ശ്യാമളേന്ദു. പ്രശസ്തമായ രീതിയിൽ പഠനം പൂർത്തിയാക്കി, അദ്ധ്യാപക ജോലി നോക്കുമ്പോഴാണ്, ഉയർന്ന വരുമാനം ലക്ഷ്യമിട്ട് പീറ്റേഴ്സ് ആന്റ് കമ്പനിയിൽ അയാൾ ജോലി നേടുന്നത്. അതോടെ അയാളുടെ ജീവിതം നിർണ്ണയിക്കുന്നത്

പ്രമോഷൻ (promotion), അമ്പീഷൻ (ambition) എന്നീ വാക്കുകളാണ്. കമ്പനിയിലെ ഉന്നത സ്ഥാനങ്ങളിൽ ദൽഹി, കൽക്കട്ട എന്നീ നഗരങ്ങളിൽ എത്തുന്ന അയാൾ. തന്റെ ലോകം വിപുലീകരിച്ചുകൊണ്ട്, വിജയത്തിന്റെ ചവിട്ടുപടികൾ ഒന്നൊന്നായി നടന്നുകയറുന്ന അയാൾ. അതിനിടയ്ക്ക് ജീവിതത്തിലേക്ക് വരുന്നവരെയും വീണുപോകുന്നവരെയും അയാൾ കാണുന്നതേയില്ല, ജീവിതമൂല്യങ്ങളെക്കുറിച്ച് വ്യാകുലപ്പെട്ടു ന്നതേയില്ല. മുതലാളിത്തലോകത്തിന്റെ കൃത്യമായ ഇരയാകുന്ന, അതിന്റെ പ്രതിനിധിയാവുന്ന ശ്യാമളേന്ദു. ഇതിനിടയിൽതന്നെ ആത്മാർത്ഥമായി സ്നേഹിച്ചിരുന്ന സുദർ ശനയെന്ന പെൺകുട്ടിയെ അയാൾ അവഗണിക്കുന്നു. അവളുടെ ചേച്ചി, തന്റെ അദ്ധ്യാപകന്റെ മകൾ ഡോലനെ അയാൾ വിവാഹം ചെയ്യുന്നു.

ഒരുനാൾ കൽക്കട്ടയിൽ താമസിക്കുന്ന ശ്യാമളേന്ദുവിന്റെ കുടുംബത്തിനൊപ്പം കുറച്ചുനാൾ കഴിയാൻ സുദർശന വന്നപ്പോഴാണ് അയാൾ എത്രമാത്രം മാറിയിരിക്കുന്നു എന്ന് അവൾ തിരിച്ചറിയുന്നത്. കൽക്കട്ടയിൽ ദിവസേന എത്രമാത്രം ആളുകളാണ് കൊല്ലപ്പെടുന്നതെന്ന സുദർശനയുടെ ചോദ്യത്തിന് ചേച്ചിയുടെ മറുപടി, ശ്യാമളേന്ദുവിന് ഇപ്പോൾ മരിക്കുന്നവരെപ്പറ്റിയല്ല, അവരെ കൊല്ലുന്നവരെക്കുറിച്ചാണ് ചിന്ത എന്നാണ്. സംഘർഷഭരിതമായ കൽക്കട്ടയിൽ യുവാക്കൾ നിരന്തരം കൊല്ലപ്പെട്ടുമ്പോൾ, കമ്പനിയിലെ സെയിൽസ് മാനേജർ ശ്യാമളേന്ദു ചാറ്റർജി തന്റെ അടുത്ത ലക്ഷ്യമായ കമ്പനി ഡയറക്ടർ ആവാനുള്ള വഴികളെക്കുറിച്ചാണ് ചിന്തിക്കുന്നത്. വെടിവെപ്പിന്റെ ശബ്ദം കടന്നുവരാത്ത എട്ടാം നിലയിലെ ഫ്ലാറ്റിൽ അയാളുടെയും കുടുംബത്തിന്റെയും നില തികച്ചും ഭദ്രമാണ് ! സാധാരണക്കാരന്റെ ജീവിതത്തിൽ നിന്നും എത്രയോ ഉയരത്തിലാണ് താനെന്ന ബോധം അയാൾക്ക് നൽകുന്നത് വെറും

പൊള്ളയായ ആത്മവിശ്വാസം മാത്രമാണ് എന്ന് നാം തിരിച്ചറിയുന്നു.

സുദർശനയുടെ സാമീപ്യം, അയാളെ പൂർവ്വകാല ഓർമ്മകളിലെത്തിക്കുന്നുണ്ട്. ആദർശത്തിനായി പോരാടുന്ന അവളുടെ കാമുകനെക്കുറിച്ചുള്ള അറിവ് അപൂർവ്വമാ യെങ്കിലും അയാളെ ആത്മനിന്ദയുടെ ലോകത്തെത്തിക്കുന്നു. നിങ്ങൾ വ്യക്തിത്വം പാറ്റ്നയിൽ ഉപേക്ഷിച്ച് പോന്നിരിക്കയാണ് എന്ന് പറയുന്ന സുദർശനയെ നേരിടാൻ അയാൾക്ക് കഴിയുന്നതേയില്ല. ചിത്രത്തിന്റെ അവസാനത്തെ കാഴ്ചകൾ ശ്യാമളേന്ദു വിന്റെ വ്യക്തിത്വത്തിനു മേൽ അവസാനത്തെ ആണിയാകുന്നു. ഇറാഖിലേക്ക് കയ റ്റുമതിചെയ്യാനായി നിർമ്മിച്ച ഫാനിന്റെ നിർമ്മാണത്തിലെ പിഴവ്, ഡയറക്ടറാവാ നുള്ള അയാളുടെ സ്വപ്നം തകർക്കുമെന്ന ഘട്ടം വരുന്നു. അത് ശരിയാക്കാനുള്ള സമ യത്തേക്ക് ഫാക്ടറിയിൽ കൃത്രിമമായി സംഘർഷങ്ങളും ലോക്ക് ഡൗണും അയാളും സുഹൃത്തും ചേർന്ന് സൃഷ്ടിക്കുന്നു. അയാളിൽ സംഭവിച്ച അപമാനവീകരണത്തിന്റെ ക്ലൈമാക്സ് ആയി ഇത് മാറുന്നു. ഡയറക്ടറായി പ്രമോഷൻ ലഭിച്ചപ്പോൾ, എല്ലാം തിരിച്ചറിഞ്ഞ സുദർശനയുടെ ചോദ്യരൂപത്തിലുള്ള കണ്ണുകളെ നേരിടാനാകാതെ തലകുനിച്ചിരിക്കുന്ന ശ്യാമളേന്ദുവിലാണ് *സീമാബദ്ധ*, റായ് അവസാനിപ്പിക്കുന്നത്.

കൽക്കട്ടത്രയത്തിലെ രണ്ടാം ചിത്രം *സീമാബദ്ധ* പൂർത്തിയാക്കി നാലു വർഷങ്ങൾ ക്ക് ശേഷം മാത്രമാണ് അതിലെ അവസാന ചിത്രം *ജനാരണ്യ* റായ് നിർമ്മിക്കുന്നത്. ഇതിനിടയിൽ രാജ്യത്ത് അടിയന്തരാവസ്ഥ പ്രഖ്യാപിച്ചിരുന്നു.

സർക്കാർ പരസ്യങ്ങൾ ജനജീവിതം മെച്ചപ്പെട്ടതായി പ്രഖ്യാപിച്ചിരുന്നെങ്കിലും അത് വളരെ മോശമായ അവസ്ഥയിലായിരുന്നു. അടിയന്തരാവസ്ഥക്കെതിരെ പ്രതിഷേധിച്ചവർ രാജ്യദ്രോഹ കുറ്റം ചുമത്തപ്പെട്ട് തടവിലാക്കപ്പെട്ടു. ക്രൂരമായ പോലീസ് അതിക്രമങ്ങൾ നിരവധി രക്തസാക്ഷികൾക്ക് ജന്മം നൽകി. ശക്തമായ സെൻസറിങ്ങിൽ അക്കാലത്ത് ആരും ഇതൊന്നും അറിഞ്ഞില്ല. ഇതിനിടയിൽ *അശിനീ സങ്കേത്*(1973), *സൊനാർ കൊല്ല* (1974) എന്നീ ചിത്രങ്ങളും റായ് നിർമ്മിച്ചി രുന്നു. *ജനാരണ്യ* 1976 ഫെബ്രുവരിയിലാണ് റിലീസ് ചെയ്യുന്നത്.

സോമനാഥ് കേന്ദ്രകഥാപാത്രമായ *ജനാരണ്യ*, *പ്രതിദ്വന്ദി* പോലെ കൽക്കട്ടയിലെ തൊഴിലില്ലായ്മ പ്രമേയവല്ക്കരിക്കുന്നു. എന്നാൽ അതിൽനിന്നും വിഭിന്നമായ വഴികളിലൂടെ സഞ്ചരിക്കുന്ന ചിത്രം കൽക്കട്ടയിലെ നിസ്സഹായരായ തൊഴിൽരഹിതർ ചെന്നുവീഴുന്ന ജീർണ്ണതകളുടെ കാഴ്ചകളിലാണ് അവസാനിക്കുന്നത്. ചുറ്റുപാടുകളുടെ സമ്മർദ്ദത്താൽ നക്സലൈറ്റ് പ്രസ്ഥാനത്തിൽ ചേർന്ന് ജീവിതം ബലികൊടുക്കുന്നവരെക്കുറിച്ച് ചിത്രം പരാമർശിക്കുന്നു. സംവിധായകൻ തന്റെ കൃത്യവും ശക്തവുമായ രാഷ്ട്രീയനിലപാടുകൾ വെളിപ്പെടുത്തുന്ന ചിത്രമാണിത്. കുത്തഴിഞ്ഞ് കിടക്കുന്ന ഉന്നതവിദ്യാഭ്യാസമേഖലയെ രൂക്ഷമായി വിമർശിച്ചുകൊണ്ട് ആരംഭിക്കുന്ന ചിത്രം കൽക്കട്ട സർവ്വകലാശാലയിലെ പരീക്ഷാനടത്തിപ്പിനെ, അതിന്റെ വിശ്വാസ്യതയെ ചോദ്യം ചെയ്യുന്നു. പരീക്ഷകൾ നന്നായി എഴുതുകയും, എന്നാൽ വളരെ മോശമായ റിസൽട്ട് മാത്രം ലഭിക്കുയും ചെയ്ത സോമനാഥ്, കൽക്കട്ടയിലെ തൊഴിൽ തേടുന്ന ആയിരങ്ങളിൽ ഒരാളായി മാറുന്നു. അർത്ഥരഹിതമായ ചോദ്യങ്ങളോടെ അരങ്ങേറുന്ന അഭിമുഖങ്ങൾ അയാളുടെ ജീവിതത്തിൽ ഒരു മാറ്റവും ഉണ്ടാക്കുന്നില്ല. തൊഴിൽരഹിതരെക്കൊണ്ട് നിറഞ്ഞുനിൽക്കുന്ന കൽക്കട്ടയിലെ തെരുവുകൾ.

മകനിൽ വലിയ പ്രതീക്ഷകൾ ഉണ്ടായിരുന്ന പിതാവ്, സോമനാഥിന്റെ ബി എ റിസൽട്ടിൽ നിരാശനാണ്. എന്നാൽ സോമനാഥിന്റെ ജ്യേഷ്ഠൻ ബോംബോലിന്റെ ഭാര്യ കമല, അമ്മയില്ലാത്ത അയാൾക്ക് ആശ്രയമാവുന്നു. അവരുമായി തന്റെ ജീവിതരഹസ്യങ്ങൾ സോമനാഥ് പങ്കുവെക്കുന്നുണ്ട്. തൊഴിൽ ഇല്ലാത്തതിന്റെ പേരിൽ അയാളുടെ കാമുകി മറ്റൊരാളെ വിവാഹം ചെയ്യാൻ നിർബ്ബന്ധിതയാവുന്നു. കൽക്കട്ടയിലെ സാമൂഹിക അസ്വസ്ഥതകളിൽ ആശങ്കപ്പെടുന്ന പിതാവ്, നക്സലൈറ്റ് പ്രസ്ഥാനത്തോട് ആഭിമുഖ്യം കാണിക്കുന്നു.

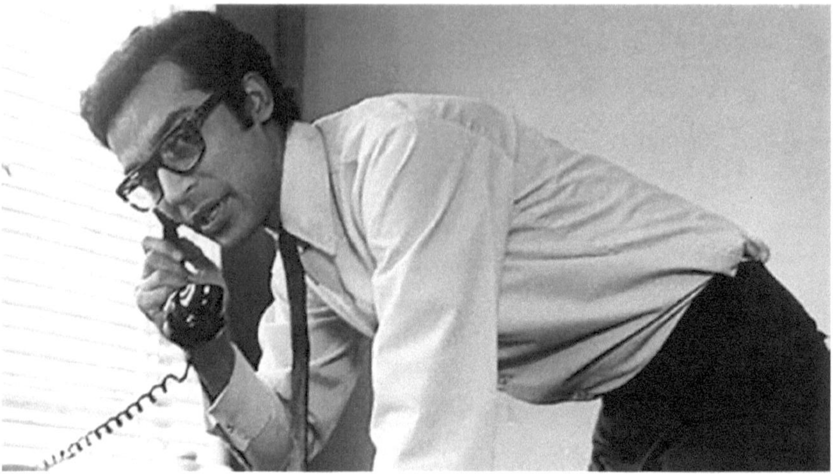

പ്രതിദ്വന്ദി

വെറുതയല്ല യുവാക്കൾ അക്രമങ്ങളിലേക്ക് നീങ്ങുന്നതെന്ന് അയാൾ അഭിപ്രായപ്പെടുന്നുണ്ട്. സോമനാഥിന്റെ സുഹൃത്തും സഹപാഠിയുമായ സുകുമാറിന്റെ ജീവിതാവസ്ഥ കൽക്കട്ടയിലെ മറ്റൊരു ദുരന്തമായി നമുക്ക് മുമ്പിലെത്തുന്നു.

ഒരുനാൾ പഴയകാല സുഹൃത്ത് ബിഷുവിനെ തെരുവിൽ കണ്ടുമുട്ടുന്നതോടെ സോമനാഥിന്റെ ജീവിതം വഴിമാറുകയാണ്. തൊഴിൽരഹിതനായ സോമനാഥിന് ഒരു പുതിയ ജോലി അയാൾ നൽകുന്നു, അത് ഒരു ഇടനിലക്കാരന്റേതാണ് (*ജനാരണ്യ*). തുടക്കത്തിൽ പ്രയാസപ്പെട്ടുന്നെങ്കിലും പിന്നീട് ബിസ്സിനസ് ചെയ്യാനുള്ള തന്ത്രങ്ങൾ അയാൾ സ്വായത്തമാക്കുന്നു. ജോലിയിൽ നിന്ന് ലഭിക്കുന്ന കമ്മീഷൻ വീട്ടിൽ നൽകുന്നതോടെ വീട്ടുകാരും ആശ്വസിക്കുന്നുണ്ട്. തന്റെ പഴയ ഓർമ്മകളിൽനിന്നും പ്രതീക്ഷകളിൽനിന്നും മോചിതനായി സോമനാഥ് പുതിയ ജീവിതം ആരംഭിക്കുന്നു.

ഒരു കെമിക്കലിന്റെ ഓർഡർ ലഭിക്കാനായി കമ്പനി ഉടമസ്ഥൻ ഗോയങ്കയെ സ്വാധീനിക്കാനായി സ്ത്രീകളെ അന്വേഷിച്ചുപോകേണ്ടിവരുന്നു സോമനാഥന്. അതിജീവനത്തിനായി കൽക്കട്ടയിലെ യുവാക്കൾ ഏതൊക്കെ ജീർണ്ണതകളിലാണ് ചെന്നു വീഴുന്നതെന്ന് ഈ സംഭവം വ്യക്തമാക്കുന്നു. തുടക്കത്തിൽ ഇതുമായി തീരെ പൊരുത്തപ്പെടാൻ കഴിയാതിരുന്ന അയാൾ, മറ്റു മാർഗ്ഗമൊന്നും കാണാനാകാതെ അതിന് സമ്മതിക്കുകയാണ്. സഹായിക്കൊപ്പം പല വീടുകളിലും കയറിയിറങ്ങി, ഒരിടത്ത് ചെന്നപ്പോൾ പഴയ സുഹൃത്ത് സുകുമാറിന്റെ സഹോദരി കൗനയെയാണ് അയാൾ നേരിടുന്നത്. മാനസികമായി തകർന്നു പോകുന്ന അയാളോട് ജോലി മുഴമിപ്പിക്കാൻ ആവശ്യപ്പെടുന്നു, പുതിയ പേരിൽ അറിയപ്പെടുന്ന കൗന. മരവിച്ച മനസ്സും ശരീരവുമായി കൗനയെ ഗോയങ്കയുടെ മുറിയിലെത്തിച്ച് മടങ്ങുന്ന സോമനാഥ്, നിസ്സഹായരായ ഇന്ത്യൻ തൊഴിൽരഹിതരുടെ ദൈന്യതയാർന്ന പ്രതീകമാകുന്നു. ജീവിതം മുമ്പോട്ട് കൊണ്ടുപോകാൻ ശരീരം വിൽക്കേണ്ടി വരുന്ന കൽക്കട്ടയിലെ കൗനയടക്കമുള്ള പെൺകുട്ടികളുടെ ദാരുണമായ അവസ്ഥയും ചിത്രം ദൃശ്യവല്ക്കരിക്കുന്നു. ഒരു വശത്ത് ജീവിതം, മറുഭാഗത്ത് സ്വന്തം ധാർമ്മികത. ഇവയ്ക്കിടയിൽ ഇടനിലക്കാരനായി സോമനാഥ് ചാറ്റർജി.

ഉപജീവനത്തിനായി കൽക്കട്ടയിലെ യുവാക്കൾ പല വഴികളും സ്വീകരിക്കുമ്പോൾ, അവർ ചെന്നുപെടുന്ന ധാർമ്മികച്യുതിയുടെ ദൃശ്യവല്ക്കരണമാണ് *ജനാരണ്യ*. നല്ല രീതിയിൽ വിദ്യാഭ്യാസം നേടിയെങ്കിലും ഒരു തൊഴിലിനായി നിരവധി ഇടങ്ങൾ കേറിയിറങ്ങി, ഒടുവിൽ ഇടനിലക്കാരന്റെ ജോലി കൊണ്ട് തൃപ്തിപ്പെടേണ്ടി വന്ന സോമനാഥ് ചാറ്റർജിക്ക് അതു നിലനിർത്താനായി വഞ്ചനയും ചതിയും ഒടുവിൽ ഒരു കൂട്ടിക്കൊടുപ്പുകാരനായും ജോലി ചെയ്യേണ്ടിവരുന്നു. സാമൂഹ്യവ്യവസ്ഥിതിയിലെ അഴിമതിയും കെടുകാര്യസ്ഥതയും ശക്തമായ ഭാഷയിൽ വിമർശിക്കുന്ന ചിത്രം, കൽക്കട്ടയിലെ റോഡ്, വൈദ്യുതി, വിദ്യാഭ്യാസം എന്നീ സേവനമേഖലകളിലെ കുത്തഴിഞ്ഞ അവസ്ഥയെ രൂക്ഷമായ ഭാഷയിൽ വിമർശിക്കുന്നു. സംഘർഷഭരിതമായ തെരുവുകൾ, തൊഴിലന്വേഷകർ നിറഞ്ഞു കവിയുന്ന ഇന്റർവ്യൂ കേന്ദ്രങ്ങൾ, അഴിമതിയിലും ധാർമ്മികാധഃപതനത്തിലും കൊഴുക്കുന്ന കച്ചവടസമൂഹം, വേശ്യാലയങ്ങൾ. സ്വാതന്ത്ര്യം കിട്ടി കാൽ നൂറ്റാണ്ട് കഴിഞ്ഞിട്ടും, പല പദ്ധതികൾക്ക് രൂപംകൊടുത്തിട്ടും, രാജ്യത്തിന്റെ അവസ്ഥയ്ക്ക് ഒരു മാറ്റവുമുണ്ടായില്ല എന്നത്, ശക്തമായ ഭാഷയിൽ വിമർശിക്കുന്നു റായ്. തങ്ങൾക്ക് ചുറ്റുമുള്ള സാമൂഹിക അന്തരീക്ഷത്തിന്റെ തടവറയിൽ കഴിയുന്നവർ. ജീവിക്കാനുള്ള ആഗ്രഹത്താൽ അപമാനവീകരണത്തിന് വിധേയരായവർ മറ്റൊന്നും ചിന്തിക്കാൻ കഴിയാതെ ജീർണ്ണതകളിൽ കൂപ്പുകുത്തുന്നു. കൽക്കട്ട ചിത്രത്രയത്തിലെ അവസാനചിത്രം സംവിധായകന്റെ രാഷ്ട്രീയ സമീപനങ്ങളെ കൃത്യമായി രേഖപ്പെടുത്തുന്നുണ്ട്.

ബംഗാളിൽ മാത്രമല്ല, ഇന്ത്യയിലെ മിക്ക സ്ഥലങ്ങളിലും സംഘർഷങ്ങളും പ്രതിഷേധങ്ങളും അലയടിച്ചിരുന്ന 1970 മുതൽ 1977 വരെയുള്ള കാലഘട്ടത്തിലാണ് കൽക്കട്ട ചിത്രത്രയം റായ് സംവിധാനം ചെയ്യുന്നത് എന്നത് പ്രസക്തമാണ്. ഇക്കാലത്ത് നക്സലൈറ്റ് പ്രസ്ഥാനം പോലെയുള്ള പ്രതിരോധ സംഘടനകൾ കൽക്കട്ടയിൽ സജീവമായിരുന്നു. തെരുവുകളിൽ മുദ്രാവാക്യങ്ങളും വെടിയൊച്ചകളും മുഴങ്ങിക്കൊണ്ടേയിരുന്നു. ഓരോ ദിവസവും കാലത്ത് അജ്ഞാതശവങ്ങൾ അനാഥമായി തെരുവുകളിൽ ചിതറിക്കിടന്നു. പൊലീസ് വേട്ട, ഏറ്റുമുട്ടലുകളായി വ്യാഖ്യാനം ചെയ്തു തുടങ്ങി. ഇതൊന്നും കണ്ടില്ലെന്ന് നടിക്കാൻ എഴുത്തുകാർക്കും കലാകാരന്മാർക്കും ചലച്ചിത്രകാരന്മാർക്കും കഴിഞ്ഞില്ല. അങ്ങനെയാണ് റായും മൃണാൾ സെന്നും ഇവ പ്രമേയങ്ങളാക്കി കൽക്കട്ടത്രയങ്ങൾ നിർമ്മിക്കുന്നത്.

തങ്ങളുടെതായ രീതികളിൽ നിർമ്മിച്ച ഈ ചിത്രങ്ങൾ, അവരുടെ സാമൂഹ്യപ്രതിബദ്ധതയുടെ, രാഷ്ട്രീയസമീപനങ്ങളുടെ കാഴ്ചകളായി മാറുന്നു.

അദ്ധ്യായം അഞ്ച്

സൂക്ഷ്മവും ശക്തവുമായ രാഷ്ട്രീയ അലിഗറികൾ

"എന്നെ സംബന്ധിച്ചിടത്തോളം 'അപരാജിതോ'ആണ് റായുടെ ഏറ്റവും മികച്ച ചിത്രം."

- മൃണാൾ സെൻ

നിലനിൽക്കുന്ന ഭരണവ്യവസ്ഥയെയും ഭരണാധികാരികളെയും രാഷ്ട്രീയമായും സാമൂഹികമായും ഉള്ള അലിഗറികളിലൂടെ തുറന്നുകാട്ടുന്ന മൂന്ന് റായ് ചിത്രങ്ങളാണ് ഇവിടെ പരിശോധിക്കുന്നത്. ആദ്യ രണ്ട് ചിത്രങ്ങൾ കുട്ടികൾക്ക് വേണ്ടി നിർമ്മിച്ചിട്ടുള്ളവയും മൂന്നാമത്തേത്, നൂറ്റിഇരുപതിലേറെ വർഷങ്ങൾക്ക് മുമ്പ് നമ്മുടെ രാജ്യത്ത് നടന്ന ഒരു ചരിത്രസംഭവത്തിന്റെ ആഖ്യാനവുമാണ്. 1969 ൽ നിർമ്മിച്ച, ബോക്സോഫീസ് വിജയം നേടിയ റായുടെ ചിത്രങ്ങളിലൊന്നായ ഫാന്റസി, *ഗുപി ഗായേൻ ബാഘാ ബായേൻ* എന്ന ചിത്രവും അതിന്റെ രണ്ടാം ഭാഗമായി കരുതുന്ന 1980 ലെ *ഹീരക് രജർ ദേശേയു*മാണ് ആദ്യത്തെ രണ്ട് ചിത്രങ്ങൾ. ഇതിന്റെ മൂന്നാം ഭാഗം *ഗുപി ബാഘ ഫിറെ എലൊ* സത്യജിത് റായുടെ തിരക്കഥയിൽ മകൻ സന്ദീപ് റായ് ആണ് 1992 ൽ നിർമ്മിച്ചത്. മൂന്നാമത്തെ ചിത്രം *സത്രഞ്ച് കെ ഖിലാഡി*, 1977 ലാണ് റായ് സംവിധാനം ചെയ്യുന്നത്. ഈ മൂന്ന് ചിത്രങ്ങളും സൂക്ഷ്മമായി കാണുകയും വിലയിരുത്തുകയും ചെയ്യുമ്പോൾ, സത്യജിത് റായുടെ രാഷ്ട്രീയനിലപാടുകളും ഭരണസംവിധാനത്തോടുള്ള വിമർശനങ്ങളും നമുക്ക് വ്യക്തമാവുന്നു. ഉപരിതലത്തിൽ, നിർദ്ദോഷകരമായ രീതിയിൽ കഥ പറഞ്ഞുപോകുമ്പോഴും, ആഴത്തിൽ ജനങ്ങളോടുള്ള സമീപനത്തി

ന്റെയും പ്രതിബദ്ധതയുടെയും ശക്തമായ അടയാളങ്ങൾ തന്നെയാണ് ഈ മൂന്ന് ചിത്രങ്ങളും എന്ന് കാണാം.

ഗൂപി ഗായേൻ ബാഘാ ബായേൻ, ഗൂപിയുടെയും ബാഘയുടെയും കഥയാണ്. സത്യജിത് റായുടെ മുത്തച്ഛൻ, ഉപേന്ദ്രകിഷോർ റായ്, 1915 ൽ താൻ പ്രസിദ്ധീകരിച്ചിരുന്ന മാസിക *സന്ദേശി* ൽ എഴുതുകയും ചിത്രീകരിക്കുകയും ചെയ്ത കഥയിൽ നിന്നാണ് സത്യജിത് റായ് ഈ ചിത്രത്തിന്റെ തിരക്കഥയുണ്ടാക്കുന്നത്. മുത്തച്ഛന്റെ കാലത്ത് പ്രസിദ്ധീകരണം നിലച്ചുപോയ *സന്ദേശ്*, കൊച്ചുമകൻ സത്യജിത് റായ് 1961 ൽ വീണ്ടും പ്രസിദ്ധീകരിച്ചു തുടങ്ങി. മുത്തച്ഛൻ നാലുപേജുകളിൽ എഴുതി ചിത്രീകരിച്ച കഥ, 120 പേജുള്ള തിരക്കഥയായി വികസിപ്പിച്ചുകൊണ്ട്, അദ്ദേഹം ചിത്രത്തിന്റെ ജോലി ആരംഭിച്ചു. റായ് ഈ ചിത്രം നിർമ്മിക്കാൻ മറ്റൊരു കാരണംകൂടെ ഉണ്ടായിരുന്നു. റായുടെ ചിത്രങ്ങൾ പതിവായി കാണാറുള്ള മകൻ സന്ദീപ്, വളരെ ഗൗരവമുള്ള, മുതിർന്നവർക്കായുള്ള, ദു:ഖം നിറഞ്ഞ കഥകൾ പറയുന്ന ചിത്രങ്ങൾ മാത്രമാണ് ബാബ നിർമ്മിക്കുന്നത് എന്ന പരാതി അദ്ദേഹത്തോട് പതിവായി പറയാറുണ്ടായിരുന്നു. കുട്ടികൾക്കായൊരു ചിത്രമെടുക്കാൻ സന്ദീപ് അദ്ദേഹത്തോട് ആവശ്യപ്പെട്ടു. അതു കൂടെ പരിഗണിച്ചാണ്, കുട്ടികൾക്കായി പാട്ടുകളോടെയുള്ള ഒരുചിത്രം നിർമ്മിക്കാൻ റായ് തീരുമാനിക്കുന്നത്. എന്നാൽ ആ ചിത്രം മുതിർന്നവർക്ക് മറ്റൊരു രീതിയിലുള്ള കാഴ്ചാനുഭവമായി മാറുകയായിരുന്നു.

ചിത്രത്തിന്റെ നിർമ്മാതാക്കളെ കണ്ടെത്താൻ റായ്ക്ക് വളരെയേറെ പരിശ്രമിക്കേണ്ടി വന്നു. ബോംബെയിൽ ആരെയെങ്കിലും കണ്ടുപിടിച്ച്, ചിത്രം ഹിന്ദിയിൽ നിർമ്മിക്കാമെന്ന് കരുതിയപ്പോൾ പ്രസിദ്ധ നടൻ രാജ് കപൂർ അതിന് സമ്മതിച്ചു. എന്നാൽ പൃഥിരാജ് കപൂറിനെയും ശശികപൂറിനെയും മുഖ്യനടന്മാരാക്കണമെന്ന ഒരു നിബന്ധന അദ്ദേഹം മുമ്പോട്ടുവെച്ചു. ഇത് റായ്ക്ക് സ്വീകാര്യമായിരുന്നില്ലാത്തതു കാരണം ആ പദ്ധതി പരാജയപ്പെടുകയായിരുന്നു. പലവിധ അന്വേഷണങ്ങൾക്കൊടുവിൽ 1967 ൽ അസിം ദത്തയാണ് ചിത്രത്തിന്റെ നിർമ്മാണം ഏറ്റെടുത്തത്. പൂർണ്ണമായും കളറിൽ നിർമ്മിക്കാനുള്ള റായുടെ പദ്ധതി വെട്ടിച്ചുരുക്കിയ അദ്ദേഹം, അവസാന സീൻ മാത്രം കളറിലെടുക്കാമെന്ന് നിലപാടെടുത്തു. അങ്ങനെയാണ് ചിത്രത്തിന്റെ നിർമ്മാണം തുടങ്ങുന്നത്.

ചിത്രം വൻ ബോക്സോഫീസ് വിജയം നേടിയിരുന്നു. എട്ടര മാസത്തോളം നിറഞ്ഞ തീയറ്ററിൽ പ്രദർശിപ്പിച്ച ചിത്രത്തെക്കുറിച്ച് റായ്, 1968 ൽ മേരിസെറ്റനെഴുതി: "ചിത്രത്തിന്റെ വിജയത്തിൽ ഞാൻ സന്തുഷ്ടനാണ്. രണ്ടാം പകുതിയിൽ സാധാരണ പ്രേക്ഷകർക്ക് മനസ്സിലാക്കാൻ പ്രയാസമുള്ള ചില ഭാഗങ്ങളുണ്ടെങ്കിലും, അവസാനത്തെ ഇരുപത് മിനുട്ട് എല്ലാവരും ചിത്രം ആസ്വദിക്കുകതന്നെ ചെയ്യും. *ഗൂപി ഗായേൻ, ബാഘാ ബായേ* ന്റെ കഥാഘടനയിലേക്ക് പോകുമ്പോൾ, കേന്ദ്രകഥാപാത്രങ്ങളായ ഗൂപിയും ബാഘയുമാണ് നമുക്ക് മുമ്പിൽ വരുന്നത്. ശബ്ദത്തിൽ മാധുര്യമില്ലെങ്കിലും പാട്ടുകാരനാവാൻ ആഗ്രഹിക്കുന്ന ഗൂപി. മന:പൂർവ്വം കുടുക്കാനായി ചിലർ നൽകിയ ഉപദേശമനുസരിച്ച്, രാജാവിന്റെ മുമ്പിൽ പാടിയ അവനെ കഴുതപ്പുറത്ത് ഇരുത്തി അമ്മോൽക്കി ഗ്രാമത്തിൽനിന്നും പുറത്താക്കുന്നു രാജാവ്. ഇതേപോലെ ചെവിയടയ്ക്കുന്ന ശബ്ദത്തിൽ ചെണ്ടകൊട്ടിയ ബാഘയെ അവന്റെ ഗ്രാമമായ ഹോതുക്കിയിൽ നിന്നും പുറത്താക്കുകയാണ്. അവർ രണ്ടുപേരും കണ്ടുമുട്ടുന്നു, പിന്നീട് ആരെയും പേടിക്കാതെ ഉച്ചത്തിൽ പാടുകയും ചെണ്ടകൊട്ടുകയും ചെയ്തുകൊണ്ട് ഒരുമിച്ച് കഴിയുന്നു.

അവരുടെ പാട്ടും കൊട്ടും ഇഷ്ടപ്പെട്ട പ്രേതങ്ങൾ അവർക്കൊപ്പം നൃത്തം വെക്കുന്നു. പ്രേതങ്ങളുടെ രാജാവ് സന്തോഷിച്ച്, രണ്ടുപേർക്കും മൂന്ന് വരങ്ങൾ നൽകുകയാണ്. കൈമുട്ടിയാൽ ആവശ്യമുള്ള ഭക്ഷണം ലഭിക്കും, മാന്ത്രിക ചെരുപ്പാവശ്യപ്പെട്ട് അത് ധരിച്ചാൽ ഇഷ്ടപ്പെടുന്ന സ്ഥലത്തേക്ക് പോകാം. തങ്ങളുടെ മധുര സംഗീതംകൊണ്ട് ജനങ്ങളെ കൈയിലെടുക്കാം എന്നിവയായിരുന്നു ആ വരങ്ങൾ.

വളരെയധികം സന്തോഷിച്ച്, ഇഷ്ടപ്പെട്ട ഭക്ഷണം കഴിച്ച്, ആസ്വദിച്ചുകൊണ്ട് യാത്രചെയ്ത് അവർ ഹുണ്ടി രാജ്യത്തെത്തുന്നു. അവിടത്തെ രാജാവ്, സംഗീതവൈഭവം കണ്ട്, അവരെ കൊട്ടാരം സംഗീതജ്ഞരാക്കുന്നു. എന്നാൽ രാജാവിന്റെ സഹോദരൻ ഹല്ലയിലെ ഭ്രാന്തൻ രാജാവ്, ഹുണ്ടി ആക്രമിക്കാൻ ഒരുങ്ങിയിരിക്കയാണ്. ഇതറിഞ്ഞ ഗൂപിയും ബാഘയും ഹല്ലയിൽ പോയി യുദ്ധം നിർത്താനായി ശ്രമിക്കുന്നു. അവർ ശബ്ദമുയർത്തി പാടുന്നു, ഉറക്കെ തമാശകൾ പറയുന്നു. വാസ്തവത്തിൽ ഹല്ലയിലെ രാജാവ് കുഴപ്പക്കാരനായിരുന്നില്ല, ദുഷ്ടനായ മന്ത്രി അയാളെക്കൊണ്ട് ദുഷ്ടതകൾ ചെയ്യിക്കുകയായിരുന്നു. എന്തായാലും വഴിക്കുവെച്ച് തന്നെ ഗൂപിയും ബാഘയും പിടിക്കപ്പെടുന്നു. മാന്ത്രിക ചെരിപ്പ് നഷ്ടപ്പെട്ടതിനാൽ അവർക്ക് രക്ഷപ്പെടാനും കഴിയുന്നില്ല. ശബ്ദത്തിൽ പാടിയും ചെണ്ടകൊട്ടിയും പട്ടാളക്കാർ യുദ്ധസന്നദ്ധരാണെന്ന് അവർ അറിയിച്ചു. ഹല്ലരാജാവിനെ മന്ത്രിയുടെ സ്വാധീനത്തിൽ നിന്ന് മോചിപ്പിച്ച് അവർ ഹുണ്ടിയിൽ എത്തിച്ചു. അവിടെ സഹോദരനുമായുള്ള വൈരാഗ്യങ്ങളൊക്കെ മറന്ന് അയാൾ തന്റെ തെറ്റുകൾ ഏറ്റുപറഞ്ഞു. അവരുടെ മക്കളെ ഗൂപിയും ബാഘയും വിവാഹം ചെയ്ത്, അവർ സുഖമായൊരു ജീവിതം ആരംഭിക്കുന്നിടത്ത് റായ് ചിത്രം അവസാനിപ്പിക്കുകയാണ്.

ചാരുമംജ്ദാറിന്റെ നേതൃത്വത്തിൽ നടന്ന നക്സലൈറ്റ് പ്രസ്ഥാന രൂപീകരണ

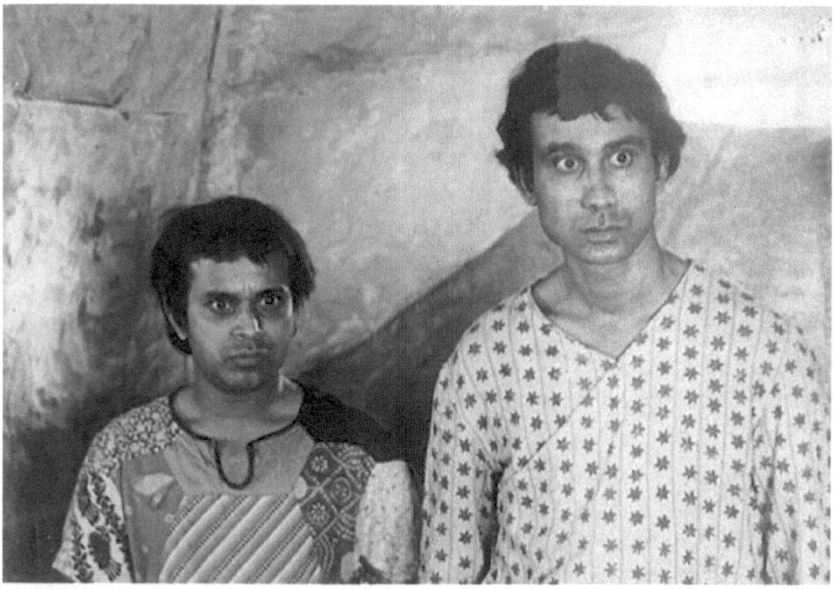

ഗുപി ഗായേൻ

ത്തിനു രണ്ട് വർഷങ്ങൾക്ക് ശേഷം, ഇന്ദിരാഗാന്ധി രാജ്യത്ത് അടിയന്തരാവസ്ഥ പ്രഖ്യാപിക്കുന്നതിന് ആറു വർഷങ്ങൾക്ക് മുമ്പ്, സത്യജിത് റായ് നിർമ്മിച്ച ഈ ഫാന്റസി ചിത്രം, ഒരു രാഷ്ട്രീയ ആക്ഷേപഹാസ്യമായി മാറുന്നുണ്ട്. ഉപേന്ദ്രകിഷോർ റായ് എഴുതിയ ഈ കഥ പോലെ അദ്ദേഹത്തിന്റെ മറ്റു കഥകൾക്കും ഇത്തരമൊരു പ്രത്യേകത നമുക്ക് കാണാൻ കഴിയും. കുട്ടികൾക്കായാണ് അവ എഴുതുന്നതെങ്കിലും രാഷ്ട്രീയമായ നിരവധി സൂചനകൾ ഈ കഥകൾ നൽകുന്നു. ലൂയി കരോൾ കഥകൾ പോലെ അവ കൃത്യമായും അലിഗറികളാണ്. കുട്ടികളെ മാത്രമല്ല, പ്രായമുള്ളവരെയും ഉദ്ദേശിച്ച് എഴുതിയ ഈ കഥകൾ, കൃത്യമായ രാഷ്ട്രീയ സന്ദേശങ്ങൾ ഉൾക്കൊള്ളുന്നുണ്ട്. അദ്ദേഹത്തിന്റെ കാലത്ത് ബ്രിട്ടീഷ് ഭരണത്തിൽ സെൻസർഷിപ്പ് ഉണ്ടായിരുന്നില്ലെങ്കിലും, ഭാവിയിൽ അത്തരമൊരു സാദ്ധ്യത അദ്ദേഹം മുൻകൂട്ടി കണ്ടുകാണണം. അതുകൊണ്ട് കാര്യങ്ങൾ നേരിട്ട് പറയുന്നതിനുപകരം അലിഗറികളെ അദ്ദേഹം ആശ്രയിച്ചു. അദ്ദേഹത്തിന്റെ മകനും സത്യജിത് റായുടെ പിതാവുമായിരുന്ന സുകുമാർ റായ് എഴുതിയ അസംബന്ധ കവിതകൾക്കും ഇതേ സ്വഭാവം നമുക്ക് കാണാൻ കഴിയും.

യുദ്ധത്തിനെതിരായുള്ള കൃത്യമായ ഒരു നിലപാട് ചിത്രം സ്വീകരിക്കുന്നുണ്ട്. ഹല്ലയിലെ നല്ലവനായ രാജാവിനെ, തന്റെ സ്വാധീനത്തിൽ നിർത്തിക്കൊണ്ട്, മന്ത്രി തനിക്കിഷ്ടപ്പെട്ട രീതിയിൽ കാര്യങ്ങൾ ചെയ്യുകയാണ്. ഒരു തരത്തിലുള്ള പാവ ഭരണം ആയിരുന്നു അവിടെ നടന്നിരുന്നത്. ഇത് വളരെ വ്യാപകമായ രീതിയിൽ നമ്മുടെ രാജ്യത്ത് നടന്നിരുന്നു, ഇപ്പോൾ അവ കാണാൻ കഴിയുന്നുമുണ്ട്. ഹല്ലയിലെ വിശന്നു വലഞ്ഞിരിക്കുന്ന, പാവപ്പെട്ടവരായ പട്ടാളക്കാരാണ് യുദ്ധത്തിന് തയ്യാറാവുന്നത്. അപ്പോഴാണ് ഗുപിയും ബാഘയും യുദ്ധം തടയാൻ ശ്രമിക്കുന്നത്. ചിത്രത്തിലെ നിരവധി ഗാനങ്ങളിൽ ഒരെണ്ണത്തിലെ ഒരു വരി എക്കാലവും പ്രസക്തമാവുന്നു:

"എന്താണ് നമുക്ക് യുദ്ധംകൊണ്ടുള്ള നേട്ടം?"

തിന്മ, ജീവിതത്തിന്റെ കഴുത്ത് ഞെരിക്കുന്നത് രേഖപ്പെടുത്തുന്ന ചിത്രത്തെ വിയറ്റ്നാം യുദ്ധത്തിന്റെ അലിഗറിയായി കാണുന്നവരുണ്ട്. അക്കാലത്ത് സജീവമായിരുന്ന രാഷ്ട്രീയ സമസ്യകൾ ചിത്രത്തിൽ നിഴലിക്കുന്നത് സ്വാഭാവികം മാത്രമാണ്. വിയറ്റ്നാം യുദ്ധത്തെക്കുറിച്ച് സംവിധായകന്റെ നിലപാട് അദ്ദേഹത്തിന്റെ പല ചിത്രങ്ങളിലും, വ്യക്തിപരമായ പ്രതികരണങ്ങളിലും നാം തിരിച്ചറിഞ്ഞതാണ്. അമേരിക്ക വിയറ്റ്നാം ജനതയ്ക്കുനേരെ നടത്തിയ അതിക്രമത്തിൽ വളരെ ശക്തമായി പ്രതികരിച്ചിരുന്നു റായ്. ഈ ചിത്രത്തിൽ നാം കാണുന്നതുപോലെ, വിയറ്റ്നാം യുദ്ധമുഖത്ത് കീറിപ്പറിഞ്ഞ വസ്ത്രങ്ങളണിഞ്ഞ്, വിശപ്പുകൊണ്ട് തളർന്ന് നിൽക്കുന്ന വിയറ്റ്നാം ജനതയുടെ ചിത്രങ്ങൾ റായുടെ മനസ്സിന് വലിയ ആഘാതമാണുണ്ടാക്കിയിരുന്നത്. നിരർത്ഥകമായ യുദ്ധം തങ്ങളുടെ പാട്ടുകൾ കൊണ്ട് നിർത്തിയ ഗൂപിയും ബാഘയും ഒരു വൻ വിപത്താണ് ഒഴിവാക്കുന്നത്. ചിത്രത്തിലെ മനോഹരങ്ങളായ പാട്ടുകൾ എഴുതിയതും അവയ്ക്ക് സംഗീതം നൽകിയതും സംവിധായകൻ തന്നെയായിരുന്നു എന്ന ഒരു പ്രത്യേകത കൂടി *ഗൂപി ഗായേൻ ബാഘാ ബായേനു*ണ്ട്.

ഗൂപി ഗായേൻ ബാഘാ ബായേൻ നിർമ്മിച്ച് പന്ത്രണ്ട് വർഷങ്ങൾക്ക് ശേഷം, 1980 ലാണ് അതിന്റെ രണ്ടാം ഭാഗമായ *ഹിരക് രജർ ദേശേ* (രത്നങ്ങളുടെ സാമ്രാജ്യം) റായ് നിർമ്മിക്കുന്നത്. ഹുണ്ടിയിലേയും ഹല്ലയിലേയും രാജകുമാരിമാരെ വിവാഹം ചെയ്ത് സുഖമായി കഴിയുന്ന ഗൂപിയും ബാഘയും, തങ്ങളുടെ സുഖജീവിതം മടുത്ത്, 'രത്നങ്ങളുടെ രാജ്യ'ത്ത് നടക്കുന്ന വാർഷികാഘോഷങ്ങളിൽ പാട്ടുകൾപാടി രാജാവിനെ സന്തോഷിപ്പിക്കാനായി ക്ഷണിക്കപ്പെടുകയാണ്. അവിടെയെത്തിയപ്പോഴാണ് ആ രാജ്യത്തെ ജനങ്ങളുടെ യഥാർത്ഥ അവസ്ഥ അവർ തിരിച്ചറിയുന്നത്. ദിവസം മുഴുവൻ വൈരഖനികളിലും മറ്റും ജോലി ചെയ്യിപ്പിച്ച്, നാമമാത്രമായ കൂലി കൊടുത്ത്, ഭാരിച്ച നികുതി പിരിച്ച്, ആഡംബരജീവിതം നയിക്കുന്ന രാജാവും വെറും പാവകളായ മന്ത്രിസഭാംഗങ്ങളും. നികുതി അടയ്ക്കാത്തവരെ ചാട്ടവാർ കൊണ്ട്അടിച്ച് അനുസരിപ്പിക്കുന്ന ഭരണവ്യവസ്ഥ. വ്യവസായികളിൽ നിന്ന് രത്നമാലകൾ സ്വീകരിച്ച്, തന്റെ അനുചരന്മാരുടെയും എറാൻമൂളികളുടെയും കഴുത്തിലണിയിച്ച് കൊടുക്കുന്ന രാജാവ്.

ഗൂപി ഗായേൻ

നാം നമ്മുടെ രാജ്യത്ത് കാണാറുള്ളതുപോലെ, വിദേശസന്ദർശകർ വരുമ്പോൾ അവരുടെ വഴികളിൽനിന്നു ദരിദ്രരെ മാറ്റുന്ന ഭരണകൂടം. ഇവയ്ക്കെതിരെ ശബ്ദമുയർത്തുന്നവരെ ജന്ദർമന്ദിറിൽ മസ്തിഷ്ക പ്രക്ഷാളനം നടത്താനായി ബ്രെയിൻ വാഷ് യന്ത്രം കണ്ടുപിടിക്കുന്ന ശാസ്ത്രജ്ഞന് വൻ ശമ്പളമാണ് രാജാവ് നൽകുന്നത്. അതിനായി പുതിയ ഒരു പരീക്ഷണശാല അവിടെ തുടങ്ങുന്നു. എന്നാൽ ഇതിന് തയ്യാറാവാത്ത ഒരാളെ മാത്രം നാം കാണുന്നു, അത് അവിടെയുള്ള സ്കൂളിലെ അദ്ധ്യാപകൻ ഉദയൻ ആണ്. ധാർമ്മികമൂല്യം മുറുകെപ്പിടിക്കുന്ന അയാളെ സൈന്യം വേട്ടയാടുന്നു. അവർ അയാളുടെ വീട്ടിൽ ചെന്ന് പുസ്തകങ്ങളടക്കം എല്ലാം തീയിട്ട് നശിപ്പിക്കുന്നു. (ഇക്കാലത്തും കത്തിയെരിയുന്ന പുസ്തകങ്ങൾ നമ്മുടെ രാജ്യത്തടക്കം അപൂർവ്വമല്ലാത്ത കാഴ്ചയാണ്) ജനങ്ങളുടെ അറിവ് കൂടുതലാവുമ്പോൾ, തങ്ങൾ ചോദ്യം ചെയ്യപ്പെട്ടുമെന്ന്, അക്കാലത്തും ഭരണകർത്താക്കൾക്ക് അറിവുണ്ടായിരുന്നു. ഇന്നത്തെ ഭരണാധികാരികളെപ്പോലെ ഹീരക്കിലെ രാജാവും അങ്ങനെ കണക്ക് കൂട്ടുന്നു, അത് പരസ്യമായി പ്രഖ്യാപിക്കുന്നു. അതുകൊണ്ടാണ് ജനങ്ങൾക്ക് അറിവ് നൽകുന്ന സ്കൂൾ അയാൾ അടച്ചുപൂട്ടുന്നത്. രാജാവ് ജനങ്ങളുടെ ശത്രുവായി തിരിച്ചറിയപ്പെടുന്നു. എന്നാൽ ഭയവും ബ്രെയിൻവാഷ് യന്ത്രവും കാരണം, അയാൾക്ക് ഭരണത്തിൽ തുടരാൻ കഴിയുന്നുണ്ട്.

ഈ ഘട്ടത്തിലാണ് ഗുപിയും ബാഘയും അവിടെയെത്തുന്നത്. വഴിക്കുവെച്ച്, വേഷം മാറി നടക്കുന്ന അദ്ധ്യാപകൻ ഉദയനെ കണ്ടുമുട്ടിയ അവർ, ഒന്നിച്ച് ചേർന്ന് രാജാവിനെ താഴെയിറക്കാൻ പരിപാടിയിടുകയാണ്. വേഷം മാറിയ ഉദയനും ഗുപിയും ബാഘയും ചേർന്ന ഒരു സംഘം കൊട്ടാരത്തിലെത്തി, പദ്ധതികൾക്ക് രൂപം

കൊടുക്കുകയാണ്. രഹസ്യമായി, കൊട്ടാരത്തിലെ രത്നശേഖരം അവർ കൈക്കലാക്കുന്നു. ഖനി തൊഴിലാളികളെയും കർഷകരെയും പട്ടാളത്തെയും മറ്റുള്ളവരെയും ഒന്നിച്ച് നിർത്തി, രാജാവിനെ അവർ സ്ഥാനഭ്രഷ്ടനാക്കുന്നു. തന്റെ വാർഷികാഘോഷങ്ങളുടെ ഭാഗമായി രാജാവ് നിർമ്മിച്ച കൂറ്റൻ പ്രതിമ, അയാളടക്കമുള്ളവർ ചേർന്ന് തകർക്കുന്നു. ഒടുക്കം, ജനങ്ങൾ അന്തിമവിജയം നേടുന്ന കാഴ്ചയോടെ ചിത്രം അവസാനിപ്പിക്കുകയാണ് റായ്.

സത്യജിത് റായ്, തന്റെ കഥയാണ് *1980 ൽ ഹിരക് രജർ ദേശേ* എന്ന ചിത്രമായി നിർമ്മിക്കുന്നത്. കുട്ടികൾക്ക് ആസ്വാദനയോഗ്യമായ ചിത്രം നിരവധി പാട്ടുകൾ കൊണ്ട് സമ്പന്നമാണ്. എല്ലാ പാട്ടുകളും സംവിധായകൻ എഴുതി സംഗീതം നൽകിയവയാണ്. ജീർണ്ണിച്ച ഭരണക്രമം അവസാനിപ്പിക്കേണ്ടതു തന്നെയാണ് എന്ന സൂചന കുട്ടികൾക്ക് നൽകുന്ന ചിത്രം. മുതിർന്നവർക്ക് മറ്റൊരു പാഠമായി മാറുന്നുണ്ട്. അത് നമ്മുടെ രാജ്യം പണ്ട് നേരിട്ടതും, ഇപ്പോഴും അനുഭവിച്ചുകൊണ്ടിരിക്കുന്നതുമായ സമസ്യകളെക്കുറിച്ചുള്ള സൂചനകൾ ചിത്രം നൽകുന്നു എന്നതാണ്. ഭരണകൂടങ്ങളുമായി അഭിപ്രായഭിന്നതയുള്ളവരെ രാജ്യദ്രോഹികളായി മുദ്രകുത്തുകയും അവരെ തടവിലിടുകയും ചെയ്യുന്ന ഫാസിസ്റ്റ് രീതി നമ്മുടെ ജനാധിപത്യം ഇപ്പോഴും തുടരുന്നത് നാം കാണുന്നുണ്ട്. അറിവ് അപകടമാണ് എന്ന ആശയം നമ്മുടെ ഭരണാധികാരികൾ എക്കാലവും വിശ്വസിച്ചിരുന്നു. ഭിന്നാഭിപ്രായമുള്ളവരെ ബ്രെയിൻ വാഷ് ചെയ്യുന്നത്, ഭരണാധികാരികളുടെ പരസ്യപ്രചാരണ ഏജൻസികളാണ്. പുതിയ സാങ്കേതിക വിദ്യയുപയോഗിച്ച് അവർ ഏറ്റവും കാര്യക്ഷമതയോടെ അത് ചെയ്യുന്നു. പൊതു ഖജനാവ്, പ്രതിമകൾ പണിയാനും മറ്റു സ്വകാര്യ ആവശ്യങ്ങൾക്കും ഇപ്പോൾ ഉപയോഗിക്കുന്നത് നാം തിരിച്ചറിയുന്നുണ്ട്.

ഹിരക് രജർ ദേശേ

സ്വതന്ത്ര അഭിപ്രായങ്ങൾ പറയുന്ന അദ്ധ്യാപകർ വിപ്ലവകാരികളായി, ഭീകരവാദികളായി മാറുന്നു. മതന്യൂനപക്ഷങ്ങൾക്കെതിരെയുള്ള, ഭീകരതകൾക്ക് ഭരണകൂടം തന്നെ നേതൃത്വം നൽകുന്നു. സ്വതന്ത്രമായ അറിവ് ഉൽപ്പാദിക്കുന്ന കേന്ദ്രങ്ങൾ അടച്ചുപൂട്ടപ്പെടുന്നു, അല്ലെങ്കിൽ അവയെ നിയന്ത്രിക്കുന്നു. കുട്ടികൾ ഇപ്പോഴും കറുത്ത തുണികൾകൊണ്ട് വായ മൂടിക്കെട്ടി പ്രതിഷേധിക്കുന്നു. നമ്മുടെ രാജ്യത്തിന്റെ ചരിത്രവും വർത്തമാനവും രേഖപ്പെടുത്തുന്ന ചിത്രം അടിയന്തരാവസ്ഥയ്ക്ക് മൂന്ന് വർഷങ്ങൾക്ക് ശേഷമാണ് പ്രദർശനത്തിനെത്തുന്നത്.

റായുടെ സുഹൃത്തും അദ്ദേഹത്തിന്റെ ചിത്രങ്ങളെ സൂക്ഷ്മമായി വിലയിരുത്താറുള്ള, അഭിപ്രായവ്യത്യാസങ്ങൾ ശക്തമായി രേഖപ്പെടുത്താറുള്ള നിരൂപകൻ ചിദാനന്ദ ദാസ് ഗുപ്ത, ചിത്രത്തെക്കുറിച്ച് ഇങ്ങനെയാണ് പ്രതികരിച്ചത്: "കത്തിജ്ജ്വലിച്ചുകൊണ്ടിരിക്കുന്ന കൽക്കട്ട, പതിവ് ലഹളകൾ, വിലക്കയറ്റം, തൊഴിലില്ലായ്മ, ഭക്ഷ്യക്ഷാമം എന്നിവ റായ് ചിത്രങ്ങളിൽ നേരിട്ട് നാം കാണാറില്ല. എന്നാൽ *ഗുപി ഗായേൻ ബാഘാ ബായേൻ, ഹിരക് രജർ ദേശേ* എന്നിവ ബംഗാളിലെയും, ഇന്ത്യയിലെയും രാഷ്ട്രീയ അവസ്ഥകൾക്കെതിരെയുള്ള റായുടെ പ്രതികരണമാണ്. ഹിരക്കിൽ, വിദേശസന്ദർശകരിൽനിന്നും രാജ്യത്തിന്റെ ദാരിദ്ര്യം മറച്ചുവെക്കാനായി, പട്ടാളക്കാർ പാവപ്പെട്ടവർ താമസിക്കുന്ന ഇടങ്ങൾ നശിപ്പിക്കുന്ന കാഴ്ച ചിത്രീകരിക്കുമ്പോൾ അദ്ദേഹത്തിന്റെ മനസ്സിലുണ്ടായിരുന്നത്, സോവിയറ്റ് നേതാക്കൾ കൽക്കട്ട സന്ദർശിച്ചിരുന്ന സമയം വഴിയിലുള്ള പാവപ്പെട്ടവരെ അവിടെ നിന്ന് മാറ്റിയതും, പട്ടാളക്കാർ ദരിദ്രരെ ജയിലിലടച്ചതുമായിരുന്നു. ചിത്രത്തിലെ കൂടിനകത്തെ പക്ഷിയുടെ ദൃശ്യം ഇതാണ് സൂചിപ്പിക്കുന്നത്. തന്റെ രാഷ്ട്രീയത്തെക്കുറിച്ച് പരാമർശിച്ചവരോട്, റായ് ഇങ്ങനെ പ്രതികരിച്ചു: "ഞാൻ നേരിട്ട് രാഷ്ട്രീയം ചിത്രീകരിക്കാതെ, ഇന്ത്യയിലെ ചരിത്രമുപയോഗിച്ച്, സൂക്ഷ്മമായി അത് ദൃശ്യവല്ക്കരിക്കുന്നു." മറ്റൊരു ഉദാഹരണമായി,

ഗ്ലൂപിയിൽ, തലപ്പാവും തൊപ്പിയും ധരിച്ച ഗ്രാമീണർ ഒരു വിദ്വേഷവും കൂടാതെ ഒരുമിച്ച് കഴിയുന്നു. ഹിരക്കിൽ, സ്കൂളിൽ പഠിക്കുന്ന ഹിന്ദു /മുസ്ലിം വിദ്യാർത്ഥികൾ ഒരുമിച്ചിരുന്നാണ് പഠിക്കുന്നത്. മറ്റുള്ളവർ ഹിന്ദു-മുസ്ലിം സംഘർഷങ്ങൾ ചിത്രീകരിക്കുമ്പോൾ, റായ് അവർ ഒന്നിച്ച് കഴിഞ്ഞിരുന്ന നല്ല കാലം ഓർമ്മിപ്പിക്കുന്നു. സമകാലീന അവസ്ഥയെയും ഇനിയും വരാനിരിക്കുന്ന കാലത്തെയും അടയാളപ്പെടുത്തുന്ന ശക്തമായ ഒരു രാഷ്ട്രീയ അലിഗറിയായി റായുടെ *ഹിരക് രജർ ദേശേ* മാറുകയാണ്, സത്യജിത് റായ് എന്ന ദീർഘദർശിയായ ഒരു ചലച്ചിത്രകാരനെയാണ് നാം ഇതിൽ കണ്ടെടുക്കുന്നത്.

1980 ലെ ദേശീയ ചലച്ചിത്ര പുരസ്കാരങ്ങളിൽ, മികച്ച സംഗീത സംവിധായകനായി സത്യജിത് റായും, അനൂപ് ഘോഷാൽ മികച്ച ഗായകനായും, ബംഗാളി ഭാഷയിലെ മികച്ച ചിത്രമായി *ഹിരക് രജർ ദേശും* തിരഞ്ഞെടുക്കപ്പെട്ടു. 1984 ൽ സൈപ്രസ്സിൽ നടന്ന അന്താരാഷ്ട്ര ചലച്ചിത്രമേളയിൽ മികച്ച ചിത്രമായി *ഹിരക് രജർ ദേശേ* തിരഞ്ഞെടുക്കപ്പെട്ടിരുന്നു.

രാജ്യത്ത് അടിയന്തരാവസ്ഥ നിലവിലുണ്ടായിരുന്ന കാലത്താണ് റായ് തന്റെ പ്രസിദ്ധ ചിത്രം *സത്രഞ്ച് കെ ഖിലാഡി* (1977) പൂർത്തിയാക്കുന്നത്. ഇന്ത്യൻ സ്വാതന്ത്ര്യസമരം ശക്തമായ രീതിയിൽ ആരംഭിച്ച 1857 ന് തൊട്ട് മുൻവർഷം 1856 ലെ സംഭവങ്ങൾ കേന്ദ്രമാക്കി നിർമ്മിച്ച ചിത്രത്തിൽ, അവധ് നാട്ടുരാജ്യം, ബ്രിട്ടീഷ് ഭരണാധികാരികൾ പിടിച്ചെടുക്കുന്നതും അതിനു വഴിവെച്ച പശ്ചാത്തലവും ആണ് സത്യജിത് റായ് പ്രമേയമാക്കുന്നത്. ഭരണാധികാരികൾ, തങ്ങളുടെ അധികാരം ഏതൊക്കെ വഴികളിലൂടെയാണ് ദുർവിനിയോഗം ചെയ്യുന്നത് എന്ന് ആവിഷ്കരിക്കുന്ന ചിത്രം ഒരു നൂറ്റാണ്ട് മുമ്പുള്ള കഥപറയാൻ വേണ്ടി മാത്രമായിരുന്നില്ല റായ് നിർമ്മിച്ചത് എന്ന് വ്യക്തമാണ്. ചിത്രത്തിന്റെ നിർമ്മാണകാലം ഇന്ത്യൻ രാഷ്ട്രീയം ഏറെ പ്രക്ഷുബ്ധമാ

സത്രഞ്ച് കെ ഖിലാഡി

ഹിരക് രജർ ദേശേ

യിരുന്നു. താൻ അധികാരം ഒഴിയേണ്ടിവരുമെന്ന അവസ്ഥ വന്നപ്പോൾ, ഇന്ത്യൻ പ്രധാനമന്ത്രി ഇന്ദിരാഗാന്ധി, ജനാധിപത്യരീതിയെ അട്ടിമറിച്ചുകൊണ്ട് രാജ്യത്ത് അടിയന്തരാവസ്ഥ പ്രഖ്യാപിച്ചു. ഇതിന്റെ മറവിൽ സഞ്ജയ്ഗാന്ധിയടക്കം പല നേതാക്കന്മാരും ഭരണാധികാരികളും അധികാരം ദുർവിനിയോഗം ചെയ്തുകൊണ്ട് സാധാരണ ജനജീവിതങ്ങൾക്ക് മേൽ കടന്നുകയറാൻ തുടങ്ങി. അടിസ്ഥാന പൗരാവകാശങ്ങൾ നിഷേധിക്കപ്പെട്ടു. ഇവ റായ് അടക്കമുള്ള പല ചലച്ചിത്രകാരന്മാരെയും പ്രകോപിതരാക്കിയിരുന്നു. ഇവയ്ക്കെതിരെ ശക്തമായി പ്രതികരിക്കുയും പ്രതിഷേധിക്കുയും ചെയ്തവരിൽ അദ്ദേഹവും ഉൾപ്പെട്ടിരുന്നു.

സത്രഞ്ച് കെ ഖിലാഡി പല തലങ്ങളിലായുള്ള അധികാരദുർവിനിയോഗം ചിത്രീകരിക്കുന്നുണ്ട്. അവധ് രാജ്യത്തെ രാജാവ് നവാബ് വാജിദ് അലി ഷാ, ഭരണകാര്യങ്ങളിൽ ഒട്ടും ശ്രദ്ധയില്ലാതെ, പാട്ടും നൃത്തവും ആസ്വദിച്ചുകൊണ്ട് സ്ത്രീകൾക്കൊപ്പം സുഖിച്ചു കഴിയുന്നു. ഇന്ത്യ പൂർണ്ണമായും തങ്ങളുടെ ഭരണത്തിനു കീഴിലാക്കാൻ ശ്രമിച്ചുകൊണ്ടിരിക്കുന്ന ബ്രിട്ടീഷ് ഭരണാധികാരി, ഡൽഹൗസി, അവധ് തങ്ങളുടെ കീഴിലാക്കാൻ അവസരം പ്രതീക്ഷിച്ചുകൊണ്ടിരിക്കുന്നു.

അവധ് രാജാവിന്റെ സുഖലോലുപത്വം, ഭരണകാര്യങ്ങളിലെ താൽപ്പര്യമില്ലായ്മ, കഴിവില്ലായ്മ എന്നിവ കാരണം ബ്രിട്ടീഷുകാർക്ക് രാജ്യം പിടിച്ചടക്കാൻ എളുപ്പമാവുന്നു. നാന്നൂറിലേറെ വേശ്യകൾ, ഇരുപത്തൊൻപത് താൽക്കാലിക ഭാര്യമാർ, നിരവധി നർത്തകിമാർ, കവിതയും സംഗീതവും. സുഖകരമായ ലോകത്ത് കഴിയുന്ന രാജാവ്, നവാബ് വാജിദ് അലി ഷാ, പതിവായി ബ്രിട്ടീഷ് ഭരണാധികാരിക്ക് പിഴയായി പണം കൊടുത്തുകൊണ്ട് തന്റെ കിരീടം നിലനിർത്തുകയായിരുന്നു. തനിക്ക് ഏറെ പ്രിയപ്പെട്ട കിരീടം ഇംഗ്ലണ്ടിലെ പ്രദർശനത്തിനായി അയച്ച നവാബിന്റെ നടപടിയെ ഡൽഹൗസി പ്രഭു ഇങ്ങനെ പരിഹസിക്കുന്നു,"അതിനകത്ത് രാജാവിന്റെ തല കൂടി

ഹിരക് രജർ ദേശേ

ഉണ്ടായിരുന്നു എങ്കിൽ രാജ്യം രക്ഷപ്പെട്ടുമായിരുന്നു.”

കളിയിൽ മാത്രം താൽപ്പര്യം കാണിക്കുന്ന, അവധ് രാജ്യത്തെ രണ്ട് പ്രാധാന വ്യക്തികളാണ്, മിർസ സജ്ജാദ് അലി, റോഷൻ അലി എന്നിവർ. രാജ്യത്തിനുവേണ്ടി പൊരുതിയ പൂർവ്വികന്മാർ ഉപയോഗിച്ചിരുന്ന വാളിന്റെ കീഴെ ഇരുന്നു, രാവും പകലും ചതുരംഗം കളിക്കുന്ന അവർ, നിസ്സംഗ ജനജീവിതത്തിന്റെ കാഴ്ചകളാണ്. ആരു ഭരിച്ചാലും തങ്ങളുടെ കളി നടന്നാൽ മതിയെന്ന നിലപാട് അവർ സ്വീകരിക്കുന്നു. ഉറക്കം വരാതിരിക്കാൻ, വേലക്കാരിയുടെ കഥകൾ കേട്ടിരുന്നുകൊണ്ട് ഭർത്താവിനെ കാത്തിരിക്കുന്ന സജ്ജാദിന്റെ ഭാര്യ, പരപുരുഷനെ സ്വീകരിക്കുന്ന സമീറിന്റെ പത്നി. പട്ടാള അന്വേഷണം ഭയന്ന് വീടുവിട്ട്, മറ്റൊരു ഗ്രാമത്തിൽ ചെന്ന് കളി തുടരുന്നു അവർ. ആക്രമണം ഭയന്ന് വീടുവിട്ട് പോയവരെക്കുറിച്ച് അവർക്ക് ഒരു ചിന്തയുമില്ല. എന്നാൽ രാത്രി മാത്രമേ തങ്ങൾക്ക് പുറത്തുപോകാൻ കഴിയുകയുള്ളൂ എന്ന് അവർക്കറിയാം. പകൽവെളിച്ചത്തിൽ കാണിക്കാൻ പറ്റാത്ത മുഖങ്ങളാണ് തങ്ങളുടേത് എന്ന് അവർക്ക് പൂർണ്ണബോദ്ധ്യമുണ്ട്.

ഭരണകൂട ആധിപത്യത്തിനെതിരെയുള്ള നിസ്സംഗതയുടെ ആൾരൂപങ്ങളാകുന്നു ഈ രണ്ടുപേർ. ബ്രിട്ടീഷ് ഭരണാധികാരിയായ വൈസ്രോയി ഡൽഹൗസി, അവധ് രാജാവിനോട് കീഴടങ്ങാൻ ആവശ്യപ്പെട്ടപ്പോൾ ഒരു ചെറുത്തുനിൽപ്പുമില്ലാതെ അതിനു തയ്യാറാവുന്ന രാജാവ്, കഴിവുകേടിന്റെ മറ്റൊരു പ്രതീകമാവുകയാണ്. ജനാധിപത്യബോധമില്ലാതെ, രാജ്യത്ത് ഭരണം നടത്തിക്കൊണ്ടിരുന്ന ബ്രിട്ടീഷ് ഭരണാധികാരികൾ തങ്ങളുടെ കാൽക്കീഴിൽ ഇന്ത്യയെ കൊണ്ടുവന്നിരുന്നത് ഇത്തരം സ്വേച്ഛാധിപത്യവഴികളിലൂടെയായിരുന്നു.

1856 ൽ നടന്ന ചരിത്രസംഭവം, ഒരു നൂറ്റാണ്ടിനുശേഷം, 1977 ൽ ഇന്ത്യൻ ജനാധിപത്യവ്യവസ്ഥ തകർന്ന ഘട്ടത്തിൽ, സത്യജിത് റായ് ചലച്ചിത്രമാക്കിയിരുന്നതിന്

പിന്നിലെ ഉദ്ദേശ്യമെന്തായിരുന്നു എന്ന ചോദ്യമാണ് ഈ ചിത്രത്തെ പ്രസക്തമാക്കുന്നത്. അധികാരം, സ്വന്തം താൽപ്പര്യങ്ങൾക്കായി എങ്ങനെയാണ് ഭരണാധിപന്മാർ ദുരുപയോഗം ചെയ്യുന്നത് എന്നത് പല തലങ്ങളിൽ ഈ ചിത്രം ദൃശ്യവല്ക്കരിക്കുന്നു. ബ്രിട്ടീഷ് ഭരണാധികാരികൾ, ഇന്ത്യൻ നാട്ടുരാജ്യങ്ങൾക്ക് നേരെയും, രാജാക്കന്മാർ തങ്ങളുടെ ജനങ്ങൾക്ക് നേരെയും ഇവ പ്രയോഗിക്കുന്നു. സ്വന്തം സുഖസൗകര്യങ്ങൾ മാത്രം ലക്ഷ്യംവെക്കുന്ന ഭരണാധിപരുടെ കാഴ്ച നമ്മുടെ രാജ്യം 1975-77കാലത്തു കണ്ടിരുന്നു, ഇനിയും നാമത് കാണാൻ സാദ്ധ്യതയുമുണ്ട്. ഇവയ്ക്കെതിരെ പ്രതികരിക്കേണ്ട, സജ്ജാദ് അലിയും റോഷൻ അലിയും രാജ്യത്തെ പ്രധാന വ്യക്തികൾ എന്ന നിലയിൽ തങ്ങൾ ചെയ്യേണ്ട കടമ മറക്കുന്നവരാണ്. സ്വന്തം രാജ്യത്തോടുള്ള, അതിന്റെ ജനാധിപത്യ സംവിധാനത്തോടുള്ള കടപ്പാടും, ഭാവിയെക്കുറിച്ചുള്ള ആശങ്കകളും ആണ് റായ് എന്ന ചലച്ചിത്രകാരൻ ഈ ചിത്രത്തിൽ രേഖപ്പെടുത്തുന്നത്.

1924 ൽ പ്രേംചന്ദ് എഴുതിയ കഥ, സത്യജിത് റായ് തന്റെ ആദ്യ ഹിന്ദിചിത്രമായി സംവിധാനം ചെയ്തപ്പോൾ സയ്യദ് ജെഫ്രി, ഷബ്ന ആസ്മി, ഡേവിഡ് ആറ്റൻ ബറോ തുടങ്ങിയ ഒരു വൻ താരനിര അതിലഭിനയിച്ചിരുന്നു.

ഗുപി ഗായേൻ ബാഘാ ബായേൻ, ഹിരക് രജർ ദേശേ, സത്രഞ്ച് കെ ഖിലാഡി എന്നീ ചിത്രങ്ങൾ, സത്യജിത് റായുടെ സാമൂഹികവും രാഷ്ട്രീയവുമായ നിലപാടുകളുടെയും സമീപനങ്ങളുടെയും കൃത്യമായ അടയാളങ്ങളായി നമുക്ക് വായിച്ചെടുക്കാം. ആദ്യ രണ്ട് ചിത്രങ്ങൾ സാങ്കൽപ്പിക കഥകളെ അടിസ്ഥാനപ്പെടുത്തിയവയാണെങ്കിൽ, അവസാനചിത്രം നൂറ്റിയിരുപതിലേറേ വർഷങ്ങൾക്ക് മുമ്പ് നമ്മുടെ രാജ്യം അഭിമുഖീകരിച്ച ചരിത്രസംഭവം കേന്ദ്രീകരിക്കുന്നു. എന്നാൽ ഈ മൂന്ന് ചിത്രങ്ങളെയും നമുക്ക് ഒരു സവിശേഷരീതിയിൽ തിരിച്ചറിയാൻ കഴിയുന്നുണ്ട്. ഇവ നിർമ്മിക്കുന്നതിനു പിന്നിൽ അദ്ദേഹത്തിന് പ്രത്യേക ഉദ്ദേശ്യമുണ്ടായിരുന്നു എന്ന് പല നിരൂപകരെയും പ്രേക്ഷകരെയും പോലെ നമുക്കും മനസ്സിലാക്കാൻ കഴിയുന്നുണ്ട്. ഭരണാധികാരികളുടെ ജനവിരുദ്ധ സമീപനങ്ങളുടെ, സ്ഥാപിത താൽപ്പര്യങ്ങളുടെ കാഴ്ചകളായി ഇവ മാറുന്നുണ്ട് എന്ന് വ്യക്തമാണ്. ഇതിനൊപ്പം സത്യജിത് റായുടെ പൊതുസമീപനവും ചേർത്തുവെക്കുമ്പോൾ, കൃത്യമായ രാഷ്ട്രീയക്കാഴ്ചകളായി ഇവ മാറുന്നു. പറയാനുള്ള കാര്യങ്ങൾ നേരിട്ട് പറഞ്ഞ്, സെൻസർഷിപ്പിനിടയിൽ കുടുങ്ങിക്കിടക്കാൻ തനിക്ക് താൽപ്പര്യമില്ലെന്നും, അവ സൂചനകളിലൂടെയും മറ്റും അവതരിപ്പിച്ചുകൊണ്ട് ജനങ്ങളിലെത്തിക്കുകയാണ് വേണ്ടതെന്നും ആൻഡ്രൂ റോബിൻസണുമായുള്ള അഭിമുഖത്തിൽ റായ് പറയുന്നുണ്ട്. രാഷ്ട്രീയ അലിഗറിയായി മാറുന്ന ഈ മൂന്ന് രചനകളും, സത്യജിത് റായെ ജനവിഷയങ്ങളിൽ ആശങ്കയുള്ള ഒരു രാഷ്ട്രീയ ചലച്ചിത്രകാരനായി അടയാളപ്പെടുത്തുന്നു.

അദ്ധ്യായം ആറ്

റായ് ചിത്രങ്ങളിലെ കരുത്തരായ സ്ത്രീകൾ

"ബംഗാളി സിനിമ ഗൗരവമായ വഴികളിലൂടെ സഞ്ചരിക്കാൻ തുടങ്ങുന്നത് റായുടെ പഥേർ പാഞ്ചാലിക്ക് ശേഷമാണ്."

\- ഘട്ടക്ക്

ചുറ്റുമുള്ള ജീവിതയാഥാർത്ഥ്യങ്ങളെ സമീപിക്കുന്നതിലും അവ ചിത്രീകരിക്കുന്നതിലും സത്യജിത് റായ് കാണിച്ച ധീരത കണ്ട് സിനിമാലോകം അത്ഭുതപ്പെട്ടിരുന്നു. പ്രേക്ഷകർ അതേവരെ കണ്ടിരുന്ന രീതികളിൽനിന്നും തികച്ചും വ്യത്യസ്തതകളോടെയാണ് റായ് ചിത്രങ്ങൾ അവർക്ക് മുമ്പിൽ പ്രദർശിപ്പിക്കപ്പെട്ടിരുന്നത്. യാഥാർത്ഥ്യങ്ങളുടെ ആഖ്യാനമെന്ന പേരിൽ ഊതി വീർപ്പിക്കപ്പെട്ട പതിവ് ചലച്ചിത്രവാർപ്പ് മാതൃകകളെ കാലങ്ങളായി അനുഭവിച്ചുകൊണ്ടിരുന്ന ഇന്ത്യൻ പ്രേക്ഷകർ, *പഥേർ പാഞ്ചാലി* മുതൽ ഈ മാറ്റങ്ങൾ സ്വീകരിച്ചു തുടങ്ങി. ഇതേ അവസ്ഥ തന്നെയായിരുന്നു റായ് ചിത്രങ്ങളിലെ സ്ത്രീകഥാപാത്രങ്ങൾക്കും സംഭവിച്ചിരുന്നത്. ഒന്നുകിൽ പരിശുദ്ധതയുടെ പ്രതീകങ്ങളായി, ഭർത്താവിന്റെ പാദപൂജ ചെയ്ത്, കുടുംബകാര്യങ്ങളിൽ മാത്രം ശ്രദ്ധിച്ച് ജീവിച്ചിരുന്നവരെയും അല്ലെങ്കിൽ അൽപ്പവസ്ത്രധാരികളായി ആടുകയും പാടുകയും ചെയ്ത്, നായകനെ / പ്രേക്ഷകരെ ഇളക്കി മറിക്കാനായി, ലൈംഗിക ഉപകരണങ്ങളായി മാറിയവരെയുമാണ് പതിവ് സിനിമകൾ പ്രേക്ഷകർക്ക് കാണിച്ചുകൊടുത്തിരുന്നത്. ചിന്തിക്കാനുള്ള ശേഷിയോ, സ്വയം തീരുമാനമെടുക്കാനും അഭി

മഹാനഗർ

പ്രായം പ്രകടിപ്പിക്കാനുമുള്ള ശക്തിയോ, സ്വാതന്ത്ര്യമോ അവർക്കുണ്ടായിരുന്നില്ല. ആത്മാവും ശരീരവുമുള്ള, വ്യക്തിത്വമുള്ള സ്ത്രീകളെ എപ്പോഴും തിരശ്ശീലയ്ക്ക് പുറത്തു മാത്രമേ കാണാൻ കഴിയാറുണ്ടായിരുന്നുള്ളൂ. റായ് ചിത്രങ്ങൾ ഈ പതിവ് മാറ്റുകയായിരുന്നു. കൃത്യമായ നിലപാടുകളും ജീവിത സമീപനങ്ങളുമുള്ള, വൈകാരികമായ അസ്തിത്വമുള്ള സ്ത്രീകളെ നമുക്ക് അവയിൽ കാണാൻ കഴിയുന്നുണ്ട്. ഇത് റായുടെ പൊതുവേയുള്ള സ്ത്രീപക്ഷ കാഴ്ചപ്പാടിന്റെ ഭാഗമായി തിരിച്ചറിയപ്പെടേണ്ടതുമാണ്.

ഇതിനുള്ള വിശദീകരണം, ആൻഡ്രൂ റോബിൻസണുമായുള്ള അഭിമുഖത്തിൽ അദ്ദേഹം നൽകുന്നുണ്ട്. സ്ത്രീകൾ മാനസികമായി പുരുഷന്മാരെക്കാൾ ശക്തിയുള്ളവരാകുന്ന അവസ്ഥ, താങ്കളുടെ സിനിമകളെ കൂട്ടിയോജിപ്പിക്കുന്ന ഒരു പൊതുഘടകമായി മാറിയിട്ടുണ്ട് എന്ന കാര്യം ശ്രദ്ധയിൽപ്പെടുത്തിയപ്പോൾ അതെയെന്ന മറുപടി പറയുന്ന റായ് അതിനുള്ള വിശദീകരണവും നൽകുന്നുണ്ട്. സ്ത്രീകൾ പുരുഷന്മാരെക്കാൾ ശാരീരികമായി ദുർബ്ബലരായതിനാൽ, അത് ക്രമീകരിക്കാൻ അവർ മാനസികമായി ശക്തിയാർജ്ജിക്കുന്നു എന്നതായിരുന്നു അദ്ദേഹത്തിന്റെ മറുപടി. തന്റെ ഒട്ടുമിക്ക ചിത്രങ്ങളും ഇത് വ്യക്തമാക്കുന്നുണ്ട് എന്ന് അദ്ദേഹം പറയുന്നു. *പഥേർ പാഞ്ചാലി*യിലെ സബർജയ മുതൽ *ഘരേ ബായ് രേ*യിലെ ബിമല വരെയുള്ള കഥാപാത്രങ്ങൾ, തനതായ വ്യക്തിത്വവും സ്വന്തമായ അഭിപ്രായങ്ങളും മാനസികമായ കരുത്തുമുള്ളവരാണ്. അവർ തളരാതെ ലക്ഷ്യത്തിലെത്തുന്നവരാണ്. അവരുടെ ജീവിതം മുഴുവൻ പല തരത്തിലുള്ള സമരങ്ങളും പോരാട്ടങ്ങളുമാണ്. തങ്ങളുടെ ജീവിതാവസ്ഥകൾക്കെതിരെ പോരാടി വിജയംവരിച്ച് നടന്നു കയറുന്നവർ. സങ്കീർണ്ണമായ ജീവിതമുഹൂർത്തങ്ങളെ അതിജീവിച്ച്, തങ്ങളെ ആശ്രയിക്കുന്നവരെ അവർ വിജയത്തിലെത്തിക്കുന്നു, അതാണവരുടെ വിജയവും.

റായുടെ സ്ത്രീപക്ഷ സമീപനങ്ങൾക്ക് ഒരു കാരണമായി അദ്ദേഹത്തിന്റെ ടാഗോറുമായുള്ള ബന്ധമാണ് നിരൂപകർ സൂചിപ്പിക്കാറുള്ളത്. ടാഗോറിന്റെ ഫെമിനിസ്റ്റ് ചിന്തകൾ റായെ സ്വാധീനിച്ചിരുന്നു. ടാഗോർ ചിത്രങ്ങളായ *ചാരുലത, ഘരേ ബായ് രേ, പോസ്റ്റ്മാസ്റ്റർ* എന്നിവയിൽ കരുത്തരായ സ്ത്രീകളെ റായ് ചിത്രീകരിച്ചു. അതേസമയം ടാഗോറിന്റെ അന്താരാഷ്ട്ര ഫെമിനിസത്തിൽനിന്നും വിട്ടുമാറി, റായുടെ സ്ത്രീകൾ ബംഗാളിന്റെ മണ്ണിൽ ജീവിക്കുന്നു, ചിന്തിക്കുന്നു, പ്രവർത്തിക്കുന്നു. അത് അദ്ദേഹത്തിന്റെ പൊതുസമീപനത്തിന്റെ ഭാഗമായുള്ള കഥാപാത്രനിർമ്മിതിയിൽ നാം എപ്പോഴും തിരിച്ചറിയാറുള്ളതുമാണ്. അന്താരാഷ്ട്രചലച്ചിത്രകാരനാവുമ്പോഴും ബംഗാളിന്റെ സംസ്കാരവും പാരമ്പര്യവും ജീവിതക്രമങ്ങളും പിന്തുടരുന്ന ശൈലി അദ്ദേഹം എല്ലാക്കാലവും നിലനിർത്തിയിരുന്നു എന്നത് ശ്രദ്ധേയമാണ്.

റായുടെ സ്ത്രീപക്ഷനിലപാടുകൾ ഒരിക്കലും പുരുഷന്റെ അവകാശങ്ങൾ കവർന്നെടുത്ത്, അവരെ ഇടിച്ചുതാഴ്ത്തി, ആ ഒഴിവിലേക്ക് സ്ത്രീകളെ പ്രതിഷ്ഠിക്കുന്നില്ല. പുരുഷന്മാർക്കൊപ്പം നിന്നുകൊണ്ട്, അവരെ സഹായിച്ചുകൊണ്ട് പരസ്പരപൂരകമായി അവർ ജീവിച്ചു. അദ്ദേഹത്തെ സംബന്ധിച്ചിടത്തോളം, യഥാർത്ഥ ഫെമിനിസമെന്നാൽ സ്ത്രീകളുടെ അവകാശങ്ങൾ സംരക്ഷിക്കാനും അവ ഉയർത്തിപ്പിടിക്കാനുമുള്ളതാണ്.

തന്റെ ചിത്രങ്ങളിലൂടെ അത് അദ്ദേഹം കാണിച്ചുതരുന്നുമുണ്ട്. കുടുംബ ജീവിതത്തിൽ, ഉത്തരവാദിത്വം പുരുഷന്മാർക്കൊപ്പം സ്ത്രീകൾക്കുമുണ്ടെന്ന് അദ്ദേഹം വിശ്വസിച്ചു. *മഹാനഗറിലെ* ആരതി, ഭർത്താവിന്റെ കഠിനാദ്ധ്വാനത്തിൽ ആശങ്കപ്പെട്ടുകൊണ്ടാണ് ജോലിക്ക് പോകാൻ തീരുമാനിക്കുന്നത്. അവർ രണ്ടുപേരും ഒന്നിച്ച്

നീങ്ങുമ്പോഴാണ് യഥാർത്ഥ കുടുംബജീവിതമായി അത് മാറുന്നത്. വൈകാരികവും മാനസികവുമായ അസംതൃപ്തി ഉള്ളിൽ ഒതുക്കി നിർത്താതെ അവയുടെ പൂർത്തീകരണത്തിനായി കുടുംബത്തിന്റെ ചട്ടക്കൂടിനപ്പുറത്തേക്ക് പോകുന്ന സ്ത്രീകൾ, പിന്നീട് തങ്ങളുടെ പിഴവുകൾ തിരിച്ചറിഞ്ഞ് കുടുംബജീവിതത്തിന്റെ ശീതളിമയിലേക്ക് തിരിച്ചുവരുന്ന കാഴ്ചകളാണ് *ചാരുലതയിലും ഘരേ ബായ രേ* യിലും നാം കാണുന്നത്. ഏതു ചുറ്റുപാടുകളിലായാലും, ഏത് കുടുംബപശ്ചാത്തലങ്ങളിലായാലും സ്ത്രീകൾ സ്വയം തീരുമാനങ്ങളെടുക്കാൻ തയ്യാറാവുന്നു. ജമീന്ദാർ കുടുംബങ്ങളിലെ ദയാമൊയി, ബിമല, മദ്ധ്യവർഗ്ഗകുടുംബത്തിലെ ആരതി, ആംഗ്ലോ ഇന്ത്യൻ കുടുംബത്തിലെ സിമ്മൻസ്, എന്നിവർ ഇതിന് ഉദാഹരണങ്ങളാവുന്നു.

ഇനി റായ് ചിത്രങ്ങളിലെ കരുത്തരായ സ്ത്രീകഥാപാത്രങ്ങളുടെ ജീവിതങ്ങൾ, സമീപനങ്ങൾ ഇവ പരിശോധിക്കാം. ആദ്യചിത്രം *പഥേർ പാഞ്ചാലി* യിൽ തുടങ്ങുമ്പോൾ, പ്രധാനകഥാപാത്രങ്ങളായ അപു, സഹോദരി ദുർഗ്ഗ, അവരുടെ അമ്മ സർബജയ എന്നിവരിൽ അപുവിനെ അറിവിന്റെയും അനുഭവങ്ങളുടെയും പുതിയ മേഖലകളിൽ എത്തിക്കുന്ന ദുർഗ്ഗ ചെറുപ്പമാണെങ്കിലും കൃത്യമായ ഒരു വ്യക്തിത്വത്തിന്റെ ഉടമയാണ്. അത് മറ്റാരുടെയെങ്കിലും നിഴൽവീണ് മൂടിപ്പോകുന്നില്ല. അതോടൊപ്പം ഒരു സഹോദരിയുടെ കരുതലും സ്നേഹവും അവൾ അപുവിന് നൽകുന്നുമുണ്ട്. റായുടെ സ്ത്രീകഥാപാത്രങ്ങളിൽ സർബജയ്ക്ക് കൃത്യമായ ഒരു സ്ഥാനമുണ്ട്. വിഷമകരമായ നിരവധി ജീവിതസാഹചര്യങ്ങളിൽ വീണുപോകാതെ പിടിച്ചുനിൽക്കുന്ന അവർ അപുത്രയത്തിലെ രണ്ടാമത്തെ ചിത്രം *അപരാജിതോ* യുടെ അവസാനഭാഗത്താണ് മരിക്കുന്നത്. *പഥേർ പാഞ്ചാലി* യിൽ വളരെയേറെ വിഷമങ്ങൾ സഹിച്ച് കഠിനമായ ജീവിതസാഹചര്യങ്ങളിൽ കുടുംബത്തെ മുമ്പോട്ട് കൊണ്ടുപോകുന്നത് അവരാണ്. ദാരിദ്ര്യത്തിനിടയിൽ, അയൽക്കാരുടെ അവഗണനയും ശകാരവും സഹിച്ചുകൊണ്ട് കുടുംബ

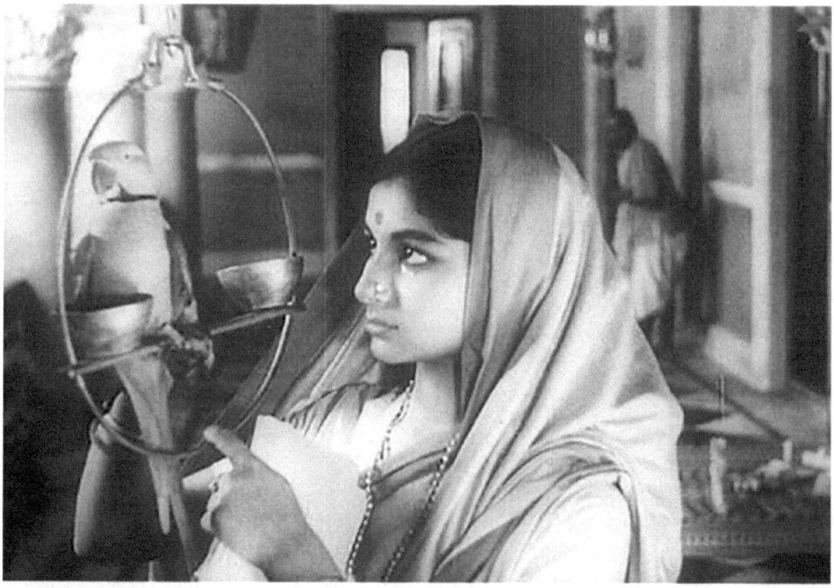

ദയാമൊയി (ദേവി)

ത്തിന്റെ മാന്യത സംരക്ഷിക്കുന്ന അവർ. ദുർഗ്ഗ മരിക്കുന്ന രാത്രിയിലും, തുടർദിവസങ്ങളിലും എല്ലാ വിഷമങ്ങളും ഉള്ളിലൊതുക്കി പതിവു ജീവിതം തുടരുന്ന സർബജയ പ്രതിബന്ധങ്ങൾ മറികടക്കുന്ന സ്ത്രീകളുടെ പ്രതീകമാവുന്നു. വാരാണസിയിൽവെച്ച് ആകസ്മികമായി ഭർത്താവ് മരിച്ചപ്പോഴും വീട്ടുജോലി ചെയ്ത് കുടുംബം സംരക്ഷിച്ച്, അവിടെ കഴിയുന്ന അവർ. ജോലി നഷ്ടപ്പെടുമ്പോൾ മാത്രമാണ് അവർ അമ്മാവനൊപ്പം നാട്ടിലേക്ക് മടങ്ങുന്നത്. അപുവിന്റെ ആഗ്രഹങ്ങൾക്കനുസരിച്ച്, അവന്റെ വിദ്യാഭ്യാസത്തിനായി തനിക്ക് സാദ്ധ്യമായതെല്ലാം അവർ ചെയ്യുന്നു. ഒടുവിൽ സഹായത്തിന് ആരുമില്ലാത്ത അവസ്ഥയിൽ മരിക്കുന്നു സർബജയ. ആരുടെയും നിഴലായി മാറാതെ, തന്റെ തീരുമാനങ്ങൾക്കനുസരിച്ച് ജീവിക്കുന്ന അവർ സ്വന്തം ആരോഗ്യം അവഗണിച്ചുകൊണ്ട് മകന്റെ നന്മയ്ക്കായി പരിശ്രമിക്കുന്നു.

1964 ലെ ചിത്രം *ചാരുലത* യിലെത്തുമ്പോൾ ബംഗാളിലെ ഉന്നതകുടുംബങ്ങളിലെ സ്ത്രീകൾ അനുഭവിച്ചിരുന്ന ഏകാന്തതയും വൈകാരികമായ അനാഥത്വവും ഒറ്റപ്പെടലും ആണ് നമുക്ക് മുമ്പിലെത്തുന്നത്. തന്റെ ജോലിയിൽ മാത്രം താൽപ്പര്യമെടുക്കുന്ന ഭർത്താവു ഭൂപതി, എല്ലാ ജീവിത സൗകര്യങ്ങളും ഒരുക്കിക്കൊടുക്കുന്നതോടെ ഭാര്യയോടുള്ള തന്റെ ചുമതല അവസാനിച്ചെന്ന് കരുതുന്നു. എന്നാൽ ജീവിതസൗകര്യങ്ങളെക്കാൾ പ്രധാനം തന്റെ സാമീപ്യവും വൈകാരികമായ സാന്നിദ്ധ്യവുമാണ് എന്നത് അയാൾ മറക്കുന്നു. ചാരുവിന്റെ ജീവിതത്തിൽ ഭൂപതിയുണ്ടാക്കിയ ശൂന്യതയിലാണ്, സാഹിത്യത്തിൽ തൽപ്പരനായ അമൽ വരുന്നത്. ചാരുവിന്റെ വൈകാരികമായ അഭയകേന്ദ്രമായി അമൽ മാറുന്നു. അവരുടെ സാഹിത്യതാൽപ്പര്യങ്ങൾ അമൽ കണ്ടെടുക്കുന്നു, പ്രോത്സാഹിപ്പിക്കുന്നു. എന്നാൽ ചാരുവിന്റെ യഥാർത്ഥ അവസ്ഥ മനസ്സിലാക്കിയ അമൽ തന്റെ അമ്മാവൻ ഭൂപതിയെ വഞ്ചിക്കാൻ കഴിയാതെ വീട് വിട്ടുപോകുന്നു.

സർബജയ (പഥേർ പാഞ്ചാലി)

സത്യജിത് റായുടെ മറ്റു സ്ത്രീകളിൽ നിന്ന് തികച്ചും വ്യത്യസ്തമാണ് *ഘരേ ബായ് രേ* യിലെ ബിമല. അക്ഷരജ്ഞാനമില്ലാതെ, ധനികകുടുംബത്തിൽനിന്നും ജമീന്ദാറിന്റെ ഭാര്യയായി വന്ന അവരെ ആധുനികജീവിതരീതികളിലേക്ക് ഭർത്താവ് നിഖിൽ എത്തിക്കുകയാണ്. സ്വദേശിപ്രസ്ഥാനത്തിന്റെ നേതാവ്, നിഖിലിന്റെ സുഹൃത്ത്, സന്ദീപുമായി പരിചയപ്പെടുന്നത് പ്രസ്ഥാനത്തോടുള്ള ആഭിമുഖ്യം കാരണമായിരുന്നെങ്കിലും ബിമലും സന്ദീപും വ്യക്തിപരമായി അടുക്കുകയാണ്. ഭർത്താവ് എതിർക്കുന്ന പ്രസ്ഥാനത്തിൽ പ്രവർത്തിക്കാൻ തയ്യാറായ ബിമല, വളരെ വൈകി മാത്രമാണ് അതിലെ ചതി തിരിച്ചറിയുന്നത്. ഉടൻ പ്രസ്ഥാനവുമായും സന്ദീപുമായുമുള്ള ബന്ധം അവർ അവസാനിപ്പിക്കുന്നു.

സംഘർഷങ്ങളിൽ ഭർത്താവ് രക്തസാക്ഷിയാവുന്നെങ്കിലും ജീവിതം മുമ്പോട്ട് കൊണ്ടുപോകുന്നു ബിമല. എപ്പോഴും തന്റേതു മാത്രമായ തീരുമാനങ്ങളിൽ ഉറച്ച് നിൽക്കുന്ന ശക്തമായ കഥാപാത്രമാണ് *ഘരേ ബായ് രേ* യിലെ ബിമല.

പത്തൊമ്പതാം നൂറ്റാണ്ടിലെ കഥ അവലംബിക്കുന്ന *ദേവി* എന്ന ജമീന്ദാർ ചിത്രത്തിലെ ദയാമൊയി അക്കാലത്തെ പുരുഷകേന്ദ്രീകൃത കുടുംബത്തിലെ ഇരയാണ്. ഭർത്താവിന്റെ പിതാവ് ഒരു രാത്രികണ്ട സ്വപ്നത്തിന്റെ അടിസ്ഥാനത്തിൽ അവർക്ക് കാളിദേവിയുടെ മുഖമാണുള്ളതെന്ന് വിശ്വസിക്കുന്നു. പിറ്റേ ദിവസം മുതൽ അവർ ദേവിയായി മാറുകയാണ്. അനവധി സന്ദർശകരും രോഗശുശ്രൂഷയ്ക്കായുള്ള ആളുകളും ദേവിയുടെ അനുഗ്രഹത്തിനായി വരുന്നു. കുടുംബജീവിതം തകർന്ന് സ്വയം ദേവിയെന്ന് വിശ്വസിച്ച്, ജീവിതത്തിൽനിന്നും ഓടിമറയുന്ന കേവലം പതിനേഴ് വയസ്സ് മാത്രമുള്ള ദയാമൊയി. അക്കാലത്ത് നിലവിലുണ്ടായിരുന്ന അടിമത്വത്തിന്റെയും പുരുഷമേധാവിത്വത്തിന്റെയും ബാക്കിപത്രമാകുന്നു, ദയാമൊയിയുടെ ജീവിതം.

റായ് ചിത്രങ്ങളിൽ സ്ത്രീകഥാപാത്രത്തിന് വളരെയധികം പ്രാമുഖ്യം നൽകിയ ചിത്രമാണ്, 1963 ൽ അദ്ദേഹം സംവിധാനം ചെയ്ത *മഹാനഗർ.* പ്രശസ്ത നടി മാധബി മുഖർജി വേഷമിട്ട ആരതിയെന്ന കഥാപാത്രം കൽക്കട്ടയടക്കമുള്ള നഗരങ്ങളിലെ, മദ്ധ്യവർഗ്ഗ കുടുംബങ്ങളിലെ ജോലിചെയ്യുന്ന സ്ത്രീകൾ നേരിടുന്ന പ്രശ്നങ്ങൾ തീവ്രതയോടെ ആവിഷ്കരിക്കുന്നു. ബംഗാളിലെ പ്രമുഖ ചെറുകഥാകൃത്തായ നരേന്ദ്രനാഥ് മിത്രയുടെ

'അബദാരണിക' എന്ന ചെറുകഥയാണ് റായ് തന്റെ ചിത്രത്തിനായി തിരഞ്ഞെടുത്തത്. പൂർണ്ണമായും കൽക്കട്ട കേന്ദ്രീകരിച്ച് റായ് നിർമ്മിച്ച ആദ്യചിത്രമെന്ന പ്രത്യേകതയും *മഹാനഗറി*നുണ്ട്. ഹിന്ദി സിനിമയിൽ പിൽക്കാലത്ത് പ്രസിദ്ധ നടിയായി മാറിയ ജയഭാദുരിയുടെ ആദ്യചിത്രം കൂടിയാണിത്. 1950 കളിൽ ബംഗാളിൽ നിലവിലുണ്ടായിരുന്ന മദ്ധ്യവർഗ്ഗ യാഥാസ്ഥിതിക കുടുംബങ്ങളിലെ അവസ്ഥയാണ് *മഹാനഗറി*ന്റെ പ്രമേയം. ബാങ്ക് ജീവനക്കാരനായ സുബ്രതോ, ഭാര്യ ആരതി, സ്കൂൾ അദ്ധ്യാപകനായി വിരമിച്ച സുബ്രതോയുടെ പിതാവ് പ്രിയഗോപാൽ, മാതാവ് എന്നിവർക്ക് പുറമെ സുബ്രതോയുടെ വിദ്യാർത്ഥിനിയായ അനുജത്തി, മകൻ എന്നിവരുമാണ് കുടുംബത്തിലുള്ളത്.

കൽക്കട്ടയിലെ തെരുവിൽ പഴയവീട്ടിൽ, തികച്ചും ദരിദ്രമായ ചുറ്റുപാടിൽ കഴിയുന്ന കുടുംബത്തിലെ ഏക ആശ്രയം സുബ്രതോയുടെ വരുമാനം മാത്രം. മാതാപിതാക്കളുടെ അത്യാവശ്യം കാര്യങ്ങൾ ചെയ്തുകൊടുക്കാൻ പറ്റാതെ സുബ്രതോ. പിതാവിന് കണ്ണട വാങ്ങാനോ, മാതാവിന് വാസന പുകയില വാങ്ങാനോ കഴിയാത്ത തന്റെ നിസ്സഹായ അവസ്ഥയിൽ നിരാശനാകുന്ന അയാൾ. ഒരു പാർട്ട് ടൈം ജോലിക്കുകൂടി അയാൾ ശ്രമിക്കുന്നു. തന്റെ സുഹൃത്തിന്റെ വിശേഷങ്ങൾ പറയുന്നതിനിടയിൽ, അയാളുടെ ഭാര്യ ജോലിചെയ്യുന്ന കാര്യം പറയുന്ന സുബ്രതോയോട് ആരതി അതിന്റെ വിശദാംശങ്ങൾ മനസ്സിലാക്കുകയാണ്. സ്വന്തമായി ജോലിചെയ്ത് ഭർത്താവിനും കുടുംബത്തിനുമൊരു താങ്ങായി മാറാൻ അവർ തീരുമാനിക്കുന്നു. രഹസ്യമായി ആരതിയും സുബ്രതോയും ചേർന്ന് അപേക്ഷ അയച്ച്, നഗരത്തിലെ കമ്പനിയിൽ സെയിൽസ് ഗേളായി ആരതി ജോലി നേടുന്നു. എന്നാൽ ജോലിക്കുപോവാനുള്ള അനുവാദം പിതാവ് നൽകുന്നില്ല. തനിക്ക് അതുമായി യോജിച്ചുപോകാൻ കഴിയില്ലെന്ന് തുറന്നു പറയുന്ന അയാൾ. മാതാവും അതേ അഭിപ്രായം പറയുന്നു.

എന്നാൽ തങ്ങളുടെ തീരുമാനത്തിൽ ഉറച്ച് നിൽക്കുന്ന ആരതിയും സുബ്രതോവും.

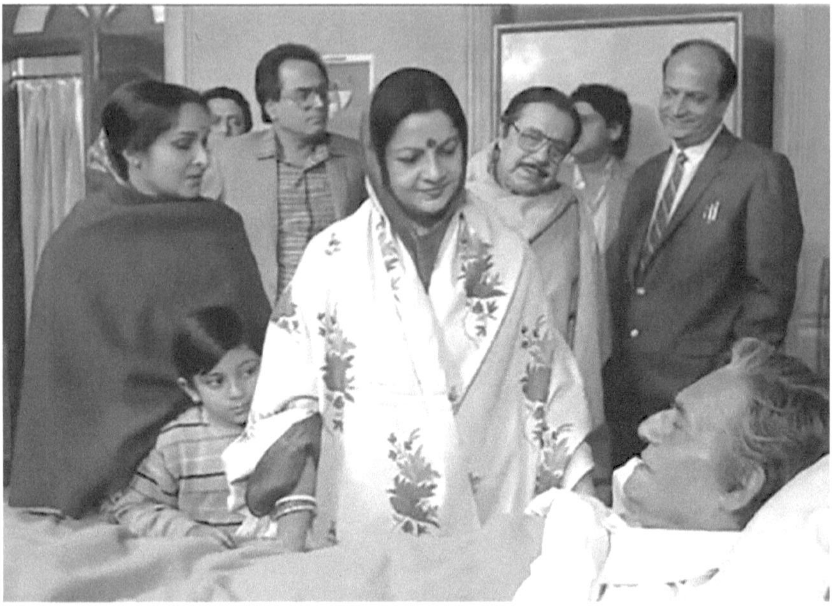

ശാഖാ പ്രൊശാഖാ

ആരതിക്ക് ജോലി ചെയ്യാനുള്ള ആത്മവിശ്വാസം അയാൾ നൽകുന്നു. ജോലിയിൽ മികവ് പുലർത്തുന്ന ആരതിയുടെ ജോലിസ്ഥലത്തെ സുഹൃത്ത് എഡിത്ത് സിമ്മൻസ് ഒരു ആംഗ്ലോ-ഇന്ത്യൻ സ്ത്രീയാണ്. ആദ്യശമ്പളദിവസം എല്ലാവർക്കും സമ്മാനങ്ങളു മായി വരുന്ന ആരതിയിൽ നിന്ന് പണം വാങ്ങാൻ വിസമ്മതിക്കുന്നു പ്രിയഗോപാൽ. താനൊരു പഴയ ആളാണെന്ന് പറയുന്ന അയാളിൽനിന്ന് പഴയ രീതികൾ ഒരിക്കലും വിട്ടുപോകുന്നില്ല എന്ന് നാം തിരിച്ചറിയുന്നു. കാര്യങ്ങൾ നല്ല നിലയിൽ പുരോഗമിക്ക വേ, സുബ്രതോയ്ക്ക് ജോലി ഇല്ലാതാവുന്നു, അതോടെ തന്റെ ഉത്തരവാദിത്വം വർദ്ധിച്ച ആരതി, കൂടുതൽ ശമ്പളമാവശ്യപ്പെടുന്നു.

ആകസ്മികമായി അപകടം പറ്റിയ പ്രിയഗോപാൽ, ഒടുവിൽ ജോലിക്ക് പോകാ നുള്ള ആരതിയുടെ തീരുമാനം അംഗീകരിക്കുകയാണ്. എന്നാൽ ചിത്രത്തിന്റെ അവ സാനം, ജോലിയിൽനിന്നും അനാവശ്യമായി പിരിച്ചുവിടപ്പെട്ട ജൂഡിത്തിനോട് കമ്പനി കാണിച്ച അനീതിയിൽ പ്രതിഷേധിച്ച്, തന്റെ ജോലി രാജിവെക്കുന്ന ആര തിയുടെ നിസ്സഹായാവസ്ഥയാണ് നാം കാണുന്നത്. അതിനോട് യോജിക്കുന്ന സുബ്ര തോയ്ക്കൊപ്പം, ജോലിക്കുവേണ്ടി കൽക്കട്ടയെന്ന മഹാനഗരത്തിൽ അന്വേഷിക്കാൻ തീരുമാനിക്കുന്ന ആരതിയുടെ ശുഭപ്രതീക്ഷയിലാണ്, *മഹാനഗർ* അവസാനിക്കുന്നത്.

സ്ത്രീകൾ ഭർത്താവിനൊപ്പം പുരുഷനൊപ്പം ജോലിചെയ്ത് കുടുംബം മുമ്പോട്ട് കൊണ്ടുപോകുന്ന അവസ്ഥ അമ്പതുകളിലെ യാഥാസ്ഥിതിക കുടുംബങ്ങളിൽ നില വിലുണ്ടായിരുന്നില്ല. പുരുഷമേധാവിത്വ സമൂഹം ശക്തമായി അതിനെ എതിർത്തു. കുടുംബത്തിന്റെ സംരക്ഷണത്തിൽ പുരുഷനും സ്ത്രീയ്ക്കും തുല്യപങ്കാണ് ഉള്ളതെന്ന ചിന്ത അത്തരം കുടുംബങ്ങളിലെ പഴയതലമുറ അംഗീകരിച്ചിരുന്നില്ല. അതിനെതിരെയാണ് റായ് തന്റെ ചിത്രത്തിലൂടെ പ്രതികരിക്കുന്നത്. സുബ്രതോയുടെ കഠിനാദ്ധ്വാനം

പഥേർ പാഞ്ചാലി

കൊണ്ടും കാര്യങ്ങൾ നല്ല രീതിയിൽ മുമ്പോട്ട് പോകുന്നില്ല എന്ന് മനസ്സിലാക്കിയാണ്, ആരതി അയാളെ സഹായിക്കാൻ തയ്യാറാകുന്നത്. എന്നാൽ അത് അംഗീകരിക്കാത്ത അയാളുടെ മാതാപിതാക്കൾ, പിന്നീട് അത് ശരിയായിരുന്നില്ല എന്ന് തിരിച്ചറിയുന്നു. മാറ്റങ്ങൾക്കെതിരെ നിൽക്കുകയും പിൽക്കാലങ്ങളിൽ അവ ബോദ്ധ്യപ്പെട്ട് തിരുത്തുകയും ചെയ്യുന്ന പഴയ തലമുറ. മനുഷ്യന്റെ പുരോഗമന ആശയങ്ങൾ ഇത്തരം തലമുറകളിലൂടെത്തന്നെ കടന്നുപോകേണ്ടതുണ്ട് എന്ന ചരിത്രസത്യത്തിലേക്ക് ക്യാമറ കേന്ദ്രീകരിക്കയാണ് സത്യജിത് റായ്.

അമ്പതുകളിലെ ഇന്ത്യയിൽ നിലനിന്നിരുന്ന തൊഴിലില്ലായ്മ ശക്തമായ ഭാഷയിൽ റായ് തന്റെ ചിത്രത്തിൽ ആവിഷ്കരിക്കുന്നുണ്ട്. ബാങ്കുകൾക്കൊപ്പം, സാമ്പത്തിക അവസ്ഥയും തകരുന്നു. പഴയ ശിഷ്യരെ കണ്ടെത്തി അവരിൽനിന്നും സഹായങ്ങൾ സ്വീകരിക്കേണ്ടിവരുന്ന അദ്ധ്യാപകൻ. കൽക്കട്ടയിലെ മദ്ധ്യവർഗ്ഗജീവിതത്തിന്റെ ദുരിതക്കാഴ്ചകളിലേക്ക് ചിത്രം വെളിച്ചം വീശുന്നു. ഒരേ സമയം, ശക്തമായ സ്ത്രീപക്ഷനിലപാടുകൾക്ക് അടിവരയിടുകയും, അതോടൊപ്പം സാമൂഹികജീവിതത്തിന്റെ ദുരന്തങ്ങളെ ആവിഷ്കരിക്കയും ചെയ്യുന്ന റായുടെ രാഷ്ട്രീയനിലപാടിന്റെ മികച്ച ദൃഷ്ടാന്തമാണ് *മഹാനഗർ.* മാധബി മുഖർജിയെന്ന നടിയുടെ സൂക്ഷ്മമായ അഭിനയക്കാഴ്ച കൊണ്ട് സമ്പന്നംകൂടിയാണ് *മഹാനഗർ.*

സ്ത്രീകൾക്ക് പ്രാമുഖ്യം കൊടുക്കുന്ന മറ്റു റായ് ചിത്രങ്ങളിൽ *പോസ്റ്റ്മാസ്റ്റർ, ആരണ്യേർ ദിൻ രാത്രി* തുടങ്ങിയവയും ഉൾപ്പെടുന്നുണ്ട്. അമ്പതുകളിലും അറുപതുകളിലുമായി ശക്തരായ സ്ത്രീകഥാപാത്രങ്ങളെ ആവിഷ്കരിക്കുന്ന ചിത്രങ്ങൾ നിർമ്മിച്ച സത്യജിത് റായ്, ഇന്ത്യൻ ചലച്ചിത്രരംഗത്ത് സ്ത്രീപക്ഷസിനിമയ്ക്ക് കരുത്ത് നൽകുകയായിരുന്നു. ഇപ്പോഴും ആ കരുത്ത് തലമുറകൾ നിലനിർത്തുകയും കൈമാറുകയും ചെയ്യുന്നുണ്ട് എന്നത് ശ്രദ്ധേയമാണ്.

അദ്ധ്യായം ഏഴ്

റായുടെ അവസാനകാല ചിത്രങ്ങൾ

"റായ് സിനിമകളുടെ വലിയൊരു ആരാധകനാണ് ഞാൻ. അദ്ദേഹവുമായി നടത്തിയ കൂടിക്കാഴ്ചകൾ ഞാൻ വളരെയേറെ വിലമതിക്കുന്നു."

- മാർട്ടിൻ സ്കോർസസ്

ആയിരത്തിത്തൊള്ളായിരത്തി എൺപത്തിമൂന്നിലാണ് സത്യജിത് റായ്ക്ക് ഹൃദയാഘാതം വരുന്നത്. അടുത്ത അഞ്ച് വർഷക്കാലം ചലച്ചിത്രപ്രവർത്തനങ്ങളിൽ നിന്നും പൂർണ്ണമായി വിട്ടുനിൽക്കാൻ ഡോക്ടർമാർ നിർദ്ദേശിച്ചതനുസരിച്ച് അദ്ദേഹം പൂർണ്ണവിശ്രമത്തിലായിരുന്നു. അടുത്ത ചിത്രം *ഗണശത്രു* റായ് സംവിധാനം ചെയ്യുന്നത് 1989 ലാണ്. അത് പൂർണ്ണമായും ഡോക്ടർമാരുടെ മേൽനോട്ടത്തിൽ ഇൻഡോറിലായിരുന്നു ചിത്രീകരിച്ചിരുന്നത്. ഭാരിച്ച ക്യാമറ ഉപയോഗിക്കുന്നതിൽനിന്നും അവർ അദ്ദേഹത്തെ വിലക്കിയിരുന്നു. അടുത്ത രണ്ടു ചിത്രങ്ങളും ഈ രീതിയിൽത്തന്നെ റായ് നിർമ്മിച്ചു. സംഭാഷണങ്ങളിൽ കേന്ദ്രീകരിക്കപ്പെട്ട ഈ ചിത്രങ്ങൾ അദ്ദേഹത്തിന്റെ പതിവു പ്രേക്ഷകരിൽ നിന്ന് പല രീതിയിലുള്ള വിമർശനങ്ങൾക്ക് വിധേയമായിട്ടുണ്ട്. അവസാനകാലത്തെ മൂന്ന് ചിത്രങ്ങളായ *ഗണശത്രു* (1989), *ശാഖാ പ്രൊശാഖാ* (1990), *ആഗന്തുക്ക്*(1991) എന്നിവ സമൂഹത്തിലെ അഴിമതിയും ദൈവ വിശ്വാസത്തിന്റെ ദുരുപയോഗവും പ്രമേയവല്ക്കരിക്കുന്നതിനോടൊപ്പം, ജീവിതത്തിന്റെ അർത്ഥം തിരഞ്ഞുപോകുകയും ചെയ്യുന്നു. അവസാനകാലത്ത് റായ് തന്റെ കഴിഞ്ഞകാല ജീവിതം തിരിഞ്ഞുനോക്കുന്നതായി ഈ ചിത്രങ്ങൾ സൂചിപ്പിക്കുന്നു. സാമൂഹികമായ വിഷയങ്ങൾ അദ്ദേഹം നേരത്തെ കൈകാര്യം ചെയ്തിരുന്നെങ്കിലും, അവസാനകാലത്ത്

അനീതിക്കെതിരെ ശക്തമായ ഭാഷയിൽ റായ് പ്രതികരിച്ചു. റായുടെ വാക്കുകൾ, അദ്ദേഹത്തെക്കുറിച്ച് സമഗ്രമായ ജീവചരിത്രം *ഇന്നർ ഐ* തയ്യാറാക്കിയ ആൻഡ്രൂ റോബിൻസൺ ഉദ്ധരിക്കുന്നുണ്ട്: "ചുറ്റും നോക്കുമ്പോൾ, പണ്ടുകാലത്തെ മൂല്യങ്ങൾ, സമഗ്രത, വിശ്വസ്തത, ലിബറലിസം, യുക്തിചിന്ത എന്നിവയൊക്കെ നമുക്ക് നഷ്ടപ്പെട്ടതായി എനിക്ക് തോന്നുന്നു. ജീവിതത്തിന്റെ ഭാഗമായ അഴിമതിയാണ് ഇന്ന് നമ്മെ മുമ്പോട്ട് കൊണ്ടുപോകുന്നത്. ജീവിതത്തിൽ ഇത് ഒഴിവാക്കാൻ പറ്റില്ല എന്ന അവസ്ഥ വന്നിരിക്കുന്നു. തുടക്കത്തിൽ നാം പ്രതിഷേധിക്കുമെങ്കിലും പിന്നീട് ആന്തരികവും ബാഹ്യവുമായ സമ്മർദ്ദങ്ങളാൽ ധാർമ്മികമായ അധഃപതനം സ്വയം സ്വീകരിക്കുന്നു." ഹിന്ദുക്കൾ വർഗ്ഗീയതയിലേക്ക് നീങ്ങുന്നതിനെതിരെ ശക്തമായ ഭാഷയിൽ പ്രതികരിച്ച അദ്ദേഹം, 1989 ലെ സഫ്ദർ ഹശ്മിയുടെ കൊലപാതകത്തെ ശക്തമായ ഭാഷയിൽ അപലപിച്ചിരുന്നു.

വ്യക്തിജീവിതത്തിൽ വളരെയേറെ സത്യസന്ധത പുലർത്തിയ റായ് ലളിതമായ ജീവിതത്തിൽ വിശ്വസിക്കയും തനിക്ക് ലഭിച്ചുകൊണ്ടിരിക്കുന്ന വരുമാനത്തിൽ സംതൃപ്തി കണ്ടെത്തുകയും ചെയ്തിരുന്നതായി ദീർഘകാലം അദ്ദേഹവുമായി ബന്ധമുണ്ടായിരുന്ന ആൻഡ്രൂ റോബിൻസൺ നിരീക്ഷിക്കുന്നു. താങ്കൾക്ക് എപ്പോഴെങ്കിലും ധനികനാകണമെന്ന് തോന്നിയിട്ടുണ്ടോ? എന്ന റോബിൻസന്റെ ചോദ്യത്തിന് ചിരിച്ചുകൊണ്ട് റായ് പറഞ്ഞ മറുപടി, 'ഞാൻ ധനികനാണ്, എനിക്ക് താൽപ്പര്യമുള്ള പുസ്തകങ്ങളും സംഗീത റിക്കാർഡുകളും വാങ്ങാൻ എനിക്ക് കഴിയുന്നുണ്ട്' എന്നായിരുന്നു. സ്വന്തമായി ഒരു വീടോ ഫ്ലാറ്റോ ഇല്ലാതിരുന്നതിൽ അദ്ദേഹത്തിന്റെ ഭാര്യ ബിജോയ വളരെ വിഷമിച്ചിരുന്നു. അവസാനകാലത്തെ ചികിത്സ, പണമില്ലാതെ, സർക്കാരിൽ നിന്നു ലഭിച്ച ധനസഹായം കൊണ്ടായിരുന്നു നടത്തിയിരുന്നത്.

അവസാനകാലത്തെ മൂന്ന് ചിത്രങ്ങളിൽ (അഴിമതി ചിത്രത്രയം എന്ന് ചില നിരൂപകർ ഇവയ്ക്ക് പേര് നൽകിയിട്ടുണ്ട്.) ആദ്യചിത്രം *ഗണശത്രു* 1989 ൽ റായ് പൂർത്തിയാക്കി. സമൂഹത്തിലെ അഴിമതിക്കും തെറ്റുകൾക്കുമെതിരെ ഒറ്റയാൾപോരാട്ടം നടത്തുന്ന ഡോ. അശോക് ഗുപ്ത കേന്ദ്രകഥാപാത്രമാകുന്ന ചിത്രം, പ്രസിദ്ധനാടകകൃത്ത് ഇബ്സന്റെ *An Enemy of the People* എന്ന നാടകം അവലംബിച്ച് നിർമ്മിച്ചിട്ടുള്ളതാണ്. 'ജനങ്ങളുടെ ശത്രു' വെന്ന *ഗണശത്രു*വിലെ കേന്ദ്രകഥാപാത്രം ഡോ. അശോക് ഗുപ്ത, ഇബ്സന്റെ നാടകത്തിലെ ഡോ. സ്റ്റോക്ക് മേനായി ഇതിൽ മാറുന്നു. ഭൂരിപക്ഷത്തോട് ഒന്നിച്ച് നിൽക്കുകയെന്നാൽ സത്യത്തിൽനിന്നും വളരെ അകലെയായി നിലകൊള്ളുകയാണെന്ന് പലപ്പോഴും പ്രായോഗിക ജീവിതം നമ്മെ ബോദ്ധ്യപ്പെടുത്തിയിട്ടുള്ളതാണ്. ഇതേ അഭിപ്രായത്തിൽ ഉറച്ച് വിശ്വസിക്കുന്ന ഡോ. ഗുപ്തയും ഡോ. സ്റ്റോക്ക്മേനും സ്വന്തം നിലപാടുകൾ കാരണം വളരെയധികം പ്രയാസങ്ങൾ നേരിടേണ്ടി വരുന്നു. 1880 കളിൽ നോർവെയിൽ നടക്കുന്ന *An Enemy of the People* നാടകരൂപത്തിൽ പല പ്രാവശ്യം കൽക്കട്ടയിൽ പ്രദർശിപ്പിച്ചിരുന്നു. ചിത്രത്തെ, 1989 ൽ കൽക്കട്ടയിൽ നടക്കുന്ന സംഭവമായി റായ് മാറ്റുകയായിരുന്നു. പൂർണ്ണമായി ബംഗാളി പശ്ചാത്തലം നൽകിയ അത് ഗണശത്രുവായി മാറുന്നു.

കൽക്കട്ടയിൽ നിന്ന് മാറി, ഛന്ദിപ്പൂർ എന്ന ചെറുപട്ടണമാണ് റായ് തന്റെ ചിത്രത്തിന് പശ്ചാത്തലമാക്കുന്നത്. അവിടെയുള്ള ആശുപത്രിയിലെ ചീഫ് മെഡിക്കൽ ഓഫീസറാണ് ചിത്രത്തിലെ കേന്ദ്രകഥാപാത്രം ഡോ. അശോക് ഗുപ്ത. ഭാർഗ്ഗവയെന്ന മാർവാഡി ധനാഢ്യന്റെ ഉടമസ്ഥതയിലുള്ള ഹോസ്പിറ്റലിന്റെ നടത്തിപ്പ കമ്മിറ്റിയുടെ

ആഗന്തുക്

തലവൻ ഡോക്ടറുടെ ഇളയ സഹോദരൻ നിഷിത് ആണ്. നഗരത്തെ ഒരു പ്രധാന ടൂറിസ്റ്റ് കേന്ദ്രമാക്കി മാറ്റിയ പ്രസിദ്ധമായ അമ്പലത്തിന്റെ കമ്മിറ്റിയിലും മുനിസിപ്പാലിറ്റിയുടെ അധിപനായ നിഷിത് സജീവമാണ്. കുറച്ച് ദിവസങ്ങളായി ആശുപത്രിയിലെത്തുന്ന രോഗികളിൽ ഹെപ്പിറ്റൈറ്റസ്, ജോണ്ടിസ് എന്നിവ ക്രമാതീതമായി ഉയരുന്നത് ഡോക്ടറുടെ ശ്രദ്ധയിൽ പെടുന്നതോടെ സംഭവങ്ങൾ വഴിമാറുകയാണ്. അമ്പലത്തിനടുത്ത് താമസിക്കുന്നവരിലും പതിവായി അമ്പലം സന്ദർശിക്കുന്നവരിലുമാണ് ഇത് കാണുന്നതെന്നത് ഡോക്ടറെ പല സംശയങ്ങളിലേക്കും എത്തിക്കുകയാണ്. അവ പരിഹരിക്കാനാണ് അദ്ദേഹം സമീപത്തെ വെള്ളം പരിശോധനയ്ക്കായി അയയ്ക്കുന്നത്. അതിന്റെ ഫലം വന്നതോടെ അദ്ദേഹത്തിന്റെ സംശയം സത്യമാവുന്നു, കുറേക്കാലമായി ജനങ്ങൾ മലിനജലമാണ് കുടിച്ചുകൊണ്ടിരിക്കുന്നത് എന്ന് ഭീതിയോടെ ഡോക്ടർ തിരിച്ചറിയുന്നു. ഇത് പരിഹരിക്കാനായി അമ്പലം കുറച്ച് നാളത്തേക്ക് അടച്ചിട്ട് മലിനജല പൈപ്പിന്റെ കേടുപാടുകൾ തീർക്കേണ്ടതായിട്ടുണ്ട് എന്ന് അയാൾക്ക് ബോദ്ധ്യപ്പെടുന്നു.

(*ഗണശത്രു* വിന്റെ ചിത്രീകരണസമയത്ത് തിരുപ്പതി ക്ഷേത്രത്തിലെ കിണറുകളിലെ മാലിന്യം പത്രവാർത്തയായിരുന്നു. കൂടാതെ, ബംഗാളിലെ പല അമ്പലങ്ങളിലും നൽകി വന്ന വിശുദ്ധജലം മലിനമാണെന്ന് പഠനങ്ങളിൽ നിന്ന് വ്യക്തമാവുകയും ചെയ്തിരുന്നു).

ബംഗാളിലെ പ്രധാന ഇടതുപക്ഷപത്രം *ജനബാർത്ത* ഈ വാർത്ത പ്രസിദ്ധീകരിക്കാൻ തയ്യാറായെങ്കിലും മുനിസിപ്പാലിറ്റി ചെയർമാൻ കൂടിയായ നിഷിതിന്റെ സ്വാധീനത്താൽ അത് തടയപ്പെടുന്നു. തികച്ചും അശാസ്ത്രീയമായ വാദങ്ങൾ നിരത്തി, ജനങ്ങളുടെ വിശ്വാസം ചൂഷണംചെയ്ത്, ഡോക്ടറുടെ ശാസ്ത്രീയമായ കണ്ടെത്തലുകൾക്ക് തടസ്സം നിൽക്കുന്ന നിഷിത്, ഭാർഗ്ഗവ, *ജനബാർത്ത* എഡിറ്റർ തുടങ്ങിയവർ. അമ്പലത്തിൽനിന്നും തുളസിയിലയിട്ട് നൽകുന്ന ചരണാമൃതം (പാവനമായ ജലം)

ഒരിക്കലും മലിനമാകില്ല എന്ന് അവർ വാദിക്കുന്നു. എന്നാൽ നിരാശനാവാതെ, മകളുടെ സുഹൃത്തിന്റെയും കൂട്ടുകാരുടെയും സഹായത്തോടെ ഡോക്ടർ ടൗണിൽ പൊതുയോഗം സംഘടിപ്പിക്കുന്നു. എന്നാൽ നിഷിത്, ഭാർഗ്ഗവയുടെയും എഡിറ്ററുടെയും സഹായത്തോടെ അത് അലങ്കോലപ്പെടുത്തുന്നു. അതോടെ നഗരത്തിലെ വിശ്വാസികൾ ഡോക്ടറെയും കുടുംബത്തെയും ഒറ്റപ്പെടുത്തി നേരിടുന്നു. അയാളെയും മകളെയും ജോലിയിൽനിന്ന് പിരിച്ചുവിടുന്നു, വീട് ആക്രമിക്കുന്നു. വാടകവീട് ഒഴിയാനായി ഉടമസ്ഥൻ ഡോക്ടറോട് ആവശ്യപ്പെടുന്നു. കടുത്ത നിരാശയിലും മാനസികാഘാതത്തിലും തകർന്നിരിക്കുന്ന ഡോക്ടർക്ക് പിന്തുണയുമായി വരുന്ന യുവാക്കളുടെ കൂട്ടായ്മയിൽ, പുതിയ പ്രതീക്ഷകളുമായി ചിത്രം അവസാനിക്കുന്നു.

നമ്മുടെ രാജ്യം നിരവധി തവണ നേരിട്ട, പലയിടങ്ങളിലും ഇപ്പോഴും നടന്നുകൊണ്ടിരിക്കുന്ന, വളരെയേറേ പ്രസക്തമായ പ്രമേയമാണ് *ഗണശത്രു* മുമ്പോട്ട് വെക്കുന്നത്. മതവിശ്വാസങ്ങളിലെ അശാസ്ത്രീയത ചോദ്യംചെയ്യുന്ന, അവ മൂലമുണ്ടാവുന്ന സാമൂഹികവിപത്തുകളെ ചൂണ്ടിക്കാട്ടുന്നവർ ക്രൂശിക്കപ്പെടുന്ന ചരിത്രം നാം കാലങ്ങളായി കണ്ടുവരികയാണ്. നിങ്ങൾ വിശ്വാസിയാണോ എന്ന നിഷിതിന്റെ ചോദ്യത്തിന് ഡോക്ടറുടെ മറുപടി, താൻ ശാസ്ത്രീയതയുമായി ചേർന്നുപോകുന്ന വിശ്വാസത്തെയാണ് അനുകൂലിക്കുന്നത് എന്നാണ്. വിശ്വാസികൾ എതിർക്കുമ്പോഴും യുവാക്കളുടെ ഒരു നിര എല്ലായ്പ്പോഴും ഡോക്ടറുടെ വാദങ്ങൾക്കൊപ്പമുണ്ടായിരുന്നു എന്നത് പ്രസക്തമാണ്. അതോടൊപ്പം ഒരിക്കലും തന്നെ കൈവിടാതിരുന്ന, ആത്മവിശ്വാസം നൽകുന്ന ഭാര്യയും മകളും അവരുടെ സുഹൃത്തുക്കളും അയാൾക്ക് കരുത്ത് നൽകുന്നു.

രോഗബാധയ്ക്ക് ശേഷം ഔട്ട്ഡോർ ഷൂട്ടിങ് മിക്കവാറും ഒഴിവാക്കിക്കൊണ്ട് റായ് നിർമ്മിച്ച ചിത്രങ്ങളിൽ ആദ്യരചനയാണിത്. മുഖ്യമായും സംഭാഷണങ്ങൾ കേന്ദ്രീകരിച്ച് ചിത്രം പുരോഗമിക്കുമ്പോഴും മുൻകാല റായ് ചിത്രങ്ങളുടെ എല്ലാവിധത്തിലുമുള്ള

കരുത്ത് *ഗണശത്രു* വും നേടുന്നുണ്ട്. സാമൂഹികമായ ഒട്ടേറെ പുരോഗമന ആശയങ്ങൾ ചിത്രം മുമ്പോട്ടു വെക്കുന്നുണ്ട്. മതവിശ്വാസം, സമ്പത്തും അധികാരവും കേന്ദ്രീകരിക്കാനുള്ള ഒരു മാർഗ്ഗമായി മാറുന്നു എന്നതാണ് അവയിലൊന്ന്. അമ്പലങ്ങളുണ്ടാക്കുന്ന ടൂറിസം വ്യവസായ സാദ്ധ്യതകൾ ഇപ്പോഴും നമ്മുടെ രാജ്യം ചൂഷണം ചെയ്തുകൊണ്ടിരിക്കയാണ്. എന്നാൽ ജനങ്ങളുടെ ആരോഗ്യം സംരക്ഷിക്കേണ്ടത് അതിലും മുഖ്യമായ ബാദ്ധ്യതയായി മാറേണ്ടതുണ്ട് എന്ന് ചിത്രം അടിവരയിടുന്നു. വിശ്വാസമെന്ന ജനങ്ങളുടെ ദൗർബല്യംകൊണ്ട് മായ്ച്ച കളയാവുന്നതല്ല അത്. പത്രങ്ങളുടെ കടമയാണ് ചിത്രം ചൂണ്ടിക്കാട്ടുന്ന മറ്റൊരു സാമൂഹിക പ്രശ്നം. ജനാധിപത്യത്തിൽ പത്രമാധ്യമങ്ങൾക്ക് വളരെയേറേ പ്രസക്തിയുണ്ട് എന്ന് നാം തിരിച്ചറിയുമ്പോഴും എത്രപേർ അത് നിലനിർത്തുന്നുണ്ട് എന്ന ചോദ്യം അവശേഷിക്കുന്നു. ചിത്രത്തിലെ *ജനബാർത്ത* ഇതിന് കൃത്യമായ ഉദാഹരണമാവുന്നു. തുടക്കത്തിൽ ശരിയായ നിലപാടെടുക്കയും പിന്നീട് മുതലാളിമാരുടെ ആജ്ഞാനുവർത്തിയായി, ജനവിരുദ്ധസമീപനങ്ങളിൽ ചെന്നെത്തുകയും ചെയ്യുന്ന *ജനബാർത്ത* എഡിറ്റർ. എന്നാൽ സത്യത്തിനൊപ്പം എപ്പോഴും ജനങ്ങളുടെ ശബ്ദങ്ങളുണ്ടാവും എന്ന പ്രതീക്ഷയോടെയാണ് റായ് *ഗണശത്രു* അവസാനിപ്പിക്കുന്നത്.

ചിത്രത്തിൽ ഡോ. അശോക് ഗുപ്തയായി അഭിനയിക്കുന്നത് നിരവധി റായ് കഥാപാത്രങ്ങളെ സാർത്ഥകമായ അനുഭവങ്ങളാക്കി മാറ്റിയ അദ്ദേഹത്തിന്റെ പതിവു നടൻ സൗമിത്ര ചാറ്റർജിയാണ്. ഡോക്ടറനുഭവിക്കുന്ന മാനസിക സംഘർഷങ്ങൾ കൃത്യമായും തീവ്രമായും പ്രേക്ഷകരിലെത്തിക്കുന്നു അനുഗൃഹീത നടൻ ചാറ്റർജി. 1989 ലെ കാൻ ചലച്ചിത്രോത്സവത്തിൽ മത്സരവിഭാഗത്തിൽ പ്രദർശിപ്പിച്ചിരുന്നു *ഗണശത്രു.*

ഗണശത്രു നിർമ്മിച്ചതിന് ശേഷം, തൊട്ടടുത്ത വർഷം 1990 ൽ തന്നെ റായ് അടുത്ത ചിത്രം *ശാഖാ പ്രൊശാഖാ* സംവിധാനം ചെയ്തു. നേരത്തെ എഴുതിവെച്ചിരുന്ന തിരക്ക

ആഗന്തുക്

ഥയിൽ സമൂലമായ മാറ്റങ്ങൾ വരുത്തിയശേഷമാണ് ചിത്രത്തിന്റെ നിർമ്മാണത്തിലേക്ക് അദ്ദേഹം കടന്നത്. ഈ ചിത്രത്തിലും വളരെയധികം സാമൂഹികപ്രസക്തിയുള്ള പ്രമേയമാണ് റായ് തിരഞ്ഞെടുത്തിരിക്കുന്നത്. സമൂഹത്തെ ഒന്നടങ്കം ബാധിച്ചിരിക്കുന്ന അഴിമതിയാണ് റായ് ഇതിൽ വിഷയമാക്കുന്നത്. അക്കാലത്ത് അദ്ദേഹം അഴിമതിക്കെതിരെ രൂക്ഷമായ വിമർശനങ്ങൾ ഉന്നയിക്കാറുണ്ടായിരുന്നു.

'വൃക്ഷവും ശിഖരങ്ങളും' എന്ന് അർത്ഥം വരുന്ന *ശാഖാ പ്രൊശാഖാ*, നാലു തലമുറകളായി നീളുന്ന ആനന്ദ് മംജുദാറിന്റെ കുടുംബത്തിന്റെ കഥ പറയുകയാണ്. കൽക്കട്ടയിൽനിന്നും മൈലുകൾക്കപ്പുറത്ത്, ബീഹാറിലെ ഛോട്ടാനാഗ്പൂരിൽ മൈക്ക ഫാക്ടറിയിലെ ജോലിക്കാരനായി ജോലിയിൽ പ്രവേശിച്ച അയാൾ സത്യസന്ധമായ കഠിനാദ്ധ്വാനം വഴി, അതിന്റെ ഉടമസ്ഥനായി മാറി. തന്റെ നാല് ആൺ മക്കളേയും പല കമ്പനികളിൽ ഉന്നതസ്ഥാനങ്ങളിൽ എത്തിച്ചു. ഇംഗ്ലണ്ടിൽ വെച്ച് വാഹനാപകടത്തിൽ ഗുരുതരമായി പരുക്ക് പറ്റിയ പ്രൊഷാന്തോ മാത്രം, മാനസികമായ അസ്വസ്ഥതകളോടെ ആനന്ദ് മംജുദാർക്കൊപ്പം വീട്ടിൽ കഴിയുകയാണ്. അദ്ദേഹത്തിന്റെ എഴുപതാം പിറന്നാളിന് നഗരം നൽകിയ സ്വീകരണത്തിന് മറുപടി പറയവെ, മംജുദാർ കുഴഞ്ഞുവീഴുന്നു. ഹൃദയാഘാതംമൂലം ചികിത്സയിൽ കഴിയുന്ന പിതാവിനെ കാണാനായി കൽക്കട്ടയിൽ മക്കൾ വരുന്നതോടെയാണ് അവരുടെ യഥാർത്ഥ അവസ്ഥ പിതാവ് മനസ്സിലാക്കുന്നത്.

മൂത്തമകൻ പ്രൊബോധ്, മൂന്നാമത്തെ മകൻ പ്രൊബിർ എന്നിവർ കമ്പനികളിൽ ഉന്നതസ്ഥാനം വഹിക്കുമ്പോൾ ഇളയ മകൻ പ്രൊതാപ് തന്റെ കമ്പനിയിലെ അഴിമതിയിൽ മനസ്സ് മടുത്ത് ജോലി രാജിവെച്ച് നാടകട്രൂപ്പിൽ ചേരുന്നു. ഭക്ഷണമേശയിലെ കുറ്റപ്പെടുത്തലുകളും ആരോപണങ്ങളുമായി പ്രൊബോധും പ്രൊബീറും പരസ്പരം പഴിചാരുമ്പോൾ ഇതിലൊന്നും പങ്കെടുക്കാതെ മാറി നിൽക്കുന്ന പ്രൊതാപ്. കുതിരപ്പന്തയങ്ങൾക്കും ആർഭാടജീവിതത്തിനുമായി അവർ ചെലവിടുന്നത് അഴിമതിയിൽ

ആഗന്തുക്

നിന്നു ലഭിക്കുന്ന പണമാണെന്ന് നാം തിരിച്ചറിയുന്നു. എന്നാൽ അവ തികച്ചും സ്വാഭാവികമായ കാര്യങ്ങൾ മാത്രമായി കാണുന്ന ഘട്ടത്തിലെത്തിയിരിക്കുന്നു അവർ. ഇതൊക്കെ കേട്ടിരിക്കുന്ന പ്രൊഷാന്തോ തന്റെ പ്രതികരണം അറിയിക്കുന്നു. ഇതിനൊക്കെ സാക്ഷിയായി പ്രൊബിന്റെ മകൻ ഡിങ്കോ ഉണ്ടെന്ന കാര്യം എല്ലാവരും മറക്കുകയാണ്.

പിതാവിന്റെ ആരോഗ്യം അൽപ്പം മെച്ചപ്പെട്ടപ്പോൾ അയാളുടെ നിർദ്ദേശമനുസരിച്ച് എല്ലാവരും ഒരു ചെറിയ പിക്നിക്കിനായി പുറത്തേക്ക് പോകുന്നു. കുട്ടിക്കാലത്ത് വളരെയേറെ ആഹ്ലാദിച്ചു നടന്ന സ്ഥലത്തേക്ക് ഒരിക്കൽക്കൂടി പോയ അവർ, അവിടെവെച്ചുണ്ടായ പരസ്പരമുള്ള കുറ്റപ്പെടുത്തലുകളും പരാതികളും കാരണം അസ്വസ്ഥരായിട്ടാണ് തിരിച്ചുവരുന്നത്. തിരിച്ച് കൽക്കട്ടയിലേക്ക് മടങ്ങുന്ന സമയത്ത് മുത്തച്ഛനോട് യാത്ര പറയാൻ ചെന്ന ഡിങ്കോവിൽ നിന്നാണ് തന്റെ മക്കളുടെ കൈയിൽ, 'നല്ല' പണവും 'ചീത്ത' പണവുമുണ്ടെന്ന് ആനന്ദ് മജുംദാർ തിരിച്ചറിയുന്നത്. അഴിമതിയുടെയും കൈക്കൂലിയുടെതുമായ ജീർണ്ണതകളിലാണ് അവർ ജീവിച്ചുകൊണ്ടിരിക്കുന്നത് എന്നറിഞ്ഞ്, ജീവിതത്തിൽ ഒരിക്കൽ പോലും അഴിമതി ചെയ്യാത്ത അയാൾ തകർന്ന് പോകുന്നു. മുറിയിലേക്ക് പെട്ടെന്ന് കയറിവന്ന മാനസികപ്രശ്നങ്ങളുള്ള പ്രൊഷാന്തോവിനോട്, അയാൾ മാത്രമേ തന്നെ മനസ്സിലാക്കുന്നുള്ളൂ എന്ന നിരാശയോടെ പറയുന്ന മജുംദാറിൽ റായ് ചിത്രം അവസാനിപ്പിക്കുന്നു.

തികച്ചും സാമൂഹിക പ്രസക്തിയുള്ള, അഴിമതിയെന്ന വിപത്ത് വരച്ചുകാട്ടുക, രണ്ട് തലമുറകൾക്ക് അതിനോടുള്ള സമീപനങ്ങളിലെ വ്യത്യാസം ചൂണ്ടിക്കാട്ടുക എന്നീ ഉദ്ദേശ്യത്തോടെ നിർമ്മിച്ച ചിത്രത്തിൽ അക്കാലത്ത് സജീവമായിരുന്ന ലോകവിഷയങ്ങളും റായ് പരാമർശിക്കുന്നുണ്ട്. കമ്യൂണിസ്റ്റ് അനുഭാവിയായ ഇളയ മകൻ പ്രൊതാപ് അമേരിക്കയെ മുട്ടുകുത്തിച്ച വിയറ്റ്നാം ജനതയിൽ അഭിമാനിക്കുമ്പോൾ, കിഴക്കൻ യൂറോപ്പിലെ കമ്യൂണിസ്റ്റ് തകർച്ചയിൽ അസ്വസ്ഥനാകുന്നു. ഓഫീസിൽ

തന്റെ മേലുദ്യോഗസ്ഥന്റെ അഴിമതിയിൽ പ്രതിഷേധിച്ച അയാൾ ചോദിക്കുന്നത് പ്രസക്തമായ ചോദ്യം തന്നെയാണ്, ജീവിതത്തിൽ ഇനി എന്താണ് വിശ്വസിക്കാനുള്ളത് ? എന്നാൽ മറ്റു രണ്ടുമക്കളെയും ഇത്തരം ധാർമ്മികപ്രശ്നങ്ങൾ അലട്ടുന്നതേയില്ല. തന്റെ അവസാനകാലത്ത്, സമകാലീന വിഷയങ്ങളിൽ ചിത്രമെടുക്കാനുള്ള റായുടെ തീരുമാനമാണ് അദ്ദേഹത്തെ *ശാഖാ പ്രൊശാഖാ* യിലെത്തിക്കുന്നത്. 1966 ൽ എഴുതിത്തുടങ്ങിയ തിരക്കഥ മാറ്റങ്ങളോടെയാണ് 1990 ൽ ചലച്ചിത്രമാവുന്നത്.

ആനന്ദ് മംജുദാർ, റായുടെ പ്രതിരൂപമാണോ എന്ന സംശയം ചിത്രം കണ്ട നിരവധിപേർ ഉന്നയിച്ചിരുന്നു. ജീവിതത്തിൽ സത്യസന്ധതയോടുള്ള സമീപനവും പൊതുസമൂഹത്തോടുള്ള കാഴ്ചപ്പാടുകളും രണ്ടുപേരേയും ചേർത്ത് നിർത്തുന്നുണ്ട് എന്നത് വാസ്തവം തന്നെയാണ്.

സ്വന്തം അഴിമതിയെ യാതൊരു കുറ്റബോധവുമില്ലാതെ ന്യായീകരിക്കുന്നവരെയാണ് നാം ചിത്രത്തിൽ കാണുന്നത്. പ്രൊതാപിന്റെ മേലധികാരി, അഴിമതിയെപ്പറ്റി അന്വേഷിച്ച അയാളോട്, തന്റെ കൈയിലെ വിലകൂടിയ വാച്ച് ചൂണ്ടിക്കാട്ടി ചോദിക്കുന്നത്, ഇത്രയും വിലകൂടിയ വാച്ച് ശമ്പളം മാത്രമുപയോഗിച്ച് വാങ്ങാൻ കഴിയില്ല എന്ന് അറിയാമല്ലോ എന്നാണ്. കാലത്തിനൊപ്പം നടക്കാൻ അയാളെ ഉപദേശിക്കയും ചെയ്യുന്ന മേലധികാരി. പ്രൊബോധും പ്രൊബിനും ആരോപണങ്ങളുമായി പരസ്പരം നേരിടുമ്പോൾ, യാതൊരു കുറ്റബോധവുമില്ലാതെ രണ്ടുപേരും തങ്ങളുടെ പ്രവൃത്തികൾ ന്യായീകരിക്കുന്നു. സമൂഹത്തിന്റെ തികച്ചും അപകടകരമായ രോഗാവസ്ഥയായി ഈ സമീപനം തിരിച്ചറിയപ്പെടേണ്ടതാണ്.

രോഗബാധിതനായ ശേഷം റായ് സംവിധാനം ചെയ്യുന്ന രണ്ടാമത്തെ ചിത്രമായ *ശാഖാ പ്രൊശാഖ*യിൽ അപൂർവ്വം വാതിൽപ്പുറ ചിത്രീകരണങ്ങൾ (പിക്നിക്ക് ദൃശ്യം,

സ്വീകരണയോഗം എന്നിവ) മാത്രമേ ഉൾപ്പെടുത്തിയിട്ടുള്ളു. എന്നാലും മുറികൾക്കകത്തെ ദൃശ്യങ്ങൾ വൈകാരികമായ തീവ്രതയോടെ ആവിഷ്കരിക്കാൻ സംവിധായകന് കഴിയുന്നുണ്ട്. പ്രൊഷാന്തോവും പിതാവുമൊന്നിച്ചുള്ള ദൃശ്യത്തിൽ നിന്ന് ആരംഭിച്ച് അവർ രണ്ടുപേരുമുള്ള മറ്റൊരു ദൃശ്യത്തിൽ ചിത്രമവസാനിപ്പിക്കുന്ന സംവിധായകൻ തന്റെ മുൻകാല രചനാവൈഭവം ഇതിലും നിലനിർത്തുന്നു എന്ന് പറയാം. ചിത്രത്തിന്റെ സംഗീതസംവിധാനം സ്വയം നിർവ്വഹിച്ച റായ്, തനിക്ക് ഏറെ പരിചിതമായ ബാക്കിന്റെയും ബീഥോവന്റെയും പാശ്ചാത്യക്ലാസിക്കുകൾ സവിശേഷമായ രീതിയിൽ ചേർത്ത് ചിത്രത്തിന് അനുയോജ്യമായ വൈകാരിക അന്തരീക്ഷം സൃഷ്ടിക്കുന്നുണ്ട്. 'വൃക്ഷവും ശാഖകളും' എന്ന ചിത്രം അതിന്റെ അന്ത്യത്തിൽ 'വൃക്ഷത്തിൽ നിന്ന് വേറിട്ട ശാഖകളാ' യി മാറുന്നതായി നാം അറിയുന്നു.

സത്യജിത് റായുടെ അവസാനകാല ചിത്രത്രയത്തിൽ ഏറ്റവും ജനസമ്മിതി നേടിയ ചിത്രമായ *ആഗന്തുക്ക്(അപരിചിതൻ)*, അദ്ദേഹത്തിന്റെ അവസാനചിത്രമെന്ന നിലയിലും പ്രസിദ്ധമാണ്. തന്റെ അവസാന ചിത്രമാണോ ഇത് എന്ന സംശയം റായ്ക്ക് ഉണ്ടായിരുന്നോ എന്ന് ചിത്രം കണ്ടവർക്ക് തോന്നുന്നത് തികച്ചും സ്വാഭാവികമാണ്. അതിന്റെ പ്രമേയവും ഘടനയും അത്തരമൊരു സംശയം പ്രേക്ഷകരിലുണ്ടാക്കാൻ സാദ്ധ്യതയുള്ളതാണ്. സംവിധായകന്റെ മനസ്സും ചിന്തകളും ഇത്രയേറെ തിരശ്ശീലയിലെത്തിച്ച മറ്റൊരു റായ് ചിത്രം നമുക്ക് കണ്ടെത്താൻ പ്രയാസമാണ്. 1955 ൽ *പഥേർ പാഞ്ചാലി*യിൽ ആരംഭിച്ച ദീർഘവും സംഭവബഹുലവും സമ്പന്നവുമായ ചലച്ചിത്രജീവിതത്തിന്, 1992 ലെ *ആഗന്തുക്ക്* തിരശ്ശീലയിടുകയാണ്.

ആഗന്തുക്കിൽ മനോമോഹൻ മിത്രയെന്ന ലോകസഞ്ചാരിയിലൂടെയാണ് സത്യജിത് റായ് ജീവിക്കുന്നതും സംസാരിക്കുന്നതും തന്റെ നിലപാടുകൾ വെളിപ്പെടുത്തുന്നതും. 1989 ൽ കുട്ടികളുടെ മാസിക *സന്ദേശി*നായി എഴുതിയ കഥ '*അതിഥി*' യാണ് പിൽക്കാലത്ത് *ആഗന്തുക്ക്* എന്ന ചിത്രമായി മാറുന്നത്. 'അതിഥി'യിൽ വേണ്ട മാറ്റങ്ങൾ വരുത്തി 1990 ലാണ് റായ് ചിത്രത്തിന്റെ തിരക്കഥ രചിക്കുന്നത്. പ്രസിദ്ധനായ ആന്ത്രോപ്പോളജിസ്റ്റ് ലെവിസ്ട്രോസ്സിന്റെ (Claude Levi-Strauss) രണ്ട് പുസ്തകങ്ങൾ, *Tristes Tropiques, The Savage Mind* എന്നിവ അക്കാലത്ത് റായ് വായിച്ചിരുന്നു. ഇത് അദ്ദേഹത്തിന്റെ തിരക്കഥയെ ഏറെ സ്വാധീനിച്ചിരുന്നു. അത് ചിത്രത്തിന് പുതിയ ഒരു മാനം നൽകുന്നതായി വ്യക്തമാവുന്നുണ്ട്. 1992 ലെ ദേശീയ ചലച്ചിത്രപുരസ്കാരങ്ങളിൽ മികച്ച ചിത്രം, മികച്ച സംവിധായകൻ എന്നിവയും, 1991 ലെ വെനീസ് അന്താരാഷ്ട്ര ചലച്ചിത്രോത്സവത്തിൽ ഫിപ്രസി പുരസ്കാരവും ചിത്രം നേടിയിരുന്നു.

കമ്പനി എക്സിക്യൂട്ടീവ് സുധീന്ദ്രകുമാർ ബോസ്, ഭാര്യ അനില, മകൻ എന്നിവർ അടങ്ങുന്ന കുടുംബത്തിന്റെ പശ്ചാത്തലമാണ് ചിത്രത്തിനുള്ളത്. അനിലയ്ക്ക് കിട്ടുന്ന ഒരു കത്തിൽ നിന്ന് തുടങ്ങുന്ന കഥ, പല വഴികൾ മാറി, ലോകം മുഴുവൻ സഞ്ചരിക്കുകയാണ്. മുപ്പത്താറ് വർഷങ്ങൾക്ക് മുമ്പ് അവരുടെ കുടുംബം വിട്ടുപോയ അമ്മാവൻ മനോമോഹൻ മിത്ര ദൽഹിയിൽ നിന്നുമെഴുതിയ കത്താണത്. ലോകസഞ്ചാരത്തിനിടയിലെ ഒരു ഒഴിവുകാലം, തന്റെ കുടുംബത്തിൽ അവശേഷിക്കുന്ന ഏക അംഗമായ അനിലയോടൊപ്പം കഴിയാനുള്ള അയാളുടെ ആഗ്രഹമായിരുന്നു അതിലെ ഉള്ളടക്കം. തനിക്ക് രണ്ടുവയസ്സുമാത്രമുള്ളപ്പോൾ നാടുവിട്ട അമ്മാവനെക്കുറിച്ച്, കുടുംബത്തിലെ മറ്റുള്ളവർ പറഞ്ഞുള്ള ചില്ലറ അറിവുകൾ മാത്രമുള്ള അനിലയും ഭർത്താവ് സുധീന്ദ്രകുമാർ ബോസും അമ്മാവന്റെ പെട്ടെന്നുള്ള വരവ് സംശയത്തോടെ മാത്രം

ഗണശത്രു

കാണുന്നു. സുഹൃത്തുക്കൾ ചില അപകടസൂചനകൾ അയാൾക്ക് നൽകുന്നുമുണ്ട്. ഇത് പതുക്കെ അനിലയിലേക്കും പടരുന്നു. വീട്ടിലെ വിലപിടിപ്പുള്ള വസ്തുക്കൾ അവർ മാറ്റിവെക്കുന്നു. കൂടാതെ വക്കീലായ സുഹൃത്തിനോട്, സത്യാവസ്ഥ കണ്ടെത്താനായി അമ്മാവനുമായി സംസാരിക്കാൻ അവർ ആവശ്യപ്പെടുകയും ചെയ്യുന്നു.

എന്നാൽ അമ്മാവൻ വരുന്നതോടെ കഥ മാറുകയാണ്. എല്ലാവരും മനോമോഹൻ മിത്രയെന്ന ആഗോളസഞ്ചാരിയുടെ നിറഞ്ഞ വ്യക്തിത്വത്തിൽ ആകൃഷ്ടരാവുകയാണ്. വന്നത് അമ്മാവൻ തന്നെയാണെന്നതിൽ അനിലയ്ക്ക് യാതൊരു സംശയമില്ലാതാകുന്നു. അവരുടെ മകൻ സദാ അയാൾക്കൊപ്പം തന്നെയാണ്. അവന്റെ കൂട്ടുകാർക്ക് നല്ല ഒരു സുഹൃത്തായി, തന്റെ അനുഭവങ്ങൾ അവരുമായി മിത്ര പങ്കുവെക്കുന്നു. എന്നാൽ സുധീന്ദ്രകുമാറിന്റെ സംശയങ്ങളുടെ ദിശമാറുന്നു. 1970 ൽ മരിച്ച പിതാവിന്റെ സ്വത്തിലെ തന്റെ ഭാഗം വാങ്ങിക്കാനായിരിക്കും അയാൾ വന്നതെന്ന് ബോസ് സംശയിക്കുന്നു, അത് ഭാഗികമായി ശരിയുമായിരുന്നു. അയാളുടെ വക്കീൽ സുഹൃത്ത് പ്രതീഷ്, മിത്രയുമായി സംസാരിച്ച് അയാളോട് യാഥാർത്ഥ്യം തെളിയിക്കാൻ ആവശ്യപ്പെടുമ്പോൾ എല്ലാവരും അത്ഭുതപ്പെടുകയാണ്. പിറ്റെ ദിവസം മിത്രയെ കാണാതാവുന്നു. അന്വേഷിച്ച് പോയ അനിലയും ബോസും മകനും മിത്രയെ കണ്ടെത്തുന്നത്, ശാന്തിനികേതനടുത്തുള്ള സാന്താൾ ഗ്രാമത്തിലാണ്. അവിടെ സാന്താൾ നൃത്തം ആസ്വദിച്ചിരിക്കുന്നു മിത്ര. എല്ലാവരും നിർബ്ബന്ധിച്ചപ്പോൾ മിത്ര അവർക്കൊപ്പം വീട്ടിലേക്ക് മടങ്ങുന്നു. പിറ്റേ ദിവസം യാത്രയുടെ അടുത്ത ഘട്ടം തുടങ്ങാനായി പുറപ്പെടുന്ന മിത്ര, പിതാവിന്റെ സ്വത്തിൽ നിന്ന് അയാൾക്ക് ലഭിച്ച ഭാഗം, അനിലയ്ക്ക് കൊടുക്കാനായി ഭർത്താവിനെ ഏൽപ്പിക്കുന്നു.

ഇത് *ആഗന്തുക്കി*ന്റെ കഥാഘടന മാത്രമാണ്. ഇതിനിടയിലാണ് ചിത്രത്തിന്റെ ആത്മാവ് പ്രേക്ഷകർ കണ്ടെത്തുന്നത്. അത് മനോമോഹൻ മിത്രയുടെ സംഭാഷണങ്ങളിലാണ് അവർ കണ്ടെടുക്കുന്നത്. ജീവിതത്തെക്കുറിച്ചുള്ള ഒരു വലിയ പാഠം ചിത്രം നമ്മെ പഠിപ്പിക്കുന്നുണ്ട്. ലോകയാത്ര തന്നിലുണ്ടാക്കിയ അനുഭവങ്ങളാണ് അവയ്ക്ക് കാരണമെന്ന് മിത്ര വെളിപ്പെടുത്തുന്നു. ദേശത്തിന്റെ, ഭാഷയുടെ, മതത്തിന്റെ, വർണ്ണത്തിന്റെ, ലിംഗവ്യത്യാസങ്ങളുടെ ഇടുങ്ങിയ ചിന്തകളിൽ നിന്നുള്ള മോചനം നമ്മെ

എത്തിക്കുന്നത് ജീവിതത്തിന്റെ പുതിയ തുറസ്സുകളിലേക്കാണ്. അതാണ് *ആഗന്തുക്കി*നെ മറ്റ് റായ് ചിത്രങ്ങളിൽനിന്ന് വ്യത്യസ്തവും സവിശേഷവുമാക്കി മാറ്റുന്നത്. മനുഷ്യർ തമ്മിൽ സൂക്ഷിക്കേണ്ട പരസ്പരവിശ്വാസം അടിവരയിടുന്ന ചിത്രം നമ്മുടെ ജീവിതത്തിൽ ഒരു ചൂണ്ടുപലകയായി മാറുകയാണ്. താൻ എന്തിനായിരുന്ന നാട് വിട്ടതെന്ന് മിത്ര വിശദീകരിക്കുന്നത് തികച്ചും കൗതുകകരമായി നമുക്ക് തോന്നുന്നു. ചെറുപ്പം മുതൽക്കേ ചിത്രകല പഠിക്കണമെന്ന് ആഗ്രഹമുണ്ടായിരുന്ന മിത്ര, പ്രാചീനഗുഹകളിൽ ആദിമ മനുഷ്യർ രേഖപ്പെടുത്തിയിട്ടുള്ള ബൈസന്റെ ചിത്രം ഒരു ദിവസം കാണുകയാണ്. ആയിരക്കണക്കിന് വർഷങ്ങൾക്ക് മുമ്പ് ഗുഹാമനുഷ്യർ വരച്ച ആ ചിത്രത്തെ വെല്ലുന്ന ഒരു ചിത്രം തനിക്കെന്നല്ല, ലോകത്തിൽ ആർക്കും വരയ്ക്കാനാവില്ല എന്ന് അദ്ദേഹം തിരിച്ചറിയുന്നു. അതോടെ ചിത്രകലാ പഠനമെന്ന തന്റെ ആഗ്രഹം മാറ്റിവെച്ച മിത്ര, ആ ചിത്രം കാണാനായി തന്റെ യാത്ര തുടങ്ങുന്നു. സത്യജിത് റായ് *പഥേർ പാഞ്ചാലി* റിലീസ് ചെയ്ത 1955 ൽ ആരംഭിച്ച ആ യാത്ര ദീർഘകാലം തുടരുന്നു മിത്ര. പ്രാചീനമനുഷ്യരുടെ സംഭാവനകൾ കാണാനും അവരുടെ ജീവിതം പഠിക്കാനുമായിട്ടാണ് മിത്ര പിൽക്കാലം ചെലവഴിക്കുന്നത്. അതിനിടയിൽ ആന്ത്രോപ്പോളജിസ്റ്റായി ആദിവാസികൾക്കിടയിൽ പഠനങ്ങൾ നടത്തി. മുപ്പത്തഞ്ച് വർഷങ്ങളിൽ പട്ടിണി കിടന്നും കഠിനാദ്ധ്വാനം ചെയ്തും, ലോകത്തിലെ എല്ലാ ദേശ, ഭാഷ, ജാതി വർഗ്ഗങ്ങൾക്കൊപ്പം കഴിഞ്ഞും തന്റെ അനുഭവവ്യാപ്തി വളരെയേറെ വികസിപ്പിച്ച മിത്ര. അതിനിടയിൽ, യാത്രയുടെ ഒരു ചെറിയ ഇടവേളയിലാണ് മിത്ര തന്റെ മരുമകളെ സന്ദർശിക്കാനെത്തുന്നത്.

ആഗന്തുക്ക്, നിരവധി നൈതികചോദ്യങ്ങൾ നമുക്ക് മുമ്പിൽ ഉയർത്തുന്നു. ആരാണ് യഥാർത്ഥത്തിൽ സംസ്കാരസമ്പന്നൻ? അത് പ്രാചീനമനുഷ്യനാണോ, അല്ലെങ്കിൽ വളരെയേറെ 'പുരോഗമിച്ച' ഇന്നത്തെ ആധുനിക മനുഷ്യനാണോ? ഒരു ബട്ടണിൽ ലോകം ഭസ്മമാക്കാൻ ശേഷിയുള്ള ആയുധങ്ങൾ നിർമ്മിച്ച് സംഭരിക്കുന്നതാണോ

ഗണശത്രു

യഥാർത്ഥ സാങ്കേതിക വിദ്യ? എന്താണ് വാസ്തവത്തിൽ മതങ്ങളുടെ ധർമ്മം? ചോദ്യങ്ങൾ പ്രേക്ഷകരോട് ചോദിക്കുന്നത് മിത്ര മാത്രമല്ല, റായ് കൂടിയാണ് എന്ന് നാം തിരിച്ചറിയുന്നു. ചിത്രത്തിൽ മിത്ര പരാമർശിക്കുന്ന രണ്ട് പദങ്ങൾ കൂപമണ്ഡൂകം, വാണ്ടർലസ്റ്റ് (wanderlust) പരസ്പരപൂരകങ്ങളും അദ്ദേഹത്തിന്റെ ജീവിതവുമായി നേരിട്ട് ബന്ധപ്പെട്ടവയുമാണ്. അറിവിന്റെ പുതിയ ഇടങ്ങൾ തേടി, പുതിയ അനുഭവങ്ങളുടെ, ജീവിതത്തിന്റെ പുതിയ തുറസ്സുകളിലേക്ക് പോകാൻ ആവശ്യപ്പെടുന്ന ഈ രണ്ട് പദങ്ങളും അവ പ്രതിനിധീകരിക്കുന്ന ആശയങ്ങളും. തന്റെ മുപ്പത്തഞ്ച് വർഷക്കാലത്തെ ചലച്ചിത്രാനുഭവങ്ങളുടെയും, താൻ ആർജ്ജിച്ച അറിവിന്റെയും ജീവിതാനുഭവങ്ങളുടെയും സമഗ്രമായ ക്രോഡീകരണമാണ് റായ് *ആഗന്തുക്കി*ൽ ചെയ്യുന്നത്. റായ് എന്ന ചലച്ചിത്രകാരൻ, എഴുത്തുകാരൻ, ചിന്തകൻ, ചിത്രകാരൻ എന്നിവരുടെ പ്രതിരൂപം നാം മനോമോഹൻ മിത്രയെന്ന ലോകസഞ്ചാരിയിൽ കാണുന്നു. സാർത്ഥകമായ ആ ജീവിതത്തിലെ ഏറ്റവും അർത്ഥപൂർണ്ണമായ ചിത്രമായി, തനിക്ക് പറയാനുള്ളതെല്ലാം *ആഗന്തുക്കിൽ* പറഞ്ഞുതീർക്കുന്ന റായ് എന്ന ലോക ചലച്ചിത്രകാരൻ.

സത്യജിത് റായുടെ ചലച്ചിത്രജീവിതത്തിൽ അവസാനകാലത്രയത്തിന് ഏറെ പ്രാധാന്യമുണ്ട്. സമൂഹത്തെ എപ്പോഴും പുറകോട്ട് വലിച്ചുകൊണ്ടിരിക്കുന്ന അഴിമതിയെന്ന വൻവിപത്ത്, സത്യസന്ധത, നന്മയുടെ പാഠങ്ങൾ, സമൂഹത്തെ ബാധിക്കുന്ന വിഷയങ്ങളിൽ കാണിക്കുന്ന ആത്മാർത്ഥമായ ഇടപെടലുകൾ, ജീവിതത്തിന്റെ അർത്ഥം തേടിയുള്ള യാത്ര ഇവയൊക്കെ ശക്തമായി ഈ ചിത്രങ്ങൾ കൈകാര്യം ചെയ്യുന്നു. റായുടെ സാമൂഹിക ഇടപെടലുകളായാണ് ഈ ചിത്രങ്ങൾ വിലയിരുത്തപ്പെടുന്നത്. അതോടൊപ്പം അദ്ദേഹത്തിന്റെ മരണത്തിനു തൊട്ടുമുമ്പ് നിർമ്മിക്കപ്പെട്ട ഇവ, ജീവിതത്തിന്റെ അർത്ഥം തേടിയുള്ള അദ്ദേഹത്തിന്റെ അന്വേഷണങ്ങളായും പരിഗണിക്കപ്പെടുന്നു. ശ്രദ്ധേയമായ ഒരു കാര്യം, ഈ മൂന്ന് രചനകളിലും സത്യജിത് റായുടെ വ്യക്തിത്വത്തിന്റെ സൂക്ഷ്മമായ അംശങ്ങൾ നമുക്ക് വായിച്ചെടുക്കാനാവുന്നു എന്നതാണ്. ജീവിതത്തെക്കുറിച്ചുള്ള റായുടെ മാനിഫെസ്റ്റോ ആയി ഈ ചിത്രങ്ങൾ മാറുന്നുണ്ട് എന്ന് നിസ്സംശയം പറയാം. തന്റെ ജീവിതകാലം മുഴുവൻ റായ് ഉയർത്തിപ്പിടിച്ച ജീവിതമൂല്യങ്ങളുടെ ദൃശ്യാവിഷ്കാരമാകുന്നു ഈ ചിത്രങ്ങൾ. അവസാനകാലത്ത്

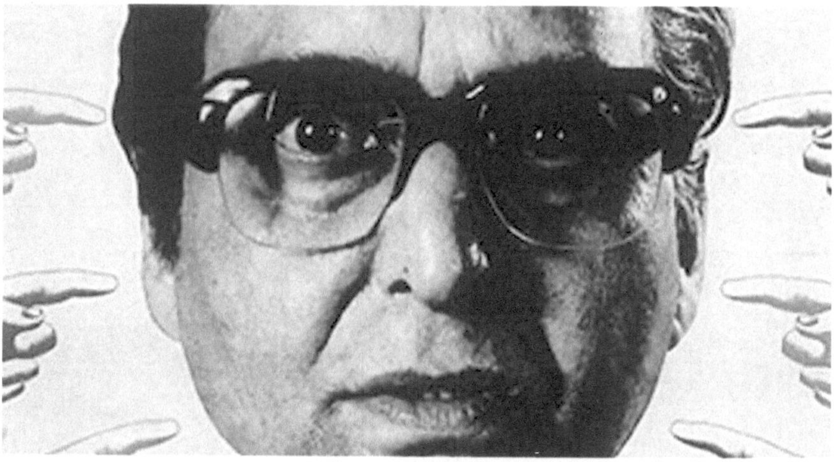

ഗണശത്രു

റായ് തന്റെ ജീവിതത്തെ റിവ്യൂ ചെയ്യുകയാണോ എന്ന് നാം സംശയിക്കുന്നു. ഒരു വ്യക്തി എന്ന നിലയിൽ റായുടെ ആത്മാഖ്യാനങ്ങളായി ഈ രചനകൾ മാറുന്നു.

എക്കാലവും തനിക്ക് ചുറ്റുമുള്ളവരുടെ ആരോഗ്യകാര്യങ്ങളിൽ ഏറെ ശ്രദ്ധ പുലർത്തിയിട്ടുള്ള ഡോ. അശോക ഗുപ്ത, നാടിനെയും ജനങ്ങളെയും നശിപ്പിക്കാൻ പോകുന്ന സാംക്രമികരോഗത്തെക്കുറിച്ച് മുന്നറിയിപ്പ് നൽകുമ്പോൾ, ജനവിരുദ്ധനായി മുദ്രകുത്തപ്പെടുന്നു, ആക്രമിക്കപ്പെടുന്നു. എന്നാൽ അവയൊക്കെ വെറും പുകമറ മാത്രമാണെന്നും തന്റെ നിലപാട് ശരിയാണെന്നും അവർ തന്നെ അംഗീകരിക്കുമെന്ന അദ്ദേഹത്തിന്റെ നിലപാട് ഒടുവിൽ വിജയിക്കുകയാണ്. ജനങ്ങളുടെ ശത്രുവായ *ഗണശത്രു* ഒടുവിൽ *ഗണമിത്ര*മാകുന്ന കാഴ്ചയിലാണ് റായ് ചിത്രം അവസാനിപ്പിക്കുന്നത്. *ശാഖാ പ്രൊശാഖാ* തികച്ചും ഒരു കുടുംബചിത്രമാകുമ്പോഴും അത് കൈകാര്യം ചെയ്യുന്നത് അഴിമതിയെന്ന സാമൂഹിക വിപത്താണ്. സത്യസന്ധനായി ജോലിചെയ്ത്, ജീവിതത്തിന്റെ ഉന്നത മേഖലയിലെത്തിയ മംജുദാർ, തന്റെ മക്കളുടെ അഴിമതി നിറഞ്ഞ ജീവിതത്തിൽ അസ്വസ്ഥനാണ്. ചെയ്യുന്നത് തെറ്റാണെന്നും അതിൽനിന്ന് കരകയറണമെന്നും ഉപദേശിക്കാൻ പറ്റാത്ത ഇടങ്ങളിൽ എത്തിക്കഴിഞ്ഞു അവർ. ഒടുവിൽ, മാനസികനില തെറ്റി ജോലി നഷ്ടപ്പെട്ടിരിക്കുന്ന മകനിൽ ആശ്വാസം കണ്ടെത്തുന്നു മംജുദാർ. അവസാനചിത്രം *ആഗന്തുക്ക്,* ജീവിതത്തിൽ പുതിയ അറിവിന്റെയും അനുഭവങ്ങളുടെയും മേഖലകൾ തേടാനും, പതിവ് ചിന്താരീതികളിൽ നിന്ന് മാറിനടക്കാനും നമ്മോട് ആവശ്യപ്പെടുന്നു. ദേശത്തിന്റെയും ഭാഷകളുടെയും വേലിക്കെട്ടുകൾക്കപ്പുറത്ത്, ചിന്തയുടെ ജാലകം തുറന്നു വെക്കാനാണ് മിത്രയും റായും നമ്മോട് ആവശ്യപ്പെടുന്നത്.

സത്യജിത് റായുടെ ചലച്ചിത്രജീവിതത്തിലെ നാഴികക്കല്ലുകൾ തന്നെയാണ്, അദ്ദേഹത്തിന്റെ അവസാനകാലത്തെ ഈ മൂന്ന് ചിത്രങ്ങൾ. 1991 ൽ അവസാന ചിത്രം *ആഗന്തുക്ക്*റിലീസ് ചെയ്തതിനുശേഷം അധികം കഴിയാതെ റായ് ഈ ലോകം വിട്ടുപോയിരുന്നു. രൂപപ്പെടുത്തിവെച്ച പദ്ധതികൾ അപ്പോഴും അദ്ദേഹത്തിന്റെ മനസ്സിൽ ബാക്കി കാണുമെന്ന കാര്യത്തിൽ യാതൊരു സംശയവുമില്ല.

അദ്ധ്യായം എട്ട്

സത്യജിത് റായുടെ ഡോക്യുമെന്ററികളും ഷോർട്ട് ഫിലിമുകളും

"ലോകസിനിമയിലെ മികച്ച നൂറ് ചിത്രങ്ങൾ തിരഞ്ഞെടുത്താൽ അതിൽ റായുടെ അഞ്ചോ ആറോ ചിത്രങ്ങൾ ഉൾപ്പെടുമെന്ന കാര്യത്തിൽ യാതൊരു സംശയവുമില്ല."

- ഡെറിക്ക് മാൽക്കം

ചലച്ചിത്രനിരൂപകൻ

മുപ്പതോളം കഥാചിത്രങ്ങൾ സംവിധാനം ചെയ്ത സത്യജിത് റായ്, വൈവിദ്ധ്യമാർന്ന കുറച്ച് ലഘുചിത്രങ്ങളും ഡോക്യുമെന്ററികളും നിർമ്മിച്ചിരുന്നു.

ഇവയിൽ, 1961 ൽ സംവിധാനം ചെയ്ത *രബീന്ദ്രനാഥ് ടാഗോർ* മഹാനായ കവിയെക്കുറിച്ചു നിർമ്മിച്ചിട്ടുള്ള ഏറ്റവും മികച്ച ഡോക്യുമെന്ററിയാണ്. ഈ ചിത്രത്തെക്കുറിച്ചുള്ള വിശദമായ പഠനം മുൻ അദ്ധ്യായത്തിൽ (രബീന്ദ്രനാഥ് ടാഗോറും സത്യജിത് റായും) ചേർത്തിരുന്നതാണല്ലോ. ശ്രദ്ധേയമായ മൂന്ന് ഷോർട്ട് ഫിലിമുകളും അഞ്ച് ഡോക്യുമെന്ററികളുമാണ് പ്രധാനമായും റായുടേതായിട്ടുള്ളത്. ഷോർട്ട് ഫിലിമുകളായി *ടു* (Two, 1964), *സദ്ഗതി* (Sadgathi, 1981), *പിക്കു* (Pikoo, 1980) എന്നിവയും ഡോക്യുമെന്ററികൾ *രബീന്ദ്രനാഥ് ടാഗോർ* (Rabindranath Tagore, 1961), *ബാല* (Bala, 1976), *ദ ഇന്നർ ഐ* (The Inner Eye, 1972), *സിക്കിം* (Sikkim, 1971), *സുകുമാർ റായ്* (Sukumar Ray, 1987) എന്നിവയുമാണ്. അവയെല്ലാം തന്നെ വളരെയധികം സമയം ചെലവഴിച്ച് നിർമ്മിച്ചവയും പ്രമേയങ്ങളിൽ കൃത്യമായ വൈവിദ്ധ്യം ഉള്ളവയുമാണ്. എല്ലാ ചിത്രങ്ങളും ആഴത്തിലുള്ള പഠനങ്ങൾക്ക് ശേഷം മാത്രമാണ് അദ്ദേഹം നിർമ്മിക്കാൻ തയ്യാറായത്.

അമേരിക്കയിലെ പബ്ലിക് ബ്രോഡ്കാസ്റ്റർ സർവ്വീസി (P B S) നു വേണ്ടി നിർമ്മിച്ച, പതിനഞ്ച് മിനുട്ട് ദൈർഘ്യമുള്ള ചിത്രം *ടു* ഒരു ജനൽപ്പാളിയാൽ വേർതിരിക്കപ്പെട്ട രണ്ട് ബാല്യങ്ങൾ ആവിഷ്കരിക്കുന്നു. അതേ സമയം അവ തമ്മിൽ അനന്തമായ ദൂരം ഉള്ളതായി നാം തിരിച്ചറിയുകയും ചെയ്യുന്നു. ഇന്ത്യൻ ബാല്യത്തിന്റെ രണ്ട് വ്യത്യസ്ത/വിരുദ്ധകാഴ്ചകളാണ് *ടു* പ്രേക്ഷകരുടെ മുമ്പിൽ എത്തിക്കുന്നത്. മാതാപിതാക്കളുടെ കാറിന് നേരെ കൈവീശിക്കാണിക്കുന്ന കുട്ടി അവന്റെ വലിയ വീട്ടിലെ മുറിക്കകത്താണ്. ഒരു ആഘോഷം കഴിഞ്ഞതിന്റെ സൂചനകൾ അവിടെക്കാണാം.

വിലപിടിച്ച കളിപ്പാട്ടങ്ങൾ. ചെണ്ടയടിക്കുന്ന കുരങ്ങന്റെ കളിപ്പാട്ടം ഓൺചെയ്യപ്പോ ളുയരുന്ന ശബ്ദം കേൾക്കുമ്പോൾ, പുറത്ത് പുല്ലാങ്കുഴൽ വായിക്കുന്ന മധുരസ്വരം. ജന ലിനരികെ വന്നുനോക്കുന്ന അവൻ, താഴെ പാവപ്പെട്ട വീട്ടിലെ കുട്ടി പുല്ലാങ്കുഴൽ വായിക്കുന്നതാണ് കാണുന്നത്. അപ്പോൾത്തന്നെ അവനോട് മത്സരിക്കാനായി പുതിയ കളിപ്പാട്ടമെടുത്ത കുട്ടി താഴെ കാണുന്നത്, ഒരു കൊച്ചുചെണ്ട കൊട്ടുന്ന കുട്ടി യെയാണ്. ഒടുവിൽ അവന്റെ പുതിയ കളിപ്പാട്ടങ്ങൾക്ക് പകരം തന്റെ കൈയിൽ കളിപ്പാട്ടമൊന്നുമില്ലാതെ, നിരാശനായി കുടിലിലേക്ക് തിരിച്ച് പോകുന്ന കുട്ടി.

അൽപ്പം കഴിഞ്ഞ്, ജനലിനരികെ വന്നുനോക്കുമ്പോൾ ആകാശത്ത് ഒരു പട്ടം പറക്കുന്നതാണ് കുട്ടി കാണുന്നത്. പട്ടം പറപ്പിക്കുന്നത് നേരത്തെ കണ്ട കുട്ടിയാണെ ന്ന് തിരിച്ചറിഞ്ഞ് അവൻ തന്റെ റൈഫിൾ കൊണ്ട് അത് വെടിവെച്ചിടുന്നു. നൂല് പൊട്ടിയ പട്ടവുമായി കരഞ്ഞുകൊണ്ട് വീട്ടിലേക്ക് തിരിച്ചുപോകുന്ന കുട്ടി. ചിത്രം അവ സാനിക്കുമ്പോൾ, തന്റെ കളിപ്പാട്ടങ്ങൾകൊണ്ട് കളിക്കുന്ന കുട്ടി, പുറത്തു പുല്ലാങ്കുഴലിന്റെ ശബ്ദം കേൾക്കുകയാണ്.

രണ്ട് വ്യത്യസ്തമായ ലോകങ്ങളാണ് റായ് ഈ ലഘുചിത്രത്തിൽ വരച്ചിടുന്നത്. വിയറ്റ്നാം യുദ്ധകാലത്ത് നിർമ്മിച്ച ടൂ ഒരു യുദ്ധവിരുദ്ധചിത്രമായി വിശദീകരിക്കപ്പെ ടാറുണ്ട്. വിലപിടിച്ച, ആധുനിക കളിപ്പാട്ടങ്ങളെ (യുദ്ധോപകരണങ്ങളെ) ഒരു പുല്ലാ ങ്കുഴൽ കീഴടക്കുന്ന കാഴ്ചയാണ് നാം ചിത്രത്തിൽ കാണുന്നത്. കൃത്യമായ ഒരു രാഷ്ട്രീയ അലിഗറിയായി ചിത്രം മാറുന്നു. വെറും പതിനഞ്ച് മിനുട്ടുകൊണ്ട് ഒരു മഹത്തായ സന്ദേശം ചിത്രം നൽകുന്നു. എസ്സോ വേൾഡ് തിയേറ്ററിനു (Esso World Theatre) വേണ്ടി നിർമ്മിച്ച മൂന്ന് ഷോർട്ട് ഫിലിമുകളിൽപ്പെട്ട ചിത്രമാണിത്. സിത്താറിസ്റ്റ് പണ്ഡിറ്റ് രവിശങ്കറെക്കുറിച്ചും ബോംബെയിലെ ബാലേ ട്രൂപ്പിനെക്കുറിച്ചുള്ളതുമാണ് മറ്റു രണ്ട് ചിത്രങ്ങൾ.

ബിനോദ് ബിഹാരി മുഖർജി

ശാഖാ പ്രൊശാഖാ

1980 ൽ ഫ്രഞ്ച് ടെലിവിഷൻ ചാനലിനുവേണ്ടി റായ് നിർമ്മിച്ച ഷോർട്ട് ഫിലിമാണ് *പിക്കു.* റായ് എഴുതിയ 'പിക്കുസ് ഡയറി' എന്ന ചെറുകഥയാണ് ചിത്രമായി മാറിയത്. ആറു വയസ്സു മാത്രമുള്ള പിക്കുവിന്റെ ജീവിതത്തിലെ ഒരു ദിവസത്തെ സംഭവങ്ങളാണ് ഇരുപത്താറ് മിനിട്ട് ദൈർഘ്യമുള്ള ചിത്രം ദൃശ്യവല്ക്കരിക്കുന്നത്. തികച്ചും സങ്കീർണ്ണമായ ഒരു ചിത്രമെന്ന് സംവിധായകൻ തന്നെ അഭിപ്രായപ്പെട്ട ചിത്രം കുടുംബ ജീവിതത്തിന്റെ കാണാപ്പുറങ്ങൾ ചിത്രീകരിക്കുന്നു.

പകൽസമയത്ത് ഒരു കുടുംബത്തിൽ നടക്കുന്ന പലവിധ സംഭവങ്ങൾക്കും പിക്കു സാക്ഷ്യം വഹിക്കുന്നു. അമ്മ സീമയും അച്ഛൻ രഞ്ജനുമായുള്ള വഴക്കുകൾ, അതിനു കാരണമാകുന്ന സീമയുടെ സുഹൃത്ത് ഹിതേശ്, സീമയുടെ വിലക്ക് അവഗണിച്ച്, അന്നും വീട്ടിലേക്ക് വരുന്നു. നിറം കൊടുക്കാനുള്ള പുസ്തകവും സ്കെച്ച് പെന്നുകളും പിക്കുവിന് സമ്മാനമായി അയാൾ നൽകുന്നെങ്കിലും പിക്കുവിന്റെ ജീവിതത്തിലെ നിറങ്ങൾ അയാൾ കാരണം നഷ്ടപ്പെടുകയാണ്. മുത്തച്ഛനുമായി വളരെ അടുപ്പം കാണിക്കുന്ന പിക്കു, അച്ഛനും അമ്മയും തമ്മിലുള്ള വഴക്കിനെക്കുറിച്ച് അയാളോട് പറയു ന്നുണ്ട്.

ചെടികൾ വരച്ച് നിറം കൊടുക്കാനാവശ്യപ്പെട്ട അമ്മയെ അനുസരിച്ച് പിക്കു തോട്ടത്തിലേക്ക് പോകുന്നു. അവിടെയുള്ള വെള്ളനിറത്തിലുള്ള താമരയ്ക്ക് നിറം കൊടുക്കാനായി, വെള്ളനിറത്തിലുള്ള സ്കെച്ച് പെൻ കാണാതെ അമ്മയോട് അന്വേഷിച്ചപ്പോൾ, കറുപ്പു നിറം കൊടുക്കാൻ ആവശ്യപ്പെടുകയാണ് അവർ. വെള്ള നിറത്തെ കറുപ്പ് കൊണ്ട് രേഖപ്പെടുത്താനാണ് അവർ ആവശ്യപ്പെടുന്നത് എന്നത് അവരുടെ ജീവിതത്തിന്റെ അലിഗറിയായി മാറുന്നു. അമ്മയും ഹിതേശുമുള്ള മുറിയിൽ നിന്ന് വഴക്ക് കേട്ട പിക്കു, കാലത്ത് അയൽവീട്ടിലെ പട്ടിയെ നിശ്ശബ്ദനാക്കിയതുപോലെ ഒച്ചവെച്ച് അവരെയും നിശ്ശബ്ദരാക്കുന്നു. മുത്തച്ഛനെക്കാണാനായി മുറിയിലേക്ക് ചെന്ന

പ്പോൾ, മരിച്ച കിടക്കുന്ന നിലയിൽ അയാളെ കണ്ട കുട്ടി കരഞ്ഞുകൊണ്ട് ബാൽക്കണിയിൽ ചെന്നിരിക്കുന്നു. ബെഡ് റൂം തുറന്ന് പുറത്തിറങ്ങുന്ന സീമയ്ക്ക് അവനെ നേരിടാൻ കഴിയാതെ വരുന്നു.

കുടുംബജീവിതത്തിലെ വഴിവിട്ട സഞ്ചാരങ്ങ കുട്ടികൾക്കിടയിൽ ഉണ്ടാക്കുന്ന സങ്കീർണ്ണതകളാണ് *പിക്കു* ആവിഷ്കരിക്കുന്നത്. വെളുത്ത പൂവിന് കറുപ്പുനിറം കൊടുക്കുമ്പോൾ, തന്റെ ജീവിതം ഇരുട്ടിലേക്കാണ് നീങ്ങുന്നതെന്ന് പിക്കു അറിയുന്നില്ല. പട്ടിയെ നിശ്ശബ്ദമാക്കിയപോലെ അമ്മയെയും കാമുകനെയും നിശ്ശബ്ദനാക്കേണ്ടി വരുന്ന മകൻ. ആധുനിക കുടുംബജീവിതങ്ങളിലെ സങ്കീർണ്ണതകൾ ഒരു കുട്ടിയുടെ കണ്ണുകളിലൂടെ തീവ്രമായി ചിത്രീകരിക്കുന്നു *പിക്കു.*

1981 ലാണ് ദൂർദർശനുവേണ്ടി, പ്രേംചന്ദിന്റെ കഥ റായ് ഹിന്ദിയിൽ ഒരു ഷോർട്ട് ഫിലിമായി ചിത്രീകരിക്കുന്നത്. അമ്പത്തിരണ്ട് മിനുട്ടുള്ള ചിത്രം *സദ്ഗതി,* സമൂഹത്തിലെ ജാതീയവേർതിരിവുകളുടെ ശക്തമായ ആവിഷ്കാരമാണ്. ഇന്ത്യയിലെ സമാന്തരസിനിമയ്ക്ക് ഏറെക്കാലം ഊർജ്ജം പകർന്ന അഭിനേതാക്കൾ ഓം പുരിയും സ്മിതാ പട്ടേലുമാണ് ചിത്രത്തിലെ മുഖ്യ നടീനടന്മാർ. താഴ്ന്ന സമുദായത്തിൽപ്പെട്ട ദുഖിയ തന്റെ മകളുടെ വിവാഹനിശ്ചയം നടത്താനായുള്ള, ഒരു ശുഭമുഹൂർത്തം കണ്ടെത്താനാണ് ബ്രാഹ്മണന്റെ വീട്ടിൽ പോകുന്നത്. എന്നാൽ ആ അവസരം മുതലാക്കി അയാളെക്കൊണ്ട് പലവിധജോലികൾ ചെയ്യിക്കുന്ന ബ്രാഹ്മണൻ, കാലത്ത് ഒന്നും കഴിച്ചില്ലെന്ന് അയാൾ പറഞ്ഞെങ്കിലും അതൊന്നും ശ്രദ്ധിക്കാതെ, നിരന്തരമായി ജോലി ചെയ്യിപ്പിക്കുന്നു. അവശനായ അയാൾ കുഴഞ്ഞുവീണ് മരിക്കുന്നു. ഇതിനിടയിൽ തന്റെ ഗീതാ ക്ലാസും ഭക്ഷണവുമെല്ലാം കഴിഞ്ഞ് ബ്രാഹ്മണൻ ഉറക്കം തുടങ്ങിയിരുന്നു. അൽപ്പം ഭക്ഷണം കൊടുക്കാൻ ഭാര്യയോട് ആവശ്യപ്പെട്ടെങ്കിലും, താഴ്ന്ന ജാതിക്കാരനെ വീട്ടിൽ കയറാനനുവദിക്കുന്നില്ല ഭാര്യ.

മരണത്തിൽ പ്രതിഷേധിച്ച്, നാട്ടുകാർ ശവം സംസ്കരിക്കാൻ തയ്യാറാകുന്നില്ല. മഴയിൽ കുതിർന്ന ഭർത്താവിന്റെ ശവശരീരത്തിൽ കെട്ടിപ്പിടിച്ച് കരയുന്ന ദുഖിയയുടെ ഭാര്യ ജുറിയ നിസ്സഹായതയുടെ പര്യായമായി മാറുന്നു. അവർ ബ്രാഹ്മണന്റെ വാതിൽക്കൽ മുട്ടിവിളിക്കുന്നെങ്കിലും, അയാൾ വാതിൽ തുറക്കുന്നതേയില്ല. ഒരു വഴിയുമില്ലാതെ, ശവം കെട്ടിവലിച്ച്, ചത്ത മൃഗങ്ങളെ തള്ളുന്ന സ്ഥലത്ത് ഉപേക്ഷിക്കുന്നു ബ്രാഹ്മണൻ.

ഇന്ത്യൻ ഗ്രാമങ്ങളിൽ ഇന്നും നാം അഭിമുഖീകരിക്കുന്ന യാഥാർത്ഥ്യങ്ങളുടെ നേർക്കാഴ്ചയാണ് *സദ്ഗതി.* ഇത് വളരെക്കാലമായി ഇവിടെ നിലനിൽക്കുന്നതും ഇനി ദീർഘകാലം തുടരാൻ സാദ്ധ്യതയുള്ളതുമായ അവസ്ഥയാണ്. മോചനം എന്ന് അർത്ഥമാക്കുന്ന *സദ്ഗതി* യെക്കുറിച്ച് റായ് ഇങ്ങനെ അഭിപ്രായപ്പെട്ടു: "തീവ്രമായ ഒരു വൈകാരിക ചിത്രമാണത്. പൊട്ടിത്തെറിക്കുന്ന ഒരു ബോംബിന്റെ തീവ്രതയല്ല, മറിച്ച് മുറുകിനിൽക്കുന്ന വില്ലിന്റെ ശക്തിയാണത് രേഖപ്പെടുത്തുന്നത്. അതിൽനിന്ന് പുറപ്പെടുന്ന അമ്പ് എപ്പോൾ വേണമെങ്കിലും അതിന്റെ ലക്ഷ്യസ്ഥാനത്ത് എത്തിച്ചേരാം."

ഷോർട്ട് ഫിലിമുകൾക്ക് ശേഷം, റായുടെ പ്രസിദ്ധങ്ങളായ ഡോക്യുമെന്ററിയിലേക്ക് കടക്കുന്നു. പ്രധാനപ്പെട്ട അഞ്ച് ഡോക്യുമെന്ററികളിൽ ആദ്യമായി അദ്ദേഹം നിർമ്മിച്ചത്, അവയിൽ ഏറ്റവും മികച്ച *രബീന്ദ്രനാഥ് ടാഗോറാ*യിരുന്നു. 1971 ൽ റായ് നിർമ്മിച്ച ഡോക്യുമെന്ററി *സിക്കിം,* വളരെയധികം വിവാദങ്ങൾക്ക് കാരണമായിത്തീർന്നിരുന്നു. സിക്കിം ഇന്ത്യയുടെ ഭാഗമാവുന്നതിനു മുമ്പ് അവിടുത്തെ രാജാവിന്റെ അഭ്യർ

ത്ഥനപ്രകാരമാണ് റായ് ചിത്രം നിർമ്മിക്കാൻ തയ്യാറായത്. ഡാർജിലിങ്ങിൽ താമസിച്ചിരുന്ന റായുടെ ബന്ധു, സിക്കിം കൊട്ടാരവുമായി വളരെ അടുപ്പത്തിലായിരുന്നു. സിക്കിമിനെക്കുറിച്ച് ലോകജനതയെ അറിയിക്കുക എന്ന ഉദ്ദേശ്യമാണ് രാജാവിനുണ്ടായിരുന്നത്. സിക്കിമിന്റെ ചരിത്രം, ജനങ്ങളുടെ ജീവിതം, സംസ്കാരം, പ്രകൃതിഭംഗി എന്നിവ വളരെ ആകർഷകമായ രീതിയിൽ റായ് ചിത്രീകരിച്ചിരുന്നു. 1975 ൽ സിക്കിം ഇന്ത്യയുടെ ഭാഗമായതോടെ ഇന്ത്യ ചിത്രം നിരോധിച്ചു. ഇന്ത്യയ്ക്കും ചൈനയ്ക്കും എതിരായി ചില സൂചനകൾ ചിത്രത്തിലുണ്ട് എന്നതായിരുന്നു കാരണം. മുപ്പത്തഞ്ച് വർഷങ്ങൾക്ക് ശേഷം 2010 ലാണ് നിരോധനം നീക്കാൻ കഴിഞ്ഞതെങ്കിലും തുടർന്നും ഭാഗികമായി അത് തുടർന്നു. അതുകൊണ്ട് തന്നെ രാജ്യത്തെ ഒട്ടുമുക്കാലും നിരൂപകർക്ക് അക്കാലത്ത് ചിത്രം കാണാൻ കഴിഞ്ഞിരുന്നില്ല.

റായുടെ വോയ്സ് ഓവറിൽ ആരംഭിക്കുന്ന ചിത്രം സിക്കിമിന്റെ ഭൂപ്രദേശത്തിന്റെ സൂചനകൾ തരുന്നു. തുടർന്ന് വളരെ സമ്പന്നമായ സസ്യസമ്പത്ത്, അവിടത്തെ ആഘോഷങ്ങൾ, ലാമകളുടെ ജീവിതം എന്നിവ വിശദീകരിക്കപ്പെടുന്നു. കൊട്ടാരത്തിനുള്ളിലെ ആഘോഷങ്ങൾ, ചൂതുകളി, മദ്യപാനം, നൃത്തങ്ങൾ എന്നിവയുടെ വർണ്ണപ്പകിട്ടാർന്ന കാഴ്ചകൾക്കിടയിലും ഉള്ളവന്റെയും ഇല്ലാത്തവന്റെയും അന്തരം നാം കാണുന്നു.

ചിത്രം ഹൃദ്യമാക്കി മാറ്റുന്നത് സൗമ്യേന്ദുറായുടെ ക്യാമറയാണ്. മൂടൽ മഞ്ഞിന്റെ പാളികളിലൂടെ കാണപ്പെടുന്ന റോപ്പ് വേ, മഞ്ഞുതുള്ളികൾ ഇറ്റിറ്റു വീഴുന്ന ടെലിഗ്രാഫ് വയറുകൾ, സൗജന്യവിദ്യാഭ്യാസം നൽകുന്ന സ്കൂളിലേക്ക് ചിരിച്ചുല്ലസിച്ചുകൊണ്ട് പോകുന്ന വിദ്യാർത്ഥികൾ. സിക്കിമെന്ന കൊച്ചു സംസ്ഥാനത്തെ ലോകത്തിനുമുമ്പിൽ ചാരുതയോടെ എത്തിക്കുന്നു ഛായാഗ്രാഹകൻ സൗമ്യേന്ദുറായും സംവിധായകൻ സത്യജിത് റായും.

രണ്ട് വിശ്വപ്രസിദ്ധ കലാപ്രതിഭകളെക്കുറിച്ചുള്ള ഡോക്യുമെന്ററികൾ റായ് നിർമ്മിച്ചിട്ടുണ്ട്. പ്രസിദ്ധ ഭരതനാട്യം നർത്തകി ബാലസരസ്വതിയും (ബാല) അന്ധചിത്രകാരൻ ബിനോദ് ബിഹാരി മുഖർജിയുമാണവർ. 1976 ലാണ് ബാലസരസ്വതിയെക്കുറിച്ച് ഡോക്യുമെന്ററി, *ബാല* റായ് നിർമ്മിക്കുന്നത്. തന്റെ ജീവിതചര്യയായി മാറിയ ഭരതനാട്യത്തിൽ ഏറെ പരിഷ്കാരങ്ങൾ വരുത്തിയ ബാലസരസ്വതി (1918-1984) യുടെ അമ്പത്തെട്ടാം വയസ്സിലാണ് റായ് *ബാല* നിർമ്മിക്കുന്നത്. തമിഴ്നാട് സർക്കാരും

ദ ഇന്നർ ഐ

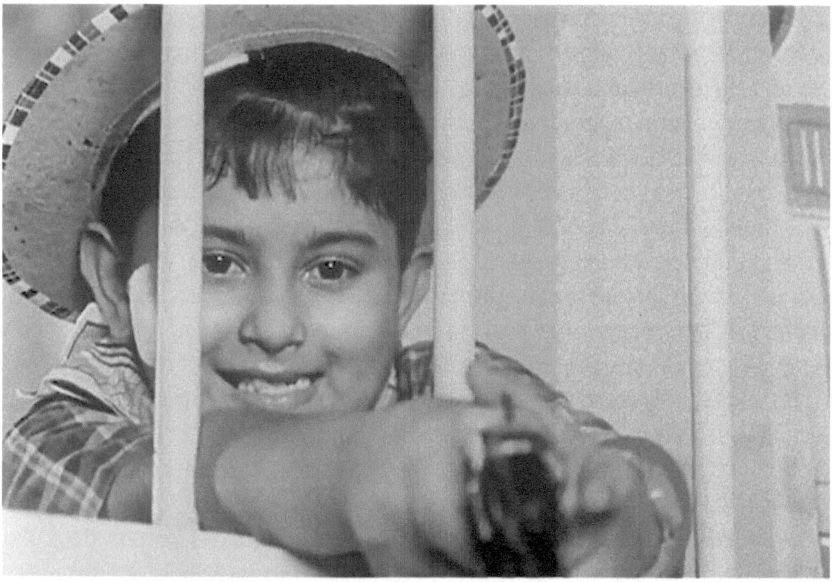

ദ

നേഷനൽ സെന്റർ ഫോർ പെർഫോമിങ് ആർട്സും സംയുക്തമായി നിർമ്മിച്ച ചിത്രം, ബാലയ്ക്ക് പതിനേഴ് വയസ്സുള്ളപ്പോൾ അവർ കൽക്കട്ടയിൽ വെച്ച് നടത്തിയ ഭരതനാട്യം കണ്ട ഓർമ്മയിലാണ് റായ് നിർമ്മിക്കുന്നത്. ബാലസരസ്വതിയുടെ, മുദ്ര കളുടെ വ്യാഖ്യാനം മുതൽ ആരംഭിക്കുന്ന ചിത്രം, അവരുടെ പൂർണ്ണരൂപത്തിലുള്ള ഭരതനാട്യം അവതരണവും ദൃശ്യവൽ ക്കരിക്കുന്നു. ബാലയും ഉദയശങ്കറിന്റെ ട്രൂപ്പുമായുള്ള ബന്ധം, വിദേശരാജ്യങ്ങളിലെ പ്രകടനങ്ങൾ എന്നിവ ഉൾക്കൊള്ളുന്ന ചിത്രം ഭാവിയിലെ ഭരതനാട്യം നർത്തകർക്കും പഠിതാക്കൾക്കും ഒരേപോലെ പ്രയോജന കരമാവുന്നു. ബാലയുടെ വിദേശപര്യടനത്തെക്കുറിച്ചും, നൃത്തത്തെക്കുറിച്ചുമുള്ള വിശ ദീകരണങ്ങളും ഭരതനാട്യത്തിന്റെ വികാസപരിണാമങ്ങളും ചർച്ച ചെയ്യുന്ന ചിത്രം, ആ മഹാനർത്തകിക്ക് ലോകപ്രശസ്തചലച്ചിത്രകാരൻ നൽകുന്ന ആദരമാണ്.

ഇന്ത്യയിൽ ആധുനിക ചിത്രകലയ്ക്ക് അടിത്തറ പാകിയ ആദ്യകാല ചിത്രകാരന്മാരിൽ പ്രമുഖനായ ബിനോദ് *ബിഹാരി മുഖർജി* (1904-1980) യുടെ ജീവിതവും കലയും രേഖപ്പെടുത്തുന്ന *ദ ഇന്നർ ഐ* (*The Inner Eye*), 1972 ലാണ് ഫിലിം ഡിവിഷനുവേണ്ടി റായ് നിർമ്മിക്കുന്നത്. രബീന്ദ്രനാഥ് ടാഗോർ സ്ഥാപിച്ച വിശ്വഭാരതി സർവ്വകലാശാലയിലെ ചിത്രകലാ അദ്ധ്യാപകനായിരുന്ന അക്കാലത്ത് അദ്ദേഹം. സത്യജിത് റായ് ശാന്തിനികേതനിൽ പഠിക്കുമ്പോൾ അദ്ദേഹത്തിന്റെ അദ്ധ്യാപകനായിരുന്നു മുഖർജി. അതിനുമുമ്പ് അവിടെ നന്ദലാൽ ബോസ് പോലുള്ള കലാകാരന്മാരുടെ വിദ്യാർത്ഥിയുമായിരുന്നു അദ്ദേഹം. അദ്ദേഹത്തിന്റെ ചിത്രകലാരീതികളെ, അതിന്റെ സവിശേഷതകളെ ഉദാഹരണങ്ങൾ സഹിതം ചിത്രം വിശദമാക്കുന്നു.

ജനനത്തോടെ ഭാഗികമായി അന്ധത ബാധിച്ച മുഖർജി അവസാനകാലത്ത് പൂർണ്ണമായും കാഴ്ചശക്തി നഷ്ടപ്പെട്ടവനായി. എന്നാൽ ചിത്രകലാരംഗത്ത് നിന്ന് മാറി നിന്നില്ല അദ്ദേഹം. "അന്ധത ഒരു പ്രത്യേക വികാരമാണ്" മുഖർജി പറയുന്നു. പാശ്ചാ

ത്യരീതിയിലുള്ള ആധുനികതയെക്കുറിച്ച് അവഗാഹമുള്ള അദ്ദേഹം, പൂർണ്ണമായും അതിനോട് ചേർന്ന് നിന്നിരുന്നില്ല. ശാന്തിനികേതനു ചുറ്റുമുള്ള സന്താൾ ഗ്രാമ ങ്ങൾ സന്ദർശിച്ച് അവിടുത്തെ ജനങ്ങളെയും അവരുടെ ജീവിതവും തന്റേതായ രീതിയിൽ ആവിഷ്കരിച്ചു അദ്ദേഹം. മുഖർജി ചിത്രങ്ങളിലെ ഒരു പ്രധാനഘടകമാ യിരുന്നു പ്രകൃതി. തന്റേതായ രീതിയിൽ ചിത്രങ്ങളിൽ പ്രകൃതി അദ്ദേഹം ഉൾപ്പെടുത്തി. ശാന്തിനികേതനിലെ പുതിയ ചുമരുകളിൽ മ്യൂറലുകളും ഫ്രെസ്കോകളും അദ്ദേഹം ചെയ്തു. എല്ലാറ്റിലും ഗ്രാമീണജീവിതത്തിന്റെ ജീവസ്സുറ്റ രൂപങ്ങളും അന്തരീക്ഷവും നിറഞ്ഞു നിന്നു.

പ്രാചീന ജപ്പാൻ ചിത്രകല പരിചയപ്പെടാനായി ജപ്പാൻ സന്ദർശിച്ചിരുന്നു മുഖർജി. അവസാനകാലത്ത് പൂർണ്ണമായും അന്ധനായി മാറിയ അദ്ദേഹം തന്റെ മനസ്സുകൊണ്ടായിരുന്നു തുടർന്ന് രചനകൾ നടത്തിയിരുന്നത്. "അന്ധത ഒരു പ്രത്യേക വൈകാരിക അവസ്ഥയാണ് നമുക്ക് നൽകുന്ന" തെന്ന് അദ്ദേഹം അക്കാലത്ത് പറയാറുണ്ടായിരുന്നു. വിശ്വപ്രസിദ്ധനായ ആ ചിത്രകാരനെ, മറ്റൊരു ചിത്രകാരൻ കൂടിയായ സത്യജിത് റായ് *ഇന്നർ ഐ* എന്ന ഇരുപത് മിനിട്ട് ഡോക്യുമെന്ററിയിൽ രേഖപ്പെടുത്തുന്നു. 1972 ലെ ദേശീയ ചലച്ചിത്രപുരസ്കാരം *ഇന്നർ ഐ* നേടിയിട്ടുണ്ട്.

സത്യജിത് റായുടെ പിതാവ്, സുകുമാർ റായെക്കുറിച്ചുള്ള അദ്ദേഹത്തിന്റെ ഡോക്യുമെന്ററി, *സുകുമാർ റായ്* അദ്ദേഹത്തിന്റെ ജന്മശതാബ്ദി വർഷം 1987 ലാണ് സത്യജിത് റായ് നിർമ്മിക്കുന്നത്. എഴുത്തുകാരൻ, ചിത്രകാരൻ, കാർട്ടൂണിസ്റ്റ്, സംഗീതജ്ഞൻ എന്നിങ്ങനെ ബഹുമുഖ കഴിവുകളോടെയുള്ള സുകുമാർ റായ്, കൽക്കട്ടയിലെ പ്രശസ്തമായ പ്രസിഡൻസി കോളേജിൽനിന്നും ഇരട്ടബിരുദം നേടിയശേഷം, പിതാവ് ഉപേന്ദ്രകിഷോർ റായുടെ നിർദ്ദേശപ്രകാരം, ആധുനിക പ്രിന്റിങ് രീതികളിൽ ബിരുദപഠനം നടത്താനായി ലണ്ടനിലേക്ക് പോകുകയായിരുന്നു. അദ്ദേഹത്തിന്റെ കൽക്കട്ടയിലെ പ്രിന്റിങ് പ്രസ് യു. റായ് ആന്റ് സൺസ് ഇന്ത്യയിലെ തന്നെ മികച്ച പ്രസ്സായിരുന്നു. പുത്തൻ സാങ്കേതികവിദ്യയുപയോഗിച്ച് പ്രിന്റ് ചെയ്യണമെന്നത് ഉപേന്ദ്രകിഷോറിന് എല്ലായ്പ്പോഴും നിർബ്ബന്ധമായിരുന്നു. പഠനാനന്തരം പ്രസിലെ ജോലിയിലിരുന്നപ്പോൾ, എഴുതാനും വരയ്ക്കാനും തുടങ്ങി സുകുമാർ. ഈ കഴിവുകളൊക്കെ പിതാവിൽ നിന്നാണ് അദ്ദേഹത്തിന് ലഭിക്കുന്നത്. ബാലസാഹിത്യം, ഹാസ്യസാഹിത്യം എന്നിവയിൽ രചനകൾ നടത്തുവാനാരംഭിച്ചു അദ്ദേഹം. ടാഗോറുമായി നേരത്തെ ഉണ്ടായിരുന്ന ബന്ധം ലണ്ടനിൽ വെച്ച് പുതുക്കിയിരുന്നു സകുമാർ. തന്റെ *ഗീതാഞ്ജലി*യുമായി ലണ്ടനിലെത്തിയ ടാഗോറിനെ സാഹിത്യവൃന്ദങ്ങളിൽ പരിചയപ്പെടുത്തിയത് സുകുമാറായിരുന്നു. ഇതാണ് പിന്നീട് അദ്ദേഹത്തിന് നോബൽസമ്മാനം ലഭിക്കാൻ കാരണമാകുന്നത്. വളരെ ചെറുപ്രായത്തിൽ, മുപ്പത്താറാം വയസ്സിൽ സുകുമാർ റായ് രോഗംമൂലം മരിക്കുമ്പോൾ സത്യജിത് കൊച്ചുകുട്ടിയായിരുന്നു.

ഈ വിശദാംശങ്ങൾ വളരെ സവിശേഷമായ രീതിയിലാണ് റായ് ചിത്രീകരിക്കുന്നത്. സുകുമാർ റായുടെ കൃതികളായ *ആബോൽ താബോൽ*, ചെറുകഥകൾ, നാടകങ്ങൾ എന്നിവകളിൽ നിന്നുള്ള ചിത്രങ്ങൾ, ചില നാടകാവതരണങ്ങൾ എന്നിവ ചിത്രീകരിച്ചുകൊണ്ട് ഡോക്യുമെന്ററിക്ക് സജീവത നൽകുന്നു റായ്. റായ് കുടുംബത്തിലെ വിവിധപരമ്പരകളെക്കുറിച്ച് അത് വിശദാംശങ്ങൾ നൽകുന്നു. മുപ്പത് മിനിട്ട് ദൗർഘ്യമുള്ള ചിത്രം സുകുമാർ റായെക്കുറിച്ച് മാത്രമല്ല റായ് കുടുംബത്തിന്റെ മുഴുവൻ സംഭാവനകളും പ്രേക്ഷകരിലെത്തിക്കുന്നു. മഹാനായ പിതാവിനെക്കുറിച്ച്, പ്രതിഭാശാലിയായ

ബാലസരസ്വതി

മകന്റെ ജീവിതചിത്രമായി *സുകുമാർ റായ്* മാറുന്നു.

മൂന്ന് ഷോർട്ട് ഫിലിമുകളും അഞ്ച് ഡോക്യുമെന്ററികളും അടങ്ങുന്ന സത്യജിത് റായുടെ കഥേതര ചിത്രങ്ങൾ, അദ്ദേഹത്തിന്റെ കഥാചിത്രങ്ങൾപോലെ സാർത്ഥക മായ രചന കളാണ്. സാഹിത്യം, ചിത്രകല, നൃത്തകല എന്നീ മേഖലകളിലെ പ്രസി ദ്ധരാ യവരുടെ ജീവിതം ചിത്രീകരിക്കപ്പെട്ട ഡോക്യുമെന്ററികളും സാമൂഹികപ്രസക്തി എക്കാലവും നിലനിർത്തുന്ന ഷോർട്ട് ഫിലിമുകളും സത്യജിത് റായെന്ന ചലച്ചിത്രകാ രനെ ഒരിക്കൽക്കൂടി പ്രസക്തനാക്കുകയാണ്.

3

സത്യജിത് റായെ ചരിത്രത്തിൽ അടയാളപ്പെടുത്തുന്നവർ

അദ്ധ്യായം ഒന്ന്

സത്യജിത് റായ്ക്ക് ചലച്ചിത്ര ലോകത്തിന്റെ ആദരം

"ഇന്ത്യയിലെ ആദ്യ ചലച്ചിത്രകാരൻ
ദാദാ സാഹെബ് ഫാൽക്കെയല്ല,
സത്യജിത് റായ് ആണ്."
- അടൂർ ഗോപാലകൃഷ്ണൻ

സത്യജിത് റായ് എന്ന ചലച്ചിത്രകാരൻ ലോകത്തിലെ സാംസ്കാരിക-കലാ-ചലച്ചിത്ര മേഖലകളിൽ പല രീതികളിലാണ് അടയാളപ്പെടുത്തപ്പെട്ടിരിക്കുന്നത്, ഇപ്പോഴും അടയാളപ്പെടുത്തപ്പെട്ടുകൊണ്ടിരിക്കുന്നതും. റായുടെ ചലച്ചിത്ര ജീവിതകഥ എഴുതിയവർ, അദ്ദേഹത്തിന്റെ ചിത്രങ്ങൾ സമഗ്രമായ പഠനങ്ങൾക്ക് വിധേയരാക്കിയവർ, അദ്ദേഹത്തെക്കുറിച്ചും ചിത്രങ്ങളെക്കുറിച്ചും ഡോക്യുമെന്ററി നിർമ്മിച്ചവർ ഇങ്ങനെ പലരീതികളിൽ റായ് രേഖപ്പെടുത്തപ്പെട്ടുകൊണ്ടിരിക്കുന്നു. അവരിൽ ചിലരുടെ റായ് പഠനങ്ങളെക്കുറിച്ചാണ് ഇവിടെ വിശദീകരിക്കുന്നത്.

ഡെറിക് മാൽക്കം

ഡെറിക് മാൽക്കം

ലോകപ്രശസ്ത ചലച്ചിത്രനിരൂപകൻ ഡെറിക് മാൽക്കം സത്യജിത് റായുടെ ചിത്രങ്ങൾ തുടക്കം മുതൽക്കേ പഠനവിധേയമാക്കിയിരുന്നു. ഒരിക്കൽ കൽക്കട്ടയിലെത്തിയ ഡെറിക്ക്, റായുടെ വീട് സന്ദർശിക്കയും അവിടെവെച്ച് ഡിന്നർ കഴിക്കുകയും ചെയ്തു. അതിന്റെ ഓർമ്മകൾക്കൊപ്പം റായുടെ പ്രസിദ്ധജമീന്ദാരി ചിത്രം *ജൽസാഘറെ*ക്കുറിച്ച് തന്റെ വിലയിരുത്തലുകൾ അദ്ദേഹം ഈ കുറിപ്പിൽ രേഖപ്പെടുത്തുകയാണ്:

ഒരിക്കൽ കൽക്കട്ടയിൽ റായുടെ വീട്ടിൽച്ചെന്ന എനിക്ക് അദ്ദേഹം സ്നേഹത്തോടെ ഡിന്നർ നൽകുകയും, അതിനു ശേഷം അദ്ദേഹത്തിന്റെ പുസ്തകം *ഔർ ഫിലിംസ് ദേയർ ഫിലിംസിന്റെ (Our Films Their Films)* ഒരു കോപ്പി സമ്മാനിക്കയും ചെയ്തു. അതിന്റെ ആദ്യപേജിൽ റായ് ഇങ്ങനെ കുറിച്ചിരുന്നു: "ചിലപ്പോഴൊക്കെ എന്റെ ചിത്രങ്ങൾ ഇഷ്ടപ്പെടുന്ന ഡെറിക് മാൽക്കത്തിന്." റായ് എഴുതിയത് എനിക്ക് ഇഷ്ടപ്പെട്ടില്ല, അത് ശരിയായിരുന്നില്ല. ലോകസിനിമയിലെ എക്കാലത്തെയും മികച്ച നൂറ് ചിത്രങ്ങൾ തിരഞ്ഞെടുത്താൽ അതിൽ റായുടെ അഞ്ചോ ആറോ ചിത്രങ്ങൾ ഉൾപ്പെടുമെന്ന കാര്യത്തിൽ എനിക്ക് യാതൊരു സംശയവുമില്ല. അവയിലൊന്ന് 1955 ൽ അദ്ദേഹം നിർമ്മിച്ച ആദ്യചിത്രവും അപുത്രയത്തിന്റെ ആദ്യഭാഗവുമായ *പഥേർ പാഞ്ചാലി* യാണ്. മറ്റൊന്ന്, മദ്ധ്യവർഗ്ഗ കുടുംബത്തിലെ ദാമ്പത്യത്തിലെ പൂർത്തീകരിക്കപ്പെടാത്ത സ്നേഹം ചിത്രീകരിക്കുന്ന *ചാരുലത* യാണ്. എന്നാൽ ഈ രണ്ട് ചിത്രങ്ങൾക്കും മേലെ 1958 ലെ *ജൽസാഘറാ*ണ് എന്നാണ് ഞാൻ കരുതുന്നത്. അത് ഒരു കാര്യം സംശയാതീതമായി വ്യക്തമാക്കുന്നു: റായ് എന്ന എഴുത്തുകാരൻ, ചിത്രകാരൻ,

ചലച്ചിത്രകാരൻ ഇന്ത്യക്കാരനേക്കാൾ പാശ്ചാത്യനാണെന്ന ആരോപണം വാസ്തവ മല്ല.

ഫ്രഞ്ച് സംവിധായകൻ റിനോയുടെ സ്വാധീനമുണ്ടായിരുന്നെങ്കിലും, ഡിസീക്കയു ടെ *ബൈസിക്കിൾ തീവ്സിൽ* ആകൃഷ്ടനായിരുന്നെങ്കിലും റായെ ഏറ്റവുമധികം സ്വാധീനിച്ചിരുന്നത് ടാഗോറായിരുന്നു. കവി, എഴുത്തുകാരൻ, തത്ത്വചിന്തകൻ എന്നീ നിലകളിൽ അറിയപ്പെട്ടിരുന്ന ടാഗോറിനെ റായ് കുട്ടിക്കാലം മുതൽ നിരീക്ഷിച്ചിരുന്നു, പഠിച്ചിരുന്നു. അദ്ദേഹത്തിന്റെ സ്വാധീനം റായുടെ സിനിമകളിലും ചിന്തകളിലും എക്കാ ലവും നിറഞ്ഞുനിന്നു.

താരാശങ്കർ ബാനർജിയുടെ ചെറുകഥയുടെ ചലച്ചിത്രരൂപമാണ് *ജൽസാഘർ*. കേന്ദ്രകഥാപാത്രം പ്രായമായ ഒരു ജമീന്ദാറാണ്. 1920 കളുടെ അവസാനം താൻ വളർന്നുവന്ന സംസ്കാരത്തിന്റെ തകർച്ച പ്രതിരോധിക്കാനും, പുരോഗതിയെ തടയാനും അയാൾ ശ്രമിക്കയാണ്. യാഥാർത്ഥ്യങ്ങൾ അഭിമുഖീകരിക്കാൻ തയ്യാറാ കാത്ത അയാൾ, ഇടിഞ്ഞുപൊളിയാറായ തന്റെ സംഗീതമുറിയിൽ, കയ്യിലുള്ള അവസാന ആഭരണവും വിറ്റ്, അവസാനത്തെ സംഗീതവിരുന്ന് നടത്തുന്നു. മുറിയുടെ ചുമരിൽ തൂക്കിയിട്ടുള്ള പിതാമഹന്മാരുടെ ഫോട്ടോകൾക്ക് നേരെ മദ്യചഷകം ഉയർ ത്തിയപ്പോൾ, അയാളുടെ ചെറുപ്പകാലത്തെ ഫോട്ടോയ്ക്ക് മേൽ ഒരു ചിലന്തി വന്നു നിൽക്കയാണ്. വവ്വാലുകൾ ഇടനാഴിയിലൂടെ പറന്നു നടക്കുന്നു. മുറിക്കകത്തെ പൊട്ടിയ ഒരു കണ്ണാടിയിൽ അയാൾ തന്നെത്തന്നെ അഭിമുഖീകരിക്കുന്നു. നൃത്തം കഴിഞ്ഞ്, നാട്ടിലെ പുതുപ്പണക്കാരനായ ഗാംഗുലി നർത്തകിക്ക് സമ്മാനം കൊടുക്കു മ്പോൾ, അയാൾ വാക്കിങ് സ്റ്റിക്കുകൊണ്ട് ഗാംഗുലിയെ തടയുന്നു, "സമ്മാനം കൊ ടുക്കേണ്ടത് താൻ മാത്രമാണ്, മറ്റാരും അതിനു യോഗ്യരല്ല." എന്നാണതിന്റെ സൂചന. ഇത്തരം നിരവധി സൂചനകൾകൊണ്ട് സമ്പന്നമാണ് ചിത്രം.

ഗാംഗുലിയുടെ കാറിന്റെ ഹോൺ കേട്ട്, വൃദ്ധന്റെ ഭൂതകാല പ്രൗഢിയുടെ ചിഹ്ന മായ ആന പരിഭ്രമിക്കുന്നു. റായുടെ ഏറ്റവും മികച്ചരീതിയിലുള്ള ദൃശ്യക്രമീകരണം നാം ജൽസാഘറിൽ കാണുന്നു. സുബ്രതോ മിത്രയുടെ ക്യാമറ അസാമാന്യമായ ജോലി യാണ് ചിത്രത്തിൽ ചെയ്തിരിക്കുന്നത്. *ജൽസാഘർ* (സംഗീതമുറി) സംഗീതത്തെക്കുറി ച്ചുള്ള ചിത്രം കൂടിയാണ്. സത്യജിത് റായ് അതിൽ നിർവ്വഹിച്ച സംഗീതസംവിധാനം മികച്ചതാണ്.

ചിത്രം പുറത്തുവന്ന സമയത്ത് കേന്ദ്രകഥാപാത്രത്തിന്റെ ഭൂതകാല ഓർമ്മകളെ ക്കുറിച്ച് റായുടെ അഭിനിവേശം ഏറെ വിമർശനങ്ങൾ നേരിട്ടിരുന്നു. എന്നാൽ വിമർ ശകർ അന്ന് ഒരു കാര്യം മറന്നു: വൃദ്ധൻ സഹതാപമർഹിക്കുന്ന ഒരു കഥാപാത്രമാണ് എന്നതായിരുന്നു അത്. ഭാര്യയുടെയും മകന്റെയും ആകസ്മികമരണത്തോടെ ജീവിത ത്തിന്റെ അർത്ഥം നഷ്ടപ്പെട്ടയാൾ. ഛബ്ബി വിശ്വാസിന്റെ അഭിനയചാതുര്യം നമ്മെ വിസ്മയിപ്പിക്കുകയാണ്. അയാളുടെ ഭൂതകാല ഓർമ്മകളെ പരിഹസിക്കുകയല്ല നാം, മറിച്ച് അയാളോട് സഹതപിക്കുകയാണ്. അയാൾ ഹീറോയോ ആന്റി ഹീറോയോ അല്ല എന്ന് കൃത്യമായി ചിത്രം രേഖപ്പെടുത്തുന്നുണ്ട്. വെറുമൊരു ഏകാന്തനായ വൃദ്ധൻ. തന്റെ നൊസ്റ്റാൾജിയ അയാളെ നയിക്കുന്നത് തികഞ്ഞ അർത്ഥരാഹിത്യ ത്തിലേ ക്കാണ്.

താൻ യഥാർത്ഥ ഇന്ത്യക്കാരനും പുരോഗമനവാദിയുമല്ല എന്നത് റായ് പതിവായി നേരിടുന്ന ഒരു ആരോപണമാണ്. പഴയ രീതിയിലുള്ള ലിബറൽ ഹ്യൂമനിസവുമായാണ്

സത്യജിത് റായ്ക്ക് ചലച്ചിത്ര ലോകത്തിന്റെ ആദരം

റായ് ചേർന്ന് നിൽക്കുന്നതെന്നും അങ്ങനെയാണ് പടിഞ്ഞാറിന്റെ *നല്ല പുസ്തകത്തിൽ* അദ്ദേഹം ഉൾപ്പെട്ടതെന്നും പരക്കെ വിമർശനമുയർന്നിരുന്നു. എന്നാൽ എല്ലാ വിമർശനങ്ങളേയും മറികടന്നുകൊണ്ട് ഇന്ത്യൻ സിനിമയിലെ ഒരു മഹാസ്തംഭമായി അദ്ദേഹം മാറി. തന്റെ വീട്ടിൽ കട്ടിലിനടിയിൽ വെച്ചിരുന്ന ഒരു പെട്ടിക്കകത്താണ് റായ് തന്റെ പുരസ്കാരങ്ങൾ സൂക്ഷിച്ചുവെക്കാറുണ്ടായിരുന്നത്. വളരെ അപൂർവ്വമായി മാത്രം തന്റെ സന്ദർശകർക്ക് അവ അദ്ദേഹം കാണിച്ചുകൊടുക്കാറുണ്ടായിരുന്നു. മുറിയിൽ പ്രദർശിപ്പിച്ചു വെക്കാൻമാത്രം താൻ അധഃപതിച്ചിട്ടില്ല എന്ന ഒരു സൂചനയും അതിലുണ്ടായിരുന്നു.

എല്ലാ മഹത്തായ ചലച്ചിത്രകാരെയുംപോലെ റായും തന്റെ രാജ്യത്തിനും ലോകത്തിനും അവകാശപ്പെട്ടതാണ്. എന്നാൽ *ജൽസാഘർ* അദ്ദേഹത്തിന്റെ ഹൃദയം ആർക്കൊപ്പമാണ് എന്ന് അടയാളപ്പെടുത്തുന്നു, അത് അദ്ദേഹത്തിന്റെ ജനങ്ങൾക്കൊപ്പമായിരുന്നു. ലോകപ്രസിദ്ധ ചലച്ചിത്രനിരൂപകന്റെ ഈ റായ് വിലയിരുത്തൽ വർഷങ്ങൾക്ക് ശേഷവും പ്രസക്തമായിത്തന്നെ തുടരുകയാണ്.

അകിരാ കുറോസാവ

സത്യജിത് റായോട് വളരെയേറെ സ്നേഹവും ബഹുമാനവും സൂക്ഷിച്ചിരുന്നു കുറോസാവ. 1975 ൽ, അദ്ദേഹം തന്റെ സുഹൃത്ത് റായെപ്പറ്റി ഇങ്ങനെ അഭിപ്രായപ്പെട്ടു: "ശാന്തവും അതേസമയം ആഴത്തിലുള്ളതുമായ നിരീക്ഷണം, സമൂഹത്തോടുള്ള വറ്റാത്ത സ്നേഹം, കരുണ ഇവ എല്ലാ റായ് ചിത്രങ്ങളുടെയും സവിശേഷതകളാണ്. ഇത് എന്നെ ആഴത്തിൽ സ്വാധീനിച്ചിട്ടുണ്ട്. ലോകസിനിമയിലെ ഒരു വൻവൃക്ഷമാണ് അദ്ദേഹമെന്ന് ഞാൻ വിശ്വസിക്കുന്നു. അദ്ദേഹത്തിന്റെ ചിത്രങ്ങൾ കാണാതിരിക്കു

ന്നത്, സൂര്യനെയും ചന്ദ്രനെയും കാണാതെ ഇവിടെ ജീവിക്കുന്നതുപോലെയാണ്. *പഥേർ പാഞ്ചാലി* കണ്ടതിനുശേഷമുള്ള വികാരം ഒരു കാലത്തും എനിക്ക് മറക്കാൻ കഴിയില്ല. ഒരു വൻ നദിയുടെ ശാന്തതയോടെ, ഗാംഭീര്യത്തോടെ ഒഴുകുന്ന സിനിമയാണത്. ആളുകൾ ജനിക്കുന്നു, ജീവിക്കുന്നു, പിന്നീട് മരണം സ്വീകരിക്കുന്നു. യാതൊരു തടസ്സവുമില്ലാതെ റായ് തന്റെ സിനിമകൾ പെയിന്റ് ചെയ്യുന്നു. എന്നാൽ അവ പ്രേക്ഷകമനസ്സുകളിൽ വൈകാരികമായ വൻ തിരയിളക്കങ്ങൾ ആണ് സൃഷ്ടിക്കുന്നത്. എങ്ങനെയാണ് അദ്ദേഹത്തിന് ഇത് സാദ്ധ്യമാകുന്നത് ? അദ്ദേഹത്തിന്റെ സിനിമോട്ടോഗ്രാഫിക് ടെക്നിക്കുകൾ ഒന്നും പ്രയാസകരമല്ല, അതേപോലെ അപ്രസക്തവുമല്ല. അതിലാണ് പ്രതിഭയുടെ തിളക്കം കിടക്കുന്നത്."

സമകാലീന ലോകസിനിമയിലെ ശ്രദ്ധേയനായ സംവിധായകൻ മാർട്ടിൻ സ്കോർസെസ് (Martin Scorces) ഇന്ത്യയിലെ രണ്ട് മഹാപ്രതിഭകളെ എക്കാലവും ആരാധിച്ചിരുന്നു: സത്യജിത് റായും നർത്തകൻ ഉദയശങ്കറുമായിരുന്നു അവർ. "ഞാൻ റായ് സിനിമകളുടെ ഒരു വലിയ ആരാധകനാണ്. അദ്ദേഹവുമായി നടത്തിയ കൂടിക്കാഴ്ചകൾ ഞാൻ വളരെയേറെ വിലമതിക്കുന്നു, അവ ഇപ്പോഴും ഞാൻ ഓർമ്മിക്കുന്നു."

പ്രസിദ്ധ സംവിധായകൻ ഫ്രാൻസിസ് കപ്പോളയുടെ ചിത്രങ്ങൾ റായ് വളരെയേറെ ഇഷ്ടപ്പെട്ടിരുന്നു, പ്രത്യേകിച്ച് *ഗോഡ്ഫാദർ സീരീസ്.* അതിന്റെ ആദ്യഭാഗം കണ്ട ഉടൻ അദ്ദേഹം കപ്പോളയെ വിളിച്ച് അഭിനന്ദിച്ചു. "ആരെങ്കിലും എന്നെ കൽക്കട്ടയിൽ നിന്നു വിളിക്കുമ്പോൾ ഞാൻ ഓർക്കുന്നത് റായെയാണ്. റായുടെ ചിത്രങ്ങളിലൂടെയാണ് ഞങ്ങൾ ഇന്ത്യൻ സിനിമ പരിചയപ്പെടുന്നത്. *ദേവി* അദ്ദേഹത്തിന്റെ കരിയറിലെ നാഴികക്കല്ലാണ്."

ലോകപ്രശസ്ത നടനും സംവിധായകനുമായ റിച്ചാർഡ് ആറ്റൻബറോ റായുടെ

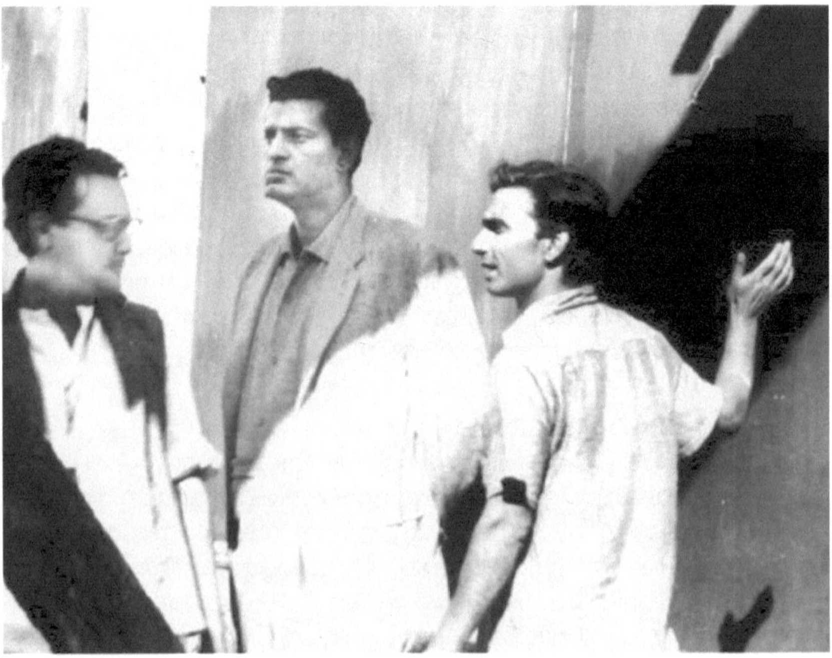

സത്രഞ്ച് കെ ഖിലാഡി (1977) യിൽ അഭിനയിച്ചിരുന്നു. അതേക്കുറിച്ച് മഹാനായ നടനും സംവിധായകനുമായ ആറ്റൻബറോ ഇങ്ങനെ ഓർമ്മിക്കുന്നു: "ലോകസിനിമയിലെ മഹാപ്രതിഭകളിൽ ഒരാളുടെ സംവിധാനത്തിൽ അഭിനയിക്കാൻ കഴിഞ്ഞതിൽ ഞാൻ അഭിമാനിക്കുന്നു. ഞാൻ പൂർണ്ണമായും അദ്ദേഹത്തിന് സമർപ്പിച്ചിരുന്നു, തിരക്കഥയെക്കുറിച്ചും അതിന്റെ വിശദാംശങ്ങളെക്കുറിച്ചും അദ്ദേഹത്തിന്റെ സമീപനങ്ങൾ സമാനതകൾ ഇല്ലാത്തവയാണ്."

സത്യജിത് റായ്ക്ക്, 1992 ൽ സമഗ്രസംഭാവനയ്ക്ക് ഓസ്കാർ ലഭിച്ചപ്പോൾ അത് സമ്മാനിച്ചത് പ്രസിദ്ധ നടി ആദ്രേ ഹെപ്ബേണായിരുന്നു. അവരെയും ശശികപൂറിനെയും അഭിനേതാക്കളാക്കിക്കൊണ്ട് ഒരു സിനിമയെടുക്കാൻ റായ് പരിപാടിയിട്ടിരുന്നെങ്കിലും അതു നടന്നില്ല. ഓസ്കാർ സമ്മാനിച്ചതിനുശേഷം ഹെപ്ബേൺ പറഞ്ഞിരുന്നത് വളരെ പ്രസക്തമാണ്: "ലോകസിനിമയിലെ മഹാപ്രതിഭാശാലികളിലൊരാൾക്ക് അർഹമായത് ലഭിച്ചിരിക്കുന്നു."

ഈ രീതിയിൽ ലോകസിനിമയിലെ നിരവധി പ്രമുഖകർ റായെ വിലയിരുത്തി അഭിപ്രായങ്ങൾ രേഖപ്പെടുത്തിയിരുന്നു, ക്രിസ്റ്റഫർ നൊളാൻ, അലക്സാണ്ടർ പൈൻ, ഏലിയ കസാൻ, സെമി കപ്ലനോഗ്ളു എന്നിവർ അവരിൽ ചിലർ മാത്രമാണ്.

രാജ്യത്തിനകത്തുള്ള ചലച്ചിത്ര പ്രവർത്തകരും നിരൂപകരും റായ് എന്ന ചലച്ചിത്രകാരനെ എങ്ങനെയാണ് നോക്കിക്കാണുന്നതെന്ന് പരിശോധിക്കുന്നത് ഈ ഘട്ടത്തിൽ പ്രസക്തമാകുന്നു. റായുടെ സമകാലീനരായിരുന്ന ഋത്വിക് ഘട്ടക് (1925-1976), മൃണാൾ സെൻ (1923-2018)എന്നിവർ അദ്ദേഹവുമായി ചേർന്ന് ശക്തമായ ഒരു ചരിത്രമാണ് ബംഗാളി സിനിമയിൽ അക്കാലത്ത് സൃഷ്ടിച്ചത്. തികച്ചും വ്യത്യസ്തമായ ചലച്ചിത്ര സമീപനങ്ങളിലൂടെ സഞ്ചരിച്ച ഇവർ ബംഗാളി സിനിമയ്ക്ക് മാത്രമല്ല, ഇന്ത്യൻ

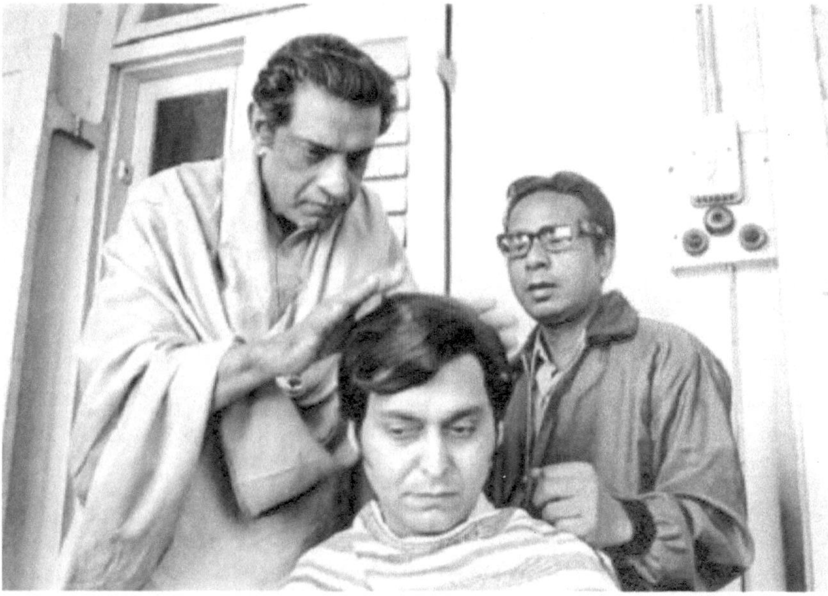

സിനിമയ്ക്കുതന്നെ ഒരു സുവർണ്ണ കാലഘട്ടം സമ്മാനിച്ചു. ഈ മൂന്നുപേരിൽ ഘട്ടക്കും സെന്നും വിഭജനവുമായി ബന്ധപ്പെട്ട് കൽക്കട്ടയിൽ എത്തുകയായിരുന്നു, റായ് കൽക്കട്ടയിൽ സ്ഥിരതാമസക്കാരനും. കിഴക്കൻ ബംഗാളിൽനിന്നും പറിച്ചുനട്ട ഘട്ടക്കിന് ജീവിതകാലം മുഴുവൻ, തന്റെ കഥാപാത്രങ്ങളെപ്പോലെ ജന്മസ്ഥലത്തിന്റെ ഓർമ്മകളിൽ നിന്ന് മോചനം കിട്ടിയില്ല. ഒടുവിൽ ആ ഓർമ്മകളിൽ എരിഞ്ഞു തീരുകയാ യിരുന്നു അദ്ദേഹത്തിന്റെ ജീവിതം. എന്നാൽ സെൻ, കൽക്കട്ട തന്റെ സ്വന്തം പട്ടണമായി സ്വീകരിച്ചു, അതിന്റെ സ്പന്ദനങ്ങൾക്കനുസരിച്ചു ജീവിച്ചു. ജനകീയപ്രശ്നങ്ങളിൽ, തന്റെ സിനിമകളിലൂടെ രാഷ്ട്രീയ മാനങ്ങൾ നൽകി പ്രതികരിച്ചു. എന്നാൽ റായ് ഇവരിൽ നിന്ന് വ്യത്യസ്തനായിരുന്നു. എല്ലാ പ്രശ്നങ്ങളെയും ശാന്തമായി സമീപിച്ചുകൊണ്ട് തന്റെ ചിത്രങ്ങളിലൂടെ അദ്ദേഹം അവ ആവിഷ്കരിച്ചു. ഈ മൂന്നു രീതികളുടെയും സമഗ്രമായ ഒത്തുചേരലാണ് ബംഗാളി ചലച്ചിത്രക്കാഴ്ച അക്കാലത്ത് പ്രേക്ഷകർക്ക് നൽകിയത്. ഇവരിൽ റായും സെന്നും മാത്രമാണ് പൊതുവേദികളിൽ പ്രത്യക്ഷപ്പെ ട്ടിരുന്നത്. അപൂർവ്വ അവസരങ്ങളിൽ അവർ തമ്മിൽ സംഘർഷങ്ങളും ഉണ്ടായിരുന്നു. അവ വ്യക്തിപരമായിരുന്നില്ല, മറിച്ച്, സിനിമകളുമായി ബന്ധപ്പെട്ടായിരുന്നു.

റായും സെന്നും ലോക സിനിമയിൽ ശ്രദ്ധേയരായപ്പോൾ ഘട്ടക്കിന്റെ ചിത്രങ്ങൾ അദ്ദേഹത്തിന്റെ മരണത്തിനുശേഷം മാത്രമേ ജനങ്ങളിൽ എത്തിയുള്ളൂ. ആദ്യചിത്രം *നാഗരിക* 1952 ൽ നിർമ്മിച്ചെങ്കിലും വളരെക്കാലം കഴിഞ്ഞുമാത്രമെ അത് പ്രേക്ഷകരിൽ എത്തിയുള്ളൂ. എന്നാൽ റായും സെന്നും 1955 ൽ തങ്ങളുടെ ആദ്യചിത്രം പുറത്തിറക്കിയിരുന്നു.

റായ്, ഘട്ടക്, സെൻ എന്നിവർ തമ്മിലുള്ള താരതമ്യം അപ്രസക്തമാണെങ്കിലും അവർ തമ്മിലുണ്ടായിരുന്ന ആവിഷ്കാരരീതികളിലെ വ്യത്യാസം പരാമർശിക്കേണ്ടതുണ്ട്. മൂന്നുപേരും തങ്ങൾക്ക് ചുറ്റുമുള്ള ലോകത്തെക്കുറിച്ചും, രാജ്യം നേരിടുന്ന, കൽ

ക്കട്ട നഗരം അഭിമുഖീകരിക്കുന്ന പ്രശ്നങ്ങളെക്കുറിച്ചും വളരെയേറെ ആശങ്കപ്പെട്ടിരുന്നു. അവ തങ്ങളുടെ ചിത്രങ്ങളിൽ അവർ പ്രമേയങ്ങളായി സ്വീകരിക്കുയും തങ്ങളുടെതായ രീതികളിൽ ആവിഷ്ക്കരിക്കുയും ചെയ്തു. തന്റെ സിനിമകളിൽ വിഭജനമുമുണ്ടാക്കിയ ദുരിതങ്ങളും ദുരന്തങ്ങളും പ്രമേയമാക്കിയ ഘട്ടക് തികച്ചും നാടകീയമായി, അതിവൈകാരികതയോടെ അവ ആവിഷ്കരിച്ചു. ചിത്രങ്ങളിലെ അമിതനാടകീയതയെ വിമർശിച്ചവർക്ക്, അതിലും നാടകീയമാണ് ജീവിതം എന്ന മറുപടി നൽകി അദ്ദേഹം. ഇത് റായിൽ നമുക്ക് കാണാൻ കഴിയില്ല. ദുരന്തങ്ങൾ ജീവിതത്തിന്റെ ഭാഗമായി കണ്ട റായ്, അവയ്ക്കുശേഷവും ജീവിതം സ്വാഭാവികതയോടെ തുടരുന്നതായാണ് തന്റെ ചിത്രങ്ങളിൽ ദൃശ്യവല്ക്കരിക്കുന്നത്. അമിത വൈകാരികതയെ തന്റെ ചിത്രങ്ങളിൽ നിന്ന് മാറ്റിനിർത്തി, ശാന്തതയോടെ ജീവിതത്തിന്റെ ഒഴുക്ക് തുടരുന്നു റായ് ചിത്രങ്ങൾ. രാഷ്ട്രീയമായി ഇവരിൽനിന്നും തികച്ചും വ്യത്യസ്തനായ സെൻ, പ്രശ്നങ്ങൾ രാഷ്ട്രീയമായി വിശകലനം ചെയ്യുന്നു, രാഷ്ട്രീയമായിത്തന്നെ അവയ്ക്കു പരിഹാരങ്ങൾ അന്വേഷിക്കുകയും ചെയ്യുന്നു. സോഷ്യലിസ്റ്റ് റിയലിസം സെന്നിനെ വളരെയേറെ സ്വാധീനിച്ച ചലച്ചിത്ര പ്രസ്ഥാനമായിരുന്നു.

സത്യജിത് റായെക്കുറിച്ച് അദ്ദേഹത്തിന്റെ സമകാലീനരായ മൃണാൾ സെൻ, ഋത്വിക് ഘട്ടക് എന്നിവരുടെ അഭിപ്രായങ്ങൾ നോക്കാം.

ഡൽഹിയിൽ 2008 ൽ നടന്ന ഓസിയാൻ ഫിലിം ഫെസ്റ്റിവലിൽ സമഗ്രസംഭാവനയ്ക്കുള്ള പുരസ്കാരം നേടിയ സെൻ, തന്റെ ചലച്ചിത്ര അനുഭവങ്ങൾ വിശദീകരിക്കവേ, താനും റായും തമ്മിലുള്ള ബന്ധത്തെപ്പറ്റിയും റായുടെ സിനിമകളെപ്പറ്റിയും സംസാരിച്ചിരുന്നു."ഞങ്ങളുടെ രാജ്യത്ത് (ഇന്ത്യയിൽ), സത്യജിത് റായുടെയും ഘട്ടക്കിന്റെയും അടൂർഗോപാലകൃഷ്ണന്റെയും ആദ്യകാല ചിത്രങ്ങളൊഴികെ മറ്റ് അന്താരാഷ്ട്രനിലവാരമുള്ള ചിത്രങ്ങൾ ഉണ്ടായിട്ടില്ല." എനിക്ക് റായുമായുള്ള അഭിപ്രായ വ്യത്യാസങ്ങളെക്കുറിച്ച് എഴുതി ഒരുതരത്തിലുള്ള സാഡിസം മാധ്യമങ്ങൾ അനുഭവിച്ചുകൊണ്ടിരിക്കയാണ്. എനിക്ക് അദ്ദേഹവുമായി ഒരു പ്രശ്നവുമില്ലാത്തതു കാരണം, ഇതെന്നെ ഏറെ അസ്വസ്ഥനാക്കുന്നുണ്ട്. ഞങ്ങൾ തമ്മിൽ അടുത്ത ബന്ധവും ഊഷ്മളമായ സ്നേഹവു

സത്യജിത് റായ്, ഇന്ദിരാഗന്ധി, മേരി സെറ്റൻ

സത്യജിത് റായ് കുടുംബം

മുണ്ട്. എന്റെ ചിത്രം *ആകാശകുസുമ*ത്തെ അദ്ദേഹം വിമർശിച്ചിരുന്നു, ഞാൻ വളരെ മാന്യമായാണ് അതിനോട് പ്രതികരിച്ചത്. അതുപോലെ എനിക്ക് റായുടെ *അഭിജാൻ, ആരണ്യർ ദിൻ രാത്രി, അശനീസങ്കേത്* ഇവ ഇഷ്ടപ്പെട്ടിരുന്നില്ല. അത് ഞാൻ തുറന്നു പറഞ്ഞിട്ടുമുണ്ട്. ആരോഗ്യകരമായ ബന്ധമാണ് ഞങ്ങൾ തമ്മിലുള്ളത്. രണ്ടുപേരും സിനിമയുടെ വാണിജ്യവല്ക്കരണത്തെ ശക്തമായി എതിർക്കുന്നു. എന്നെ സംബന്ധിച്ചിടത്തോളം റായുടെ മികച്ച ചിത്രം *അപരാജിതോ* ആണ്.

പൊതുവെ കരുതപ്പെടുന്നതു പോലെ സത്യജിത് റായും ഋത്വിക് ഘട്ടക്കും തമ്മിൽ ശത്രുത യാതൊന്നുമുണ്ടായിരുന്നില്ല. ഘട്ടക്കിന്റെ മരണംവരെ അവർ തമ്മിലുള്ള സ്നേഹപൂർണ്ണമായ ബന്ധം നിലനിന്നിരുന്നു. ഘട്ടക്കിന്റെ ചിത്രങ്ങൾ വിദേശരാജ്യങ്ങളിൽ പ്രദർശിപ്പിക്കാനായി റായ് ഏറെ ശ്രമങ്ങൾ നടത്തിയിരുന്നു. ഘട്ടക്കിന്റെ പ്രസിദ്ധമായ ലേഖനസമാഹാരമായ *Cinema and I*യ്ക്ക് അവതാരിക എഴുതുന്നത് റായാണ്. അതിൽ ഘട്ടക്കിന്റെ ചലച്ചിത്രങ്ങളുടെ സവിശേഷതകൾ അദ്ദേഹം വിശദീകരിക്കുന്നുണ്ട്. അതേ പുസ്തകത്തിലെ, Bengali Cinema : Literary Influence എന്ന ലേഖനത്തിൽ റായെക്കുറിച്ചുള്ള തന്റെ അഭിപ്രായം ഘട്ടക് രേഖപ്പെടുത്തുന്നു. ബംഗാളിസിനിമയെ പിന്നിലേക്ക് കൊണ്ടുപോയത് സാഹിത്യസൃഷ്ടികളുമായി അതിനുണ്ടായിരുന്ന അതിരുകവിഞ്ഞ ബന്ധമായിരുന്നു എന്ന് സമർത്ഥിക്കുന്ന ലേഖനത്തിൽ, അമ്പതുകളുടെ തുടക്കത്തിൽ ഈ അവസ്ഥയ്ക്ക് മാറ്റം വന്നതായി ഘട്ടക് പറയുന്നു.

“പ്രതിഭാശാലികളായ ചില യുവാക്കൾ സിനിമയെന്ന കലാരൂപത്തെ ഗൗരവപൂർവ്വം കാണാൻ തുടങ്ങി. ഇത് ശക്തിപ്രാപിക്കയും *പഥേർ പാഞ്ചാലി* യെന്ന ചിത്രത്തോടെ, സത്യജിത് റായെന്ന ചലച്ചിത്രകാരന്റെ പിറവിക്ക് കാരണമാകുകയും ചെയ്തു.

പഥേർ പാഞ്ചാലിയും ഒരു പ്രശസ്ത നോവൽ അടിസ്ഥാനപ്പെടുത്തി നിർമ്മിച്ചതാണെങ്കിലും, ചരിത്രത്തിലാദ്യമായി ഒരു സിനിമയുടെ ഭാഷയിലേക്ക് ആ നോവൽ മാറ്റപ്പെടുകയായിരുന്നു. കലാപരമായ സത്യസന്ധത നിലനിർത്തിക്കൊണ്ട്, നോവൽ, സിനിമ എന്നീ രണ്ടു കലാരൂപങ്ങളും തമ്മിലുള്ള അടിസ്ഥാനവ്യത്യാസം തുടച്ചുനീക്കപ്പെടുകയായിരുന്നു. അതോടെയാണ് ബംഗാളി സിനിമ ഗൗരവമായ വഴികളിലൂടെ സഞ്ചരിക്കാൻ തുടങ്ങിയത്." ഘട്ടക്കിന്റെ ഈ അഭിപ്രായം റായ്ക്കും അദ്ദേഹത്തിന്റെ *പഥേർ പാഞ്ചാലിക്കും* ലഭിച്ച വലിയ ഒരു അംഗീകാരം തന്നെയായിരുന്നു.

മലയാള സിനിമയ്ക്ക് അന്താരാഷ്ട്ര അംഗീകാരം നേടിത്തന്ന അടൂർ ഗോപാലകൃഷ്ണൻ, സത്യജിത് റായുമായി വ്യക്തിപരമായി വളരെ അടുപ്പമുള്ള ചലച്ചിത്രകാരനായിരുന്നു. ഇന്ത്യയിലെ ആദ്യ ചലച്ചിത്രകാരൻ ദാദാ സാഹെബ് ഫാൽക്കെയല്ല, സത്യജിത് റായ് ആണെന്ന് അദ്ദേഹം വിശ്വസിച്ചു. ഇന്ത്യൻ സിനിമയുടെ ശതവാർഷികത്തിൽ *ഇന്ത്യാ ടുഡേയ്ക്ക്* നൽകിയ അഭിമുഖത്തിൽ അടൂർ ഇത് വ്യക്തമാക്കുന്നുണ്ട്. "ഇന്ത്യൻ സിനിമ ആരംഭിക്കുന്നത് ദാദാ സാഹെബ് ഫാൽക്കെയിൽ നിന്നാണ് എന്നാണല്ലോ പൊതുവേ അംഗീകരിക്കപ്പെട്ടിട്ടുള്ളത്. എന്നാൽ എനിക്ക് തോന്നുന്നത് അത് സത്യജിത് റായിലാണെന്നാണ്. അദ്ദേഹത്തിന്റെ *പഥേർ പാഞ്ചാലി* യോടെയാണ് അത് തുടങ്ങുന്നത്. എല്ലാ അർത്ഥത്തിലും പൂർണ്ണതയിലെത്തിയ ചലച്ചിത്രകാരനായിരുന്നു അദ്ദേഹം. അദ്ദേഹത്തിന്റെ എല്ലാ ചിത്രങ്ങളും പൂർണ്ണതയിലെത്തിയിരുന്നു. അവ ഇന്ത്യൻ സിനിമയിൽ സമഗ്രമായ മാറ്റങ്ങൾക്ക് വഴിവെച്ചു. സംഗീതത്തിൽ പാണ്ഡിത്യമുണ്ടായിരുന്ന റായ്, തന്റെ ചിത്രങ്ങൾക്കായി സ്വന്തമായി സംഗീതം കമ്പോസ് ചെയ്തിരുന്നു."

നിമായ് ഘോഷ്

റായ് (നിമായ് ഘോഷ്)

സത്യജിത് റായെ സിനിമാചരിത്രത്തിൽ രേഖപ്പെടുത്തിയവരിൽ നിശ്ചലഛായാഗ്രാഹകനായ നിമായ് ഘോഷ് (1934-2020) ഏറെ വ്യത്യസ്തനാണ്. രണ്ട് പതിറ്റാണ്ടുകളായി റായേയും അദ്ദേഹത്തിന്റെ സിനിമാചിത്രീകരണങ്ങളെയും തന്റെ ക്യാമറയുടെ കണ്ണുകളിലൂടെ സൂക്ഷ്മമായി പിന്തുടർന്ന ഘോഷ്, റായുടെ *ഗൂപി ഗായേൻ ബാഘാ ബായേൻ* (1969) മുതൽ അവസാനചിത്രം *ആഗന്തുക്ക്* (1992) വരെ അദ്ദേഹത്തോടൊപ്പം ഉണ്ടായിരുന്നു. എല്ലാ ചിത്രീകരണങ്ങളിലും പങ്കെടുത്ത്, റായുടെ വിവിധഭാവങ്ങൾ പകർത്തിയെടുത്ത് അവ ലോകമെമ്പാടുമുള്ള അദ്ദേഹത്തിന്റെ പ്രേക്ഷകരിലും ആരാധകരിലും ഘോഷ് എത്തിച്ചു. ഒരു ചലച്ചിത്രകാരന് അപൂർവ്വമായി ലഭിക്കുന്ന ബഹുമതിയാണ് നിമായ ഘോഷ്, റായെന്ന ചലച്ചിത്രകാരന്, അദ്ദേഹത്തിന്റെ സിനിമകൾക്ക് നൽകിയത്. നാം ഇന്ന് കണ്ട് അതിശയിക്കുന്ന പല റായ് ഫോട്ടോകളും ഘോഷിന്റെ ക്യാമറയിലൂടെ പിറവിയെടുത്തവയാണ്. 2010 ൽ രാജ്യം നിമായ്

ഘോഷിന് പത്മശ്രീ സമ്മാനിച്ചിരുന്നു.

നിമായ് ഘോഷിനെ സത്യജിത് റായ്ക്ക് പരിചയപ്പെടുത്തുന്നത് അദ്ദേഹത്തിന്റെ ആർട്ട് ഡയറക്റ്റർ ബൻസി ചന്ദ്രഗുപ്തയാണ്. 1968 ൽ ഘോഷ്, റായുടെ ചിത്രീകരണ യൂണിറ്റിൽ ചേർന്നു. നേരത്തെ, ഒരു ഓട്ടോമൊബൈൽ കമ്പനിയിൽ ജോലി ചെയ്യുകയും അതോടൊപ്പം ഉൽപ്പൽദത്തിന്റെ നാടകട്രൂപ്പിൽ അഭിനയിക്കയും ചെയ്ത ഘോഷ്, ആകസ്മികമായാണ് ഫോട്ടോഗ്രഫിയിൽ എത്തുന്നത്. 1992 ലെ റായുടെ നിര്യാണത്തോടെ ദീർഘകാലം ഒന്നും ചെയ്യാതിരുന്ന ഘോഷ്, കച്ചിലെ ആദിവാസികളുടെ ദുരിതജീവിതത്തിന്റെ ഫോട്ടോകളെടുത്ത് വീണ്ടും തന്റെ മേഖലയിൽ സജീവമായി. തുടർന്ന് ഘോഷ് മറ്റ് സംസ്ഥാനങ്ങളിലെ ആദിവാസികളുടെ ജീവിതം ചിത്രീകരിച്ചതോടെ അധികാരികളുടെ ശ്രദ്ധ അവരുടെ ആവശ്യങ്ങളിലേക്ക് തിരിയാൻ തുടങ്ങി, അതോടൊപ്പം അവരുടെ ജീവിതത്തിൽ ചെറിയ രീതികളിൽ മാറ്റങ്ങൾ വരാനും തുടങ്ങി. ഫ്രഞ്ച് ഫോട്ടോഗ്രാഫറായിരുന്ന ഹെൻറി കാർട്ടിയർ ബ്രസോണ (Henri Cartier Bresson) മായി അടുത്ത സൗഹൃദമുണ്ടായിരുന്നു ഘോഷിന്. നിമായ് ഘോഷിന്റെ പ്രശസ്തമായ റായ് പുസ്തകം, *Satyajit Ray at 70* യ്ക്ക് അവതാരിക എഴുതിയത് ബ്രസോണാണ്.

സത്യജിത് റായുടെ വളരെ വിശ്വസ്തനായിരുന്നു ഘോഷ്. എപ്പോഴെങ്കിലും ചിത്രങ്ങളുടെ പ്രമോഷനായി ഫോട്ടോകൾ ആവശ്യം വരുമ്പോൾ റായ് ഘോഷിനെ വിളിച്ച് അവ ആവശ്യപ്പെടും. അദ്ദേഹം തിരഞ്ഞെടുക്കുന്ന ഫോട്ടോകൾ മറിച്ചു നോക്കുകപോലും ചെയ്യാതെ റായ് ആവശ്യക്കാർക്ക് കൊടുക്കും. അത്രയേറെ വിശ്വാസം റായ്ക്ക് ഘോഷിലുണ്ടായിരുന്നു.

റായേക്കുറിച്ചും അദ്ദേഹത്തിന്റെ ചിത്രീകരണരീതികളെക്കുറിച്ചുമുള്ള അനുഭവത്തിന്റെ പശ്ചാത്തലത്തിൽ ഘോഷ്, അദ്ദേഹത്തെക്കുറിച്ചും സിനിമകളെക്കുറിച്ചും ചില പുസ്തകങ്ങൾ എഴുതിയിട്ടുണ്ട്. എല്ലാം ഘോഷിന്റെ ഫോട്ടോകളാൽ സമ്പന്നവുമാണ്.

റായ് നിമായ് ഘോഷൊന്നിച്ച്

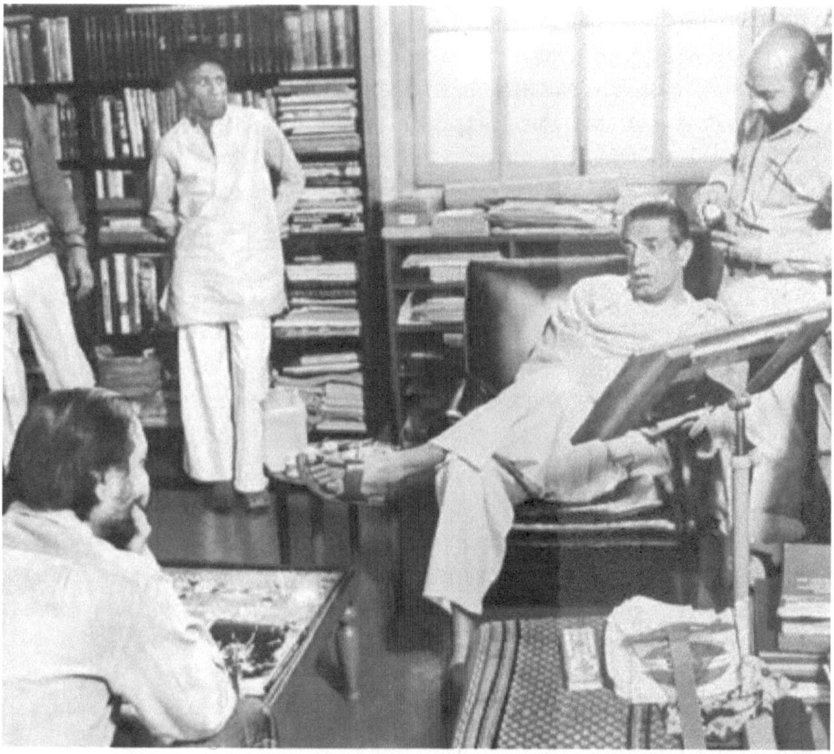

നേരത്തെ പരാമർശിച്ച *Satyajit Ray at 70: Photographs by Nemai Ghosh*, Alok B Nanda എഡിറ്റ് ചെയ്ത ഘോഷിന്റെ റായ് ചിത്രങ്ങളുടെ ശേഖരമാണ്. ഇതു കൂടാതെ, *Satyajit Ray from script to screen* (2003), *Ray and the Blind Painter: An Odessy into Inner Eye* (2004), *Andrew Robinson And Nemai Ghosh: Satyajit Ray: A Vision of Cinema* (2005), *Manik Da: Memories of Satyajit Ray* (2011) എന്നിവ റായ് എന്ന ചലച്ചിത്രകാരനെക്കുറിച്ചും അദ്ദേഹത്തിന്റെ സിനിമകളെക്കുറിച്ചുമുള്ള നിമായ് ഘോഷിന്റെ രചനകളാണ്.

സത്യജിത് റായും നിമായ് ഘോഷും തമ്മിലുള്ള ആത്മബന്ധം രേഖപ്പെടുത്തുന്ന ഡോക്യുമെന്ററിയാണ് *Nemai Gosh: A Ray of Light*. ഘോഷിന്റെ ക്യാമറക്കണ്ണുകളിലൂടെ റായ് എന്ന ചലച്ചിത്രകാരനെ നോക്കിക്കാണുകയാണ് സംവിധായകർ അനിർബൻ ഗുപ്തയും തീർത്ഥാദാസ് ഗുപ്തയും. ഘോഷിന്റെ ഫോട്ടോഗ്രാഫി ജീവിതത്തിന്റെ തുടക്കംമുതലുള്ള കാഴ്ചകൾ ചിത്രത്തിൽ നമുക്ക് കാണാൻ കഴിയുന്നു. ഫോട്ടോഗ്രാഫിയുടെ ക്ലാസിക് രൂപമായ അനലോഗ് ഫോട്ടോഗ്രാഫി മുതൽ ഏറ്റവും ആധുനിക രൂപമായ ഡിജിറ്റൽ ഫോട്ടോഗ്രാഫിയുടെ നൂതനസാദ്ധ്യതകൾ വരെയുള്ള മാറ്റങ്ങൾ സ്വീകരിക്കുന്ന ഘോഷിനെ ചിത്രം നമുക്ക് പരിചയപ്പെടുത്തുന്നു. അമ്പത് വർഷത്തെ നിമായ് ഘോഷിന്റെ ജീവിതമാണ് അമ്പത് മിനിറ്റ് ചിത്രമായി സംവിധായകർ മാറ്റിയിരിക്കുന്നത്. ഘോഷിന്റെ ജീവിതത്തിന്റെ പ്രധാനഭാഗമായി മാറിയ റായുമായുള്ള അദ്ദേഹത്തിന്റെ അടുപ്പവും അവരൊന്നിച്ചുള്ള പ്രവർത്തനങ്ങളും നമുക്ക് മുമ്പിലൂടെ

കടന്നുപോകുമ്പോൾ, റായുടെ സുഹൃത്തായും ആരാധകനായും മാറുന്ന ഘോഷിനെയാണ് നാം കാണുന്നത്. റായ് എന്ന ചലച്ചിത്രകാരന്റെയും വ്യക്തിയുടെയും സവിശേഷതകളിലൂടെയും ചിത്രം സഞ്ചരിക്കുന്നു, തന്റെ മാധ്യമത്തോടുള്ള അദ്ദേഹത്തിന്റെ പ്രതിബദ്ധത നമ്മെ അത്ഭുതപ്പെടുത്തുന്നു, ഒപ്പം റായെ ചിത്രീകരിക്കാൻ ഘോഷ് കാണിക്കുന്ന സാഹസങ്ങളും നമുക്ക് മുമ്പിൽ പാഠങ്ങളാവുന്നു.

സംവിധായകർക്ക് റായോടുള്ള ആദരമാണ് അവരെ ഈ ഡോക്യുമെന്ററിയിലേക്ക് എത്തിച്ചത്, അതോടൊപ്പം തന്റെ മാദ്ധ്യമത്തോടുള്ള ഘോഷിന്റെ ആത്മാർത്ഥതയും. ഒരു ഫോട്ടോഗ്രാഫറായ അനിർബൻ, റായുടെ കടുത്ത ആരാധകനാണ്. അനിർബന്റെ, കൊട്ടാരങ്ങളുടെ ഫോട്ടോകൾ രാജ്യത്തെ പ്രമുഖ ഗാലറികളിൽ പ്രദർശിപ്പിച്ചിട്ടുണ്ട്. കൽക്കട്ടയിലെ പ്രമുഖ തീയറ്റർ ഗ്രൂപ്പിലെ സജീവ അംഗമാണ് തീർത്ഥ. ചിത്രത്തെക്കുറിച്ച് അനിർബന്റെ വാക്കുകൾ റായോടും ഘോഷിനോടും അദ്ദേഹത്തിനുള്ള ആദരമാണ് വ്യക്തമാക്കുന്നത്: "*Nemai Gosh: A Ray of Light*, നിമായ് ഘോഷ് എന്ന സാധാരണക്കാരൻ, സത്യജിത് റായെപ്പോലുള്ള മഹാപ്രതിഭയുടെ ജീവിതത്തിൽ എങ്ങനെ കടന്നുവന്നു, അദ്ദേഹത്തിന്റെ കലാലോകത്തെ പൊതുസമൂഹത്തിൽ എങ്ങനെ എത്തിച്ചു എന്നീ ചോദ്യങ്ങളാണ് പരിശോധിക്കുന്നത്. ഫോട്ടോഗ്രാഫിയുടെ ആദിമകാലം മുതൽ ആധുനികകാലം വരെയുള്ള വികാസപരിണാമങ്ങൾ അടിവരയിടുന്ന ചിത്രം അസാധാരണമായ ഒരു സ്നേഹബന്ധത്തിന്റെ കഥയിലൂടെ, അമ്പതു വർഷങ്ങളായി തുടർന്നുപോന്നിരുന്ന ഒരു ചിത്രജീവിതയാത്രയുടെ രേഖപ്പെടുത്തലുകളാവുകയാണ്."

സന്ദീപ് റായ്

സത്യജിത് റായുടെ മകൻ സന്ദീപ് റായ്, എഴുത്തുകാരനും സംവിധായകനുമാണ്. റായ് ജീവിച്ചിരുന്ന കാലത്തുതന്നെ അദ്ദേഹം സിനിമാരംഗത്തുണ്ടായിരുന്നു. കുട്ടിക്കാലത്ത്, സത്യജിത് റായ് മകനെ തന്റെ ജോലികൾ പരിചയപ്പെടുത്തിയിരുന്നു. റായുടെ എഡിറ്റിങ് ടേബിളിൽ, നിശ്ചലദൃശ്യങ്ങൾ വിടർന്നുവന്ന് ചലിക്കുന്നവയായി മാറുന്നത് സന്ദീപ് അത്ഭുതത്തോടെയായിരുന്നു കണ്ടിരുന്നത്. ചിത്രീകരണത്തെക്കാൾ ഇപ്പോഴും സന്ദീപ് ഇഷ്ടപ്പെടുന്നത് എഡിറ്റിങ് ആണ്. ബാബയെക്കുറിച്ചുള്ള തന്റെ ഓർമ്മകളിലേക്ക് പോകുന്ന സന്ദീപ്: "ബാബ *പഥേർ പാഞ്ചാലി* നിർമ്മിക്കുമ്പോൾ ഞാൻ ചെറിയ കുട്ടിയായിരുന്നു. എന്നാലും തെക്കൻ കൽക്കട്ടയിലെ ബോറലിൽ വെച്ച നടന്ന ഷൂട്ടിങ് എനിക്കിപ്പോഴും ഓർമ്മയുണ്ട്. അദ്ദേഹത്തെപ്പോലെ ഞാനും ചലച്ചിത്രരംഗത്ത് വരണമെന്ന് ബാബ ആഗ്രഹിച്ചിരുന്നു എന്ന് ഇപ്പോൾ എനിക്ക് തോന്നുന്നു. അക്കാലത്ത് സിനിമാ നിർമ്മാണവുമായി എന്നെ ബന്ധ

സന്ദീപ് റായ്

പ്പെടുത്താൻ അദ്ദേഹം താല്പര്യം കാണിച്ചു. അദ്ദേഹം ആഗ്രഹിച്ചതുപോലെ ഞാൻ ബാബയുടെ മേഖലയിൽത്തന്നെ വന്നെത്തി.

കൽക്കട്ടയിലെ ഞങ്ങളുടെ വീട്ടിന്റെ എല്ലാ മൂലയിലും ഞാൻ ബാബയുടെ സാന്നിദ്ധ്യം ഇപ്പോഴും അനുഭവിക്കുന്നു. എന്റെ ചിത്രങ്ങളുടെ ഫസ്റ്റ് കട്ട് അദ്ദേഹത്തിനെ കാണിക്കാൻ പറ്റുന്നില്ലല്ലോ എന്ന സങ്കടമുണ്ട്. എന്നാലും ബാബ ആഗ്രഹിച്ച വഴിയിലൂടെ നടക്കാൻ കഴിയുന്നതിൽ എനിക്ക് ഏറെ സന്തോഷമുണ്ട്."

സത്യജിത് റായെക്കുറിച്ചും അദ്ദേഹത്തിന്റെ ചിത്രങ്ങളെക്കുറിച്ചും നിരവധി ഡോക്യുമെന്ററികളും പുസ്തകങ്ങളും ലേഖനങ്ങളും രചിക്കപ്പെട്ടിട്ടുണ്ട്, ഇപ്പോഴും അവ സൃഷ്ടിക്കപ്പെട്ടുകൊണ്ടിരിക്കയുമാണ്. പല രീതികളിലുമുള്ള പഠനങ്ങൾ റായ് ചിത്രങ്ങളെ പുതിയ പ്രകാശത്തിൽ കാണാനും വിലയിരുത്താനും ചലച്ചിത്രപ്രേമികളെ സഹായിക്കുന്നു. റായ് എന്ന വ്യക്തി/സംവിധായകനെക്കുറിച്ചും അദ്ദേഹത്തിന്റെ ചിത്രങ്ങളെക്കുറിച്ചും പുറത്തു വന്നിട്ടുള്ള ചില ഡോക്യുമെന്ററികളും പുസ്തകങ്ങളും പരിചയപ്പെടുത്തുന്നു.

ശ്യാം ബെനഗൽ

ഇന്ത്യൻ സിനിമാരംഗത്തെ രണ്ട് പ്രശസ്തസംവിധായകർ, തങ്ങളുടെ ആരാദ്ധ്യനായ ചലച്ചിത്രകാരനെക്കുറിച്ച് നിർമ്മിച്ച ഡോക്യുമെന്ററികൾ ലോകപ്രസിദ്ധങ്ങളാണ്. ശ്യാം ബെനഗൽ 1982 ൽ സംവിധാനം ചെയ്ത *Satyajit Ray,* ഗൗതം ഘോഷ് 1999 ൽ നിർമ്മിച്ച *Ray: Life and Works of Satyajit Ray* എന്നിവയാണ് ഈ രചനകൾ. ഫിലിം ഡിവിഷനാണ് ബെനഗലിന്റെ ചിത്രം നിർമ്മിച്ചത്. റായുടെ ജീവിതവും സിനിമകളും സമഗ്രമായി വിലയിരുത്തുന്ന 136 മിനുട്ട് ദൈർഘ്യമുള്ള ചിത്രത്തെക്കുറിച്ച് ബെനഗൽ ഇങ്ങനെ അഭിപ്രായപ്പെടുന്നു:

"ഞാൻ ഡോക്യുമെന്ററി നിർമ്മിച്ച കാലത്ത് (1982 ൽ) ഡി വി ഡി പ്രചാരത്തിലുണ്ടായിരുന്നില്ല. അതിനാൽ പൂർത്തിയാക്കിയ ചിത്രത്തിന്റെ ഒരു വീഡിയോ ടേപ്പ് ആണ് ഞാൻ സത്യജിത് റായ്ക്ക് അയച്ചുകൊടുത്തത്. അതുകണ്ട അദ്ദേഹം ഇത്രമാത്രം പറഞ്ഞു: "Too much Ray, Too little Bengal." എന്റെ ചിത്രം താങ്കളെക്കുറിച്ചാണ്. അതിൽ റായെക്കുറിച്ച് ആരും അഭിപ്രായം രേഖപ്പെടുത്തുന്നില്ല. മിക്ക ഡോക്യുമെന്ററികളിലും ഒരാളെക്കുറിച്ച് അഭിപ്രായം പലരോടും നാം ചോദിക്കാറുണ്ട്. എന്നാൽ ഇതിൽ എനിക്ക് ചോദിക്കാനുണ്ടായിരുന്നത് റായോട് മാത്രമായിരുന്നു. റായെക്കുറിച്ച് അദ്ദേഹത്തിൽ നിന്നുതന്നെ എനിക്ക് കേൾക്കണമായിരുന്നു. റായ് വളരെക്കുറച്ച് മാത്രം സംസാരിക്കുന്നയാളാണ്. ഞങ്ങൾ തമ്മിലുള്ള സൗഹൃദം റായുടെ മരണംവരെ നിലനിന്നു. എന്റെ എല്ലാ ചിത്രങ്ങളും ഞാൻ അദ്ദേഹത്തെ കാണിക്കാറുണ്ടായിരുന്നു. അദ്ദേഹ

ശ്യാം ബെനഗൽ

ഗൗതം ഘോഷ്

ത്തിന്റെ അഭിപ്രായങ്ങൾക്ക് ഞാൻ വളരെയേറെ പ്രാധാന്യം കൊടുത്തു. എന്റെ ആദ്യചിത്രം, *അങ്കുർ* ആദ്യമായി കണ്ടിരുന്നത് റായ് ആണ്. അതിനുശേഷം അദ്ദേഹം എന്നോട് ചോദിച്ചു.

'എന്താണ് ചിത്രത്തെക്കുറിച്ചുള്ള പ്രതീക്ഷ?' ഒരാഴ്ച പ്രദർശിപ്പിക്കാൻ കഴിഞ്ഞാൽ എനിക്ക് തൃപ്തിയാകും, ഞാൻ പറഞ്ഞു. 'അത് പല ആഴ്ചകൾ തിയേറ്ററിലുണ്ടാവും' അതിൽ അദ്ദേഹത്തിന് പൂർണ്ണവിശ്വാസമുണ്ടായിരുന്നു. അതുപോലെതന്നെ സംഭവിച്ചു, എന്റെ ഏറ്റവും മികച്ച രീതിയിൽ വിജയം വരിച്ച ചിത്രമാണ് *അങ്കുർ*. റായെക്കുറിച്ചുള്ള ഡോക്യുമെന്ററി തയ്യാറാക്കുമ്പോൾ, ഈ ചിന്തകളൊക്കെ ബെനഗലിന്റെ മനസ്സിലൂടെ കടന്നുപോയിക്കാണണം. തന്നെ ഏറെ സ്നേഹിച്ചിരുന്ന, തന്റെ സിനിമകളെ സ്നേഹിച്ചിരുന്ന സത്യജിത് റായെന്ന പ്രതിഭയെക്കുറിച്ചുള്ള ഡോക്യുമെന്ററിയിൽ അത് കൃത്യമായി വായിച്ചെടുക്കാൻ നമുക്ക് കഴിയുന്നുണ്ട്.

ഗൗതം ഘോഷ്

റായെക്കുറിച്ചുള്ള ഡോക്യുമെന്ററി, *Ray: Life and Works of Satyajit Ray* സംവിധാനം ചെയ്ത ഗൗതം ഘോഷ്, റായുടെ ജീവിതവും സിനിമകളും ഒരേപോലെ പഠനവിധേയമാക്കിയിട്ടുണ്ട്. 140 മിനുട്ട് ചിത്രം, റായ് കുടുംബവീട്ടിൽനിന്നും ആരംഭിക്കുന്നു. ഇന്ന് സ്കൂളായി പ്രവർത്തിക്കുന്ന ആ വീട്ടിൽ വൈവിദ്ധ്യമാർന്ന ജീവിത വഴികളിലൂടെ സഞ്ചരിച്ച പ്രതിഭാധനരുടെ പരമ്പരയിൽ റായ് ജനിക്കുന്നു. പിതാവ് സുകുമാർ റായും മുത്തച്ഛൻ ഉപേന്ദ്രകിഷോർ റായും ചിത്രകല, എഴുത്ത്, സംഗീതം എന്നീ മേഖലകളിൽ പ്രാവീണ്യം നേടിയവരായിരുന്നു. അതേ വഴികളിലൂടെ സഞ്ചരിച്ച സത്യജിത് റായ്, അവരെക്കാളേറെ പ്രശസ്തനായി, ചലച്ചിത്രലോകം കീഴടക്കി. പ്രിന്റിങ്ങിൽ അതിനൂതന സങ്കേതങ്ങൾ സ്വീകരിച്ച ഉപേന്ദ്രകിഷോർ ടാഗോറിന്റെ സുഹൃത്താ

റായ് മേരി സെറ്റണൊപ്പം

യിരുന്നു. ഇന്ത്യയിലെ പ്രധാന പ്രിന്റിങ് പ്രസ്സായി അറിയപ്പെട്ടിരുന്ന U. Ray and Sons അദ്ദേഹത്തിന്റേതായിരുന്നു. കുട്ടിക്കാലത്ത് പ്രസ്സിൽ പോയിരുന്ന റായ്, അവിടത്തെ അച്ചടിമഷിയുടെ മണം മറക്കാനാവുന്നതല്ല എന്ന് ഓർമ്മിക്കുന്നുണ്ട്. റായെക്കുറിച്ച്, അദ്ദേഹത്തിന്റെ കുടുംബത്തെക്കുറിച്ച് വിശദീകരിച്ച ശേഷം, ചിത്രം റായുടെ പ്രധാനചിത്രങ്ങൾ പരിശോധിക്കുന്നു. ചിത്രങ്ങളിൽ നിന്നുള്ള സംഗീതശകലങ്ങൾ, അവയ്ക്കായി റായി തയ്യാറാക്കിയ സ്കെച്ചുകൾ, എന്നിവ വളരെ വിശദമായ പഠനങ്ങളായി മാറുന്നു. അവയ്ക്കിടയിൽ റായുടെ ഇല്ലസ്ട്രേഷനുകൾ, *സന്ദേശിന്റെ* പ്രസിദ്ധീകരണം തുടങ്ങി സിനിമയ്ക്ക് പുറത്തുള്ള കാര്യങ്ങളും ഘോഷ് ചിത്രീകരിക്കുന്നു. റായെ സമഗ്രമായി അവതരിപ്പിക്കുക എന്ന ഉദ്ദേശ്യം പൂർണ്ണവിജയത്തിലെത്തിച്ചിരിക്കുന്നു ഗൗതം ഘോഷെന്ന ചലച്ചിത്രകാരൻ.

ഗൗതം ഘോഷ് ചിത്രം അവസാനിപ്പിക്കുന്നത്, വളരെ സവിശേഷമായ രീതിയിലാണ്. റായ്ക്ക് ഏഴ് വയസ്സുള്ളപ്പോൾ ടാഗോർ സമ്മാനമായി എഴുതിക്കൊടുത്ത കവിതയിലെ വരികൾ നാം കേൾക്കുന്നു. ചെറിയ കാര്യങ്ങളിലൂടെ വലിയ സത്യങ്ങൾ കണ്ടെത്തുക എന്ന് അവസാനിക്കുന്ന കവിത, വളർന്ന് വലുതാകുമ്പോൾ റായ്ക്ക് മനസ്സിലാകുമെന്ന് ടാഗോർ അന്ന് പറഞ്ഞു നിർത്തിയിരുന്നു. റായ് എന്ന ചലച്ചിത്രകാരനെ എല്ലാ സമഗ്രതയോടും ചിത്രം അടയാളപ്പെടുത്തുന്നുണ്ട്.

മേരി സെറ്റൺ

അവസാനമായി സത്യജിത് റായെക്കുറിച്ച് എഴുതപ്പെട്ടിട്ടുള്ള പ്രധാന പുസ്തകങ്ങൾ പരിശോധിക്കുന്നു. ഇപ്പോഴും അത്തരം രചനകൾ പുറത്തിറങ്ങുന്നത് കാരണം, പൊതുവേ ഉപയോഗിക്കപ്പെടുന്ന, പ്രസിദ്ധമായവ മാത്രം പരിഗണിക്കുകയാണ്. ദീർഘകാലം റായ്ക്കൊപ്പം സഞ്ചരിച്ച്, ഷൂട്ടിങ് ലൊക്കേഷനുകളിൽ അദ്ദേഹത്തെ അനുഗ

മിച്ച്, അദ്ദേഹവുമായി നടത്തിയ ദീർഘസം ഭാഷണങ്ങൾക്ക് ശേഷം മേരി സെറ്റൺ എഴുതിയ *Portrait of a Director: Satyajit Ray* എന്ന പുസ്തകം ലോകപ്രസിദ്ധമാണ്. ഓരോ ചിത്രവും നിർമ്മിക്കാനുണ്ടായ കാര ണങ്ങളും അതിനായി റായ് നടത്തിയ സൂക്ഷ്മമായ തയ്യാറെടുപ്പുകളും വിശദമായി ഇത് പ്രതിപാദിക്കുന്നുണ്ട്.

എന്നാൽ റായ് എല്ലാ സിനിമകളും ചെ യ്തുതീരുന്നതിന് മുമ്പായി അവർ പുസ്തകം മുഴ മിപ്പിച്ചിരുന്നു എന്ന് തോന്നുന്നു. അതുകൊ ണ്ട് അദ്ദേഹത്തിന്റെ അവസാനകാല ചിത്രങ്ങൾ ഇതിൽ പരാമർശിക്കപ്പെടുന്നില്ല. (പുതിയ പതിപ്പിൽ ഇതുണ്ടോ എന്നറിയില്ല). റായുടെ ഇല്ലസ്ട്രേഷനുകൾകൊണ്ടും, ഷൂട്ടിങ് സ്ഥലത്തെ ഫോട്ടോകൾകൊണ്ടും പുസ്തകം സമ്പന്നമാണ്.

ആൻഡ്രൂ റോബിൻസൺ

ആൻഡ്രൂ റോബിൻസൺ

സത്യജിത് റായുമായി വളരെ അടുപ്പമുണ്ടായിരുന്ന എഴുത്തുകാരനാണ് ആൻഡ്രൂ റോബിൻസൺ. അദ്ദേഹത്തിന്റെ പ്രസിദ്ധമായ രചന Satyajit *Ray: The Inner Eye – The Biography of a Master Film maker* 1988 ൽ ആദ്യഎഡിഷൻ ഇറക്കിയെങ്കി ലും തുടർന്നുള്ള ചിത്രങ്ങളും ചേർത്ത് പിന്നീട് പുതിയ പതിപ്പ് പ്രസിദ്ധീകരിച്ചു. വളരെ വിശദമായ അവലോകനങ്ങളും പഠനങ്ങളും ഇതിന്റെ പ്രത്യേകതയാണ്. റായ് ചിത്ര ങ്ങളെക്കുറിച്ചുള്ള ഒരു റഫറൻസ് ഗ്രന്ഥമായി ഉപയോഗിക്കാൻ കഴിയും വിധം സമ ഗ്രമാണിത്. റായുടെ ലേഖനങ്ങൾ, പുസ്തകങ്ങൾ, തിരക്കഥകൾ തുടങ്ങിയവയുടെ പൂർണ്ണമായ വിശദാംശങ്ങൾ ഇതിന്റെ ഒരു സവിശേഷതയാണ്.

ചിദാനന്ദ ദാസ് ഗുപ്ത

പ്രസിദ്ധ ചലച്ചിത്രനിരൂപകൻ ചിദാനന്ദ ദാസ് ഗുപ്ത, റായുടെ അടുത്ത സുഹൃത്താ യിരുന്നു. കൽക്കട്ടയിൽ ഫിലിം സൊസൈറ്റി നിർമ്മിക്കാൻ അവരാണ് മുൻകൈ എടുത്തിരുന്നത്. റായുടെ എല്ലാ ചിത്രങ്ങളും സൂക്ഷ്മമായി കാണുകയും വിമർശനാത്മ കമായി അവയെക്കുറിച്ച് എഴുതുകയും ചെയ്തു അദ്ദേഹം. *ശാഖാ പ്രൊശാഖാ* പോലുള്ള റായുടെ അവസാനകാല ചിത്രങ്ങളെ ഗുപ്ത നിശിതമായി വിമർശിച്ചിരുന്നു. 1980 ൽ റായ് ചിത്രങ്ങളെക്കുറിച്ച് അദ്ദേഹം എഴുതിയ പുസ്തകമാണ് *The Cinema of Satyajit Ray.*

ബിജോയ

സത്യജിത് റായ്, അമ്മാവന്റെ മകൾ ബിജോയ (1917-2015) യെ ദീർഘകാല പ്രണയത്തിനു ശേഷം വിവാഹം കഴിക്കുന്നത് 1949 ലാണ്. *ശേഷ് രക്ഷ* എന്ന ബംഗാളി

റായ് പത്നി ബിജോയയ്ക്കൊപ്പം

ചിത്രത്തിൽ പാടി അഭിനയിച്ച അവർ, 2015 ലെ *Gaach* എന്ന ഡോക്യുമെന്ററിയിലും വേഷമിട്ടിരുന്നു. റായ് തന്റെ ചലച്ചിത്രപദ്ധതികൾ അവരുമായി പതിവായി ചർച്ച ചെയ്യാറുണ്ടായിരുന്നു. റായുടെ മരണശേഷം രണ്ട് ഓർമ്മപ്പുസ്തകങ്ങൾ അവർ എഴുതി. *Bijoya Ray remembers Satyajit Ray at work (2000), Manik and I: My life with Satyajit Ray* (2008) എന്നിവയാണവ.

റായുടെ സിനിമകൾ പ്രമേയമാക്കിക്കൊണ്ട് നിർമ്മിക്കപ്പെട്ട ഫീച്ചർ ഫിലിമുകളും നമുക്ക് കണ്ടെത്താൻ കഴിയുന്നുണ്ട്. രണ്ട് പ്രധാന ചിത്രങ്ങൾ, *അപുർ പാഞ്ചാലി 2015* (2013), *അബർ ആരണ്യെ* (2003) എന്നിവയാണ്. *പഥേർ പാഞ്ചാലി*യിലെ അപുവായി വേഷമിട്ട് പ്രേക്ഷകരെ വിസ്മയിപ്പിച്ച സുബീർ ബാനർജിയുടെ പിൽക്കാലജീവിതമാണ് കൗഷിക് ഗാംഗുലി സംവിധാനം ചെയ്ത *അപുർ പാഞ്ചാലി* രേഖപ്പെടുത്തുന്നത്. സുബീറിന്റെ വർത്തമാനകാല ജീവിതവും അപുവിന്റെ ജീവിതവും താരതമ്യം ചെയ്യുന്നചിത്രം, 2013 ലെ ഇന്ത്യ അന്താരാഷ്ട്ര ചലച്ചിത്രോത്സവത്തിൽ മികച്ച ചിത്രമായി തിരഞ്ഞെടുക്കപ്പെട്ടിരുന്നു. 1970 ലെ ബർലിൻ അന്താരാഷ്ട്ര ചലച്ചിത്രോത്സവത്തിൽ മികച്ച ചിത്രമായി നോമിനേറ്റ് ചെയ്യപ്പെട്ട റായ് ചിത്രം, *ആരണ്യേർ ദിൻ രാത്രി*യുടെ തുടർചിത്രമായാണ്, ഗൗതം ഘോഷ് 2003 ൽ *അബർ ആരണ്യെ* നിർമ്മിക്കുന്നത്. *ആരണ്യേർ ദിൻ രാത്രി* ക്ക് മുപ്പത് വർഷങ്ങൾക്ക് ശേഷം അതിലെ കൂട്ടുകാർ ഒരിക്കൽക്കൂടെ കാട്ടിലെത്തുന്നു, അപ്പോഴേക്കും ശേഖർ മരിച്ചിരുന്നു, അപർണ്ണയ്ക്ക് പ്രായമായിരുന്നു. ഒരിക്കൽക്കൂടെ നഗര സംസ്കാരവുമായുള്ള എല്ലാ ബന്ധങ്ങളും വിച്ഛേദിക്കാൻ അവർ തയ്യാറാകുന്നു. ഗൗതം ഘോഷിന് മികച്ച സംവിധായകനുള്ള ദേശീയ അവാർഡ് നേടിക്കൊടുത്ത ചിത്രമാണിത്. മഹാനായ ചലച്ചിത്രകാരന് സംവിധായകരുടെ ആദരവും സ്നേഹവും അടയാളപ്പെടുത്തുന്ന ഈ രണ്ട് ചിത്രങ്ങളും.

ഇന്ത്യയും ലോകവും എക്കാലവും സത്യജിത് റായെ ഓർമ്മിച്ചു, പ്രകീർത്തിച്ചു, പഠിച്ചു. ഇപ്പോഴും ഇന്ത്യയിലും ലോകത്തിന്റെ പല ഭാഗങ്ങളിലും റായ് ഫെസ്റ്റിവലുകൾ, സെമിനാറുകൾ എന്നിവ നടന്നുകൊണ്ടിരിക്കുകയാണ്. അദ്ദേഹത്തിന്റെ ചിത്രങ്ങളിൽ സിനിമാവിദ്യാർത്ഥികൾ ഗവേഷണം ചെയ്യുന്നു, പ്രബന്ധങ്ങൾ എഴുതുന്നു. ലോക

സിനിമാരംഗത്തും ഇന്ത്യയിലും റായ് ചർച്ചചെയ്യപ്പെടുന്നു, ഡോക്യുമെന്ററികൾക്കും ഫീച്ചർ ഫിലിമുകൾക്കും വിഷയമാകുന്നു. വർഷംതോറും നിരവധി പുസ്തകങ്ങൾ അദ്ദേഹത്തിന്റെ ജീവിതവും സിനിമയും അടിസ്ഥാനമാക്കി രചിക്കപ്പെടുന്നു. സത്യജിത് റായ് ഒരു വ്യക്തിയല്ല, ഒരു ചലച്ചിത്രപ്രസ്ഥാനമായി മാറിക്കഴിഞ്ഞിരിക്കുന്നു.

4

റായ് രേഖപ്പെടുത്തിയ സ്വന്തം ചിന്തകൾ

അദ്ധ്യായം ഒന്ന്

വിഭൂതിഭൂഷന്റെ നോവലുകൾ ചിത്രീകരിച്ചപ്പോൾ

"പൂർണ്ണതയിലെത്തിയ ഒരു ചലച്ചിത്രകാരനെയാണ് ഞാൻ സത്യജിത് റായിൽ കാണുന്നത്."
-ഏലിയ കസാൻ

വിഭൂതിഭൂഷൺ ബന്ദോപാദ്ധ്യായ

വിഭൂതിഭൂഷൻ ബന്ദോപാദ്ധ്യായയുടെ രണ്ട് നോവലുകൾ, *പഥേർ പാഞ്ചാലി, അപരാജിതോ* എന്നിവ കേന്ദ്രീകരിച്ചാണ്, റായ് അപുത്രയം നിർമ്മിക്കുന്നത്. തന്റെ ആദ്യചലച്ചിത്ര സംരംഭത്തിന് എന്തുകൊണ്ട് വിഭൂതിഭൂഷന്റെ നോവലുകൾ തിരഞ്ഞെടുത്തു എന്ന് വിശദീകരിക്കയാണ് ഈ ലേഖനത്തിൽ അദ്ദേഹം. റായുടെ തിരഞ്ഞെടുത്ത ലേഖനങ്ങൾ സമാഹരിച്ച്, സന്ദീപ് റായ് എഡിറ്റ് ചെയ്ത് പുറത്തിറക്കിയ *ഡീപ് ഫോക്കസി* (Deep Focus) ലെ ലേഖനത്തിന്റെ പരിഭാഷയിൽ നോവലുകളെ ഒരു ചലച്ചിത്രകാരൻ എങ്ങനെ നോക്കിക്കാണണമെന്ന് വിശദീകരിക്കുന്ന റായ് മറ്റു ചലച്ചിത്രകാരന്മാർക്ക് ഒരു പാഠമാകുകയാണ്:

എന്തുകൊണ്ടാണ് ചലച്ചിത്രമാക്കി മാറ്റാൻ, വിഭൂതിഭൂഷന്റെ നോവലുകൾ താങ്കൾ തിരഞ്ഞെടുത്തത് എന്ന ചോദ്യം ഞാൻ പരക്കെ അഭിമുഖീകരിക്കാറുള്ളതാണ്. ഏറ്റവും ലളിതവും കൃത്യവുമായ മറുപടി, മറ്റെല്ലാ ബംഗാളി നോവലുകളെയും അപേക്ഷിച്ച്, ചലച്ചിത്രമാക്കാൻ അനുയോജ്യമായ കൃതികളാണ് അദ്ദേഹത്തിന്റേത് എന്നതാണ്. എന്നാൽ വിഭൂതിഭൂഷന്റെ കൃതികൾ സിനിമകളാക്കാൻ അനുയോജ്യമല്ല എന്ന് വിശ്വസിക്കുന്നവരെ ഇത് തൃപ്തിപ്പെടുത്തില്ല എന്ന് തീർച്ച. അദ്ദേഹത്തിന്റെ നോവലുകളുടെ ഒറിജിനാലിറ്റിയും മഹത്വവും അംഗീകരിക്കുമ്പോൾത്തന്നെ അവ സിനിമയ്ക്ക് സ്വാഭാവികമായിട്ടുള്ള മെറ്റീരിയലുകൾ അല്ല എന്ന് അവർ പറയും.

എന്നാൽ, സിനിമയാക്കി മാറ്റാൻ പോകുന്ന പുസ്തകങ്ങളെക്കുറിച്ചുള്ള അറിവില്ലായ്മയാണ് ഇത് സൂചിപ്പിക്കുന്നത്. വിഭൂതിഭൂഷന്റെ ആത്മാവിനോട് നൂറു ശതമാനം ചേർന്നുനിന്നുകൊണ്ട്, അദ്ദേഹത്തിന്റെ മറ്റ് പല സ്വഭാവസവിശേഷതകൾ നിലനിർത്തിക്കൊണ്ട് -കാവ്യാത്മകതയും മാനവികതയും നറേറ്റീവ് സ്ട്രക്ച്ചറുമായി ചേർത്തുവെച്ചുള്ള അദ്ദേഹത്തിന്റെ രീതി നിലനിർത്തിക്കൊണ്ട് - നല്ലൊരു ചിത്രം നിർമ്മിക്കാൻ കഴിയും. കൃത്യമായി പറഞ്ഞാൽ, മറ്റേതൊരു ബംഗാളി നോവലിസ്റ്റിനെക്കാളും എളുപ്പത്തിൽ ഒരാൾക്ക് അത് വിഭൂതിഭൂഷന്റെ നോവലുകളിൽ ചെയ്യാം. *പഥേർ പാഞ്ചാലി*യുടെ ചലച്ചിത്രരൂപത്തിന്റെ അടിസ്ഥാനം നിയോറിയലിസ്റ്റ് സിനിമയോ മറ്റേതെങ്കിലും സിനിമാപ്രസ്ഥാനമോ ആയിരുന്നില്ല, മറിച്ച്, വിഭൂതിഭൂഷന്റെ നോവൽ

ഒന്നുമാത്രമായിരുന്നു.

നോവലിലെ പല ഭാഗങ്ങളും സിനിമയിൽ വിട്ടുകളഞ്ഞതിനെക്കുറിച്ച് പലരും പരാതി പറയാറുണ്ട്. എനിക്ക് ഒരു കാര്യം മാത്രമേ പറയുവാനുള്ളൂ: ലോകത്തിൽ ഒരു സാഹിത്യസൃഷ്ടിയും പൂർണ്ണമായി ചലച്ചിത്രമായി പരിഭാഷപ്പെടുത്തപ്പെട്ടിട്ടില്ല. ഇതിനർത്ഥം, പൂർണ്ണമായരൂപത്തിൽ സിനിമയാക്കി മാറ്റാൻ പറ്റിയ ഒരു നോവലും ഇല്ല എന്നതല്ല. വെറും സംഭവങ്ങൾ മാത്രം വിവരിക്കുന്ന ഏതു നോവലും ചലച്ചിത്രമായി മാറ്റാം, എന്നാലത് നോവലിലെ സംഭവങ്ങൾ മാത്രമായിരിക്കും ചിത്രീകരിക്കുന്നത്, അതിന്റെ ആത്മാവ് നഷ്ടപ്പെട്ടിരിക്കുമെന്ന് തീർച്ചയാണ്. രണ്ടും ചേർന്നുള്ള ചിത്രീകരണത്തിനായി ഒരാൾക്ക് വിശാലമായ ഒരു സ്പെയ്സ് ആവശ്യമായി വരുന്നുണ്ട്. വാണിജ്യ ആവശ്യത്തിനായി, ചിത്രത്തിന്റെ നീളം ഒരു പ്രത്യേക പരിധിക്കുള്ളിൽ ഒതുക്കണമെന്നത് ലോകം മുഴുവനുമുള്ള ചലച്ചിത്രകാരന്മാർ അനുവർത്തിക്കുന്ന ഒരു കാര്യമാണ്. ഒരു ചെറുകഥയുടെ നീളപരിധിക്ക് സമാനമാണത്. ഇത് പിന്തുടരുന്ന ഒരാൾ നോവൽ സിനിമയാക്കി മാറ്റുമ്പോൾ, പൂർണ്ണമായും നോവലിനോട് ചേർന്നു നിൽക്കാൻ പറ്റാതെ മാറ്റങ്ങൾ വരുത്താൻ നിർബ്ബന്ധിതനാകുന്നു.

*പഥേർ പാഞ്ചാലി*യെന്ന നോവലിലെ പല ഭാഗങ്ങളും ഒഴിവാക്കേണ്ടി വന്നെങ്കിലും, നോവലിൽ പ്രേക്ഷകർക്ക് ഇഷ്ടപ്പെട്ട ഭാഗങ്ങളൊക്കെ സിനിമയിലും ഉണ്ടായിരുന്നതിനാൽ ആരുടെ ഭാഗത്തുനിന്നും കാര്യമായ പരാതികൾ ഒന്നും ഉണ്ടായില്ല. എന്നാൽ *അപരാജിതോ*വിന്റെ കാര്യം വ്യത്യസ്തമായിരുന്നു. അത് *പഥേർ പാഞ്ചാലി* പോലെ മികച്ച നോവലായിരുന്നില്ല. എന്നാൽ മറ്റു ബംഗാളി നോവലുകളെക്കാൾ വളരെ മെച്ചപ്പെട്ടതുമായിരുന്നു. എന്തുകൊണ്ട് ഞാൻ അത് ചലച്ചിത്രമാക്കാൻ തീരുമാനിച്ചു? നോവലിലെ പ്രധാനപ്പെട്ട രണ്ടു വസ്തുതകൾ എന്നെ ആകർഷിച്ചിരുന്നു. ഒന്നാമതായി, നോവലിന്റെ ആദ്യപകുതിയിലെ മൂന്ന് സ്ഥലങ്ങൾ തമ്മിലുള്ള വൈരുദ്ധ്യം നല്ല സിനിമാറ്റിക് സാദ്ധ്യതകളായിരുന്നു നൽകിയിരുന്നത്. അത് ഒരേസമയം ദൃശ്യപരവും നാടകീയവുമായിരുന്നു. വാരാണസി, ഒരു പതിവ് ബംഗാളി ഗ്രാമം, കൽക്കട്ട നഗരം എന്നിവയാണ് ആ സ്ഥലങ്ങൾ.

രണ്ടാമത്തേതും കൂടുതൽ പ്രധാനപ്പെട്ടതുമായ കാരണം, വിധവ യായ അമ്മയും പ്രായപൂർത്തിയായ മകനും തമ്മിലുള്ള ഗാഢമായ ബന്ധമായിരുന്നു. അത് നോവലിസ്റ്റ് തീവ്രതയോടെ, ഭംഗിയായി ചിത്രീകരിച്ചിട്ടുണ്ട്. അമ്മയുടെ മരണത്തോടെ, അവരിൽനിന്ന് സ്വാതന്ത്ര്യം ലഭിച്ചതായി ഒരു നിമിഷനേരത്തേക്കെങ്കിലും അപു ആശ്വസിക്കുന്നു. ഇത് വളരെ ധീരമായ ചിത്രീകരണമാണ്. നോവലിലെ ഭാഗമായതുപോലെ, ചിത്രത്തിന്റെയും പ്രധാനഭാഗമായി ഇത് മാറുന്നുണ്ട്.

എന്റെ ചിത്രങ്ങൾക്ക് ജേർണ്ണലിസ്റ്റിക് /ഡോക്യുമെന്ററിയായ ഒരു ചിത്രീകരണ രീതിയാണ് ഉള്ളത് എന്ന് ആരോപിക്കുന്ന നിരൂപകരോട് (ഞാനത് ഒരു പ്രശംസയായാണ് കരുതുന്നത് !) എനിക്ക് പറയാനുള്ളത് ഇത് മാത്രമാണ് : ഈ ഒരു ഡോക്യുമെന്ററി രീതി എനിക്ക് ലഭിച്ചത് വിഭൂതിഭൂഷന്റെ നോവലിൽ നിന്നാണ്, മറ്റെവിടെ നിന്നുമല്ല.

(കടപ്പാട്: *Deep Focus, Reflections on Cinema.* Ed. Sandeep Ray, Harper and Collins, New Delhi)

അദ്ധ്യായം രണ്ട്

അഭിമുഖം:
സത്യജിത് റായ് - ആൻഡ്രൂ റോബിൻസൺ

"ലോക സിനിമയിലെ മഹാനായ ഒരു
സംവിധായകനൊപ്പം പ്രവർത്തിക്കാൻ
അവസരം ലഭിച്ചതിൽ ഞാൻ
വളരെയേറെ സംതൃപ്തനാണ്."
- ഡേവിഡ് ആറ്റൻ ബറോ,
സത്രഞ്ച് കെ ഖിലാഡിയിലെ നടൻ

സത്യജിത് റായുടെ ജീവചരിത്രം, *ദ ഇന്നർ ഐ, ദ ബയോഗ്രഫി ഓഫ് എ മാസ്റ്റർ ഫിലിം മെയ്ക്കർ (The Inner Eye, The Biography of a Master Film Maker)* രചിച്ച ആൻഡ്രൂ റോബിൻസൺ (Andrew Robinson) ദീർഘകാലം റായ് ചിത്രങ്ങളെക്കുറിച്ച് പഠനം നടത്തിയിരുന്നു. റായുമായി പല അവസരങ്ങളിൽ അദ്ദേഹം നടത്തിയ സംഭാഷണങ്ങൾ ക്രോഡീകരിച്ച്, 1992 ൽ *സൈറ്റ് ആന്റ് സൗണ്ട്* മാസികയിൽ ഒരു ദീർഘമായ അഭിമുഖം ആൻഡ്രൂ റോബിൻസൺ പ്രസിദ്ധീകരിച്ചു. അതിന്റെ പരിഭാഷയാണ് ഇവിടെ കൊടുക്കുന്നത്.

മുപ്പത്തഞ്ചിലേറെ വർഷങ്ങളിൽ നിർമ്മിച്ച മുപ്പതിലേറെ ചിത്രങ്ങളിലൂടെ ഇന്ത്യൻ സിനിമയിൽ വിപ്ലവകരമായ മാറ്റങ്ങൾ വരുത്തിയ സത്യജിത് റായ്, ലോകം മുഴുവനുമുള്ള പ്രേക്ഷകരുടെ മുമ്പിൽ ഇന്ത്യയെ പ്രദർശിപ്പിക്കുകയായിരുന്നു. അതുകൊണ്ട് തന്നെയാണ്, പ്രസിദ്ധ ജാപ്പനീസ് ചലച്ചിത്രകാരൻ, അകിര കുറോസാവ, അദ്ദേഹത്തെപ്പറ്റി ഇങ്ങനെ പറഞ്ഞത്: "റായുടെ സിനിമ കാണാതിരിക്കുന്നത് സൂര്യനെയും ചന്ദ്രനെയും കാണാതെ ഈ ഭൂമിയിൽ കഴിയുന്നതുപോലെയാണ്."

? താങ്കൾക്ക് എപ്പോഴെങ്കിലും ധനികനാകണമെന്ന് തോന്നിയിട്ടുണ്ടോ?

റായ്: ഞാൻ ധനികനാണെന്നാണ് കരുതുന്നത് (ചിരിക്കുന്നു). ജീവിതത്തിൽ എനിക്ക് പണത്തെപ്പറ്റി വലുതായൊന്നും ചിന്തിക്കേണ്ടി വന്നിട്ടില്ല. സിനിമകളിൽ നിന്നല്ല, എഴുത്തിൽ നിന്നാണ് എനിക്ക് അത് ലഭിക്കുന്നത്. പുസ്തകങ്ങൾ എനിക്ക് ഒരു സ്ഥിരവരുമാനം ഉണ്ടാക്കിത്തരുന്നുണ്ട്. ബോംബെ നടന്മാരെപ്പോലെ ധനികനൊന്നുമല്ലെങ്കിലും കുഴപ്പമില്ലാതെ പോകുന്നുണ്ട്, ഇഷ്ടപ്പെട്ട പുസ്തകങ്ങളും റിക്കാർഡുകളും വാങ്ങാനാവുന്നുണ്ട്.

? ഒരു സംവിധായകൻ എന്ന രീതിയിൽ എന്തു തോന്നുന്നു ? താങ്കളുടെ വ്യക്തിത്വത്തെപ്പറ്റി എന്തു പറയുന്നു?

റായ്: ഒരു സംവിധായകനാവുമെന്ന് ഞാനൊരിക്കലും കരുതിയതല്ല. ഈ രീതിയിൽ, ആളുകളെക്കൊണ്ട് ജോലി ചെയ്യിക്കുന്ന, പ്രതിസന്ധിഘട്ടങ്ങളിൽ തീരുമാനമെടുക്കുന്ന ഒരാളാവുമെന്ന് ഞാൻ പ്രതീക്ഷിച്ചതേ ഇല്ലായിരുന്നു. സ്കൂളിൽ പഠിക്കുമ്പോൾ ലജ്ജാശീലനും ഒതുങ്ങിക്കഴിഞ്ഞവനുമായിരുന്ന ഞാൻ, കോളേജിലും അതേപോലെ തുടർന്നു. സ്റ്റേജിൽക്കയറി ഒരു സമ്മാനം വാങ്ങാൻ പോലും അന്നെനിക്ക് പ്രയാസമായിരുന്നു. എന്നാൽ *പഥേർ പാഞ്ചാലി*യോടെ, സന്ദർഭങ്ങൾക്കനുസരിച്ച് തീരുമാനമെടുക്കാനും മറ്റുള്ളവരെ നിയന്ത്രിക്കാനും കഴിയുമെന്ന് ബോദ്ധ്യപ്പെട്ടു. ഓരോ സിനിമ കഴിയുമ്പോഴും എന്റെ ആത്മവിശ്വാസം കൂടിവന്നു. ഒരു വലിയ ആൾക്കൂട്ടത്തി

ന്റെ മുമ്പിൽ പ്രസംഗിക്കാൻ പോലും എനിക്കിപ്പോൾ കഴിയും. എന്നാൽ എന്റെ നിയന്ത്രണത്തിലുള്ളവരും, എനിക്ക് അറിയാവുന്ന കാര്യങ്ങളും ആയിരിക്കണമെന്ന് മാത്രം.

? ഒരു സംവിധായകൻ എന്ന നിലയിൽ താങ്കളുടെ ധാർമ്മിക സമീപനം എങ്ങനെയാണ്?

റായ്: അതിനെക്കുറിച്ച് ഞാൻ കൂടുതൽ പറയുന്നില്ല, എല്ലാം എന്റെ സിനിമകളിലുണ്ട്. അവ കാണുന്ന ഒരാൾക്ക് അത് കൃത്യമായി ബോദ്ധ്യപ്പെടും. ധാർമ്മികമായ സമീപനങ്ങൾ രൂപപ്പെടുത്തിയതിനുശേഷം സിനിമ നിർമ്മിക്കയല്ല ഞാൻ ചെയ്യുന്നത്. എന്റെ സിനിമ കണ്ട് അതിലെ ധാർമ്മികതയെപ്പറ്റി സ്വന്തം നിഗമനങ്ങളിലെത്തേണ്ടത് നിരൂപകരാണ്. എനിക്ക് എന്റെ ചിത്രങ്ങൾക്ക് ഫുട്ട്നോട്ട് ചേർക്കാൻ തീരെ താൽപ്പര്യമില്ല.

? *പഥേർ പാഞ്ചാലിക്കു*ശേഷം, ജനങ്ങളോടുള്ള താങ്കളുടെ സമീപനത്തിൽ വല്ല മാറ്റവുമുണ്ടായിട്ടുണ്ടോ? കൂടുതൽ സിനിക്കലായി മാറിയിട്ടുണ്ടോ?

റായ്: ഇല്ല. ചുറ്റുപാടുകളെക്കുറിച്ച് ഞാൻ കൂടുതൽ ബോധവാനായിട്ടുണ്ട് എന്നത് സത്യമാണ്. ആദ്യ ദിവസങ്ങളിൽ ഞാൻ അന്വേഷണങ്ങളിൽ മുഴുകിയത് കാരണം, ഒറ്റപ്പെട്ടിരിക്കയായിരുന്നു. മറ്റ് ചെറുപ്പക്കാർ കൂടുതലും രാഷ്ട്രീയത്തിൽ ഇടപെട്ടുകൊണ്ടിരുന്നപ്പോൾ എനിക്കതിന് സമയമുണ്ടായിരുന്നില്ല. ബുദ്ധിപരമായ അന്വേഷണങ്ങൾക്കാണ് ഞാൻ കൂടുതൽ സമയം ചെലവഴിച്ചത്. അങ്ങനെ, സ്വയം ഒരു കലാകാരനായി ഞാൻ മാറുകയായിരുന്നു. തുടക്കം മുതൽക്കേ എനിക്ക് പലതരത്തിലുള്ള താൽപ്പര്യങ്ങളുണ്ടായിരുന്നു, അതുകൊണ്ട് മറ്റുകാര്യങ്ങളിൽ തലയിടാൻ സമയം കിട്ടിയില്ല.

ഗൂപി ഗായേൻ

മഹാനഗർ

? താങ്കൾക്ക് കലാപരമായ കഴിവുകൾ നല്ലതുപോലെ ഉണ്ട്. എന്നാൽ രാഷ്ട്രീയം അപ്രധാനമാണെന്ന് താങ്കൾ കരുതുന്നുണ്ടോ?

റായ്: നിങ്ങൾ ഒരു ചലച്ചിത്രകാരനാണെങ്കിൽ, രാഷ്ട്രീയമടക്കമുള്ള, ചുറ്റുപാടുകളെ സ്വാധീനിക്കുന്ന എല്ലാ ഘടകങ്ങളും പ്രധാനപ്പെട്ടവ തന്നെയാണ്. 1960 മുതൽ, ഞാൻ ചുറ്റുപാടുകളെക്കുറിച്ച് കൂടുതൽ ശ്രദ്ധിക്കാൻ തുടങ്ങി, കേന്ദ്ര പ്രമേയത്തോടൊപ്പം അവയും എന്റെ ചിത്രങ്ങളിൽ ഉൾക്കൊള്ളിക്കാൻ ഞാൻ തീരുമാനിച്ചു. രാഷ്ട്രീയചർച്ചയില്ലെങ്കിലും കോക്ടെയിൽ പാർട്ടിക്കിടയിൽ ബോംബ് വർഷിക്കുന്ന ശബ്ദവും അതേപ്പറ്റി ആളുകൾ ചർച്ച ചെയ്യുന്നതും രാഷ്ട്രീയമല്ലേ? ലോഡ് ഷെഡ്ഡിങ്ങും, ലിഫ്റ്റ് ഇടയ്ക്ക് വെച്ച് കേടാവുന്നതുമൊക്കെ രാഷ്ട്രീയമല്ലേ? അവയൊക്കെ എന്റെ കഥയെ സ്വാധീനിക്കുന്നുണ്ട്.

? *പ്രതിദ്വന്ദി* (1971) യിലെ മുഖ്യകഥാപാത്രം, നക്സലൈറ്റായ തന്റെ ഇളയ സഹോദരനൊപ്പം ഫ്ലാറ്റ് പങ്കിടുന്നുണ്ട്. ബോംബുണ്ടാക്കുന്ന അയാളെപ്പോലുള്ള ആക്ടിവിസ്റ്റുകളെ താങ്കൾ ബഹുമാനിക്കുന്നുണ്ടോ?

റായ്: തീർച്ചയായും. വെടിയുണ്ടകൾ നേരിടാനും, സ്വന്തം ജീവൻ ത്യജിക്കാനും തയ്യാറാകുന്നവരെ ഞാൻ എക്കാലവും ബഹുമാനിക്കുന്നു. അവർക്കുള്ള അസാമാന്യ ധൈര്യം എന്നെ എപ്പോഴും ആകർഷിക്കാറുണ്ട്. എനിക്ക് അത്തരം സന്ദർഭങ്ങൾ അഭിമുഖീകരിക്കാൻ കഴിയില്ല, അതിനുള്ള ധൈര്യം ഇല്ല. ധൈര്യം എപ്പോഴും ബഹുമാനിക്കപ്പെടേണ്ടത് തന്നെയാണ്.

? *മഹാനഗറിൽ*, ഒരു മദ്ധ്യവർഗ്ഗ കുടുംബത്തിലെ വീട്ടമ്മയ്ക്ക് ജോലികിട്ടുമ്പോൾ കുടുംബത്തിലുണ്ടാവുന്ന സംഭവങ്ങളാണ് ചിത്രീകരിക്കുന്നത്. ഇത്തരം സംഭവങ്ങൾ സ്വന്തം കുടുംബത്തിൽ ഉണ്ടായിരുന്നോ?

റായ്: ഉണ്ട്, ഞങ്ങളുടെ വിവാഹത്തിനു മുമ്പ് എന്റെ ഭാര്യ അദ്ധ്യാപികയായിരുന്നു.

? അപ്പോൾ, *മഹാനഗർ* അതിന്റെ വ്യക്തിപരമായ പ്രതികരണം ആണോ?

റായ്: അതെ, അതുകൊണ്ട്, കഥയിലെ സന്ദർഭങ്ങൾ മനസ്സിലാക്കാനെളുപ്പമായിരുന്നു. അങ്ങനെ കഥയിലെ ഒരാളെപ്പോലെ ചിത്രം നിർമ്മിക്കാൻ കഴിഞ്ഞു. അതു വളരെ എളുപ്പമായിരുന്നു, കാരണം അങ്ങനെയായാൽ കഥ പെട്ടെന്ന് നമുക്ക് ബോദ്ധ്യപ്പെട്ടും.

? സ്ത്രീകൾ മാനസികമായി, പുരുഷന്മാരെക്കാൾ ശക്തിയുള്ളവരാണെന്ന അവസ്ഥ, താങ്കളുടെ സിനിമകളെ കൂട്ടിയോജിപ്പിക്കുന്ന ഒരു പൊതുഘടകമായി ഉണ്ട് എന്ന കാര്യം ശ്രദ്ധിച്ചിട്ടുണ്ടോ?

റായ്: അതെ, സ്ത്രീകൾ പുരുഷന്മാരെക്കാൾ ശക്തിയുള്ളവരാണ്, എന്റെ ഇത്രയും കാലത്തെ അനുഭവം അതുതന്നെയാണ്.

? അതെന്തുകൊണ്ടാണെന്ന് വല്ല ഊഹവുമുണ്ടോ?

റായ്: എനിക്ക് തോന്നുന്നത്, അവർ ശാരീരികമായി ശക്തി കുറഞ്ഞവരായതു കൊണ്ടായിരിക്കാം എന്നാണ്. അതുകൊണ്ട് പ്രകൃതി തന്നെ അവരെ ആ രീതിയിൽ സൃഷ്ടിച്ചതായിരിക്കാം. എനിക്ക് ഉദാഹരണമായി തോന്നുന്നത്, *തീൻ കന്യയിലെ*, പോസ്റ്റ് മാസ്റ്റർ എന്ന ആദ്യഭാഗത്തിലെ വേലക്കാരി കുട്ടി ചന്ദൻ ബാനർജീയാണ്. ഒരു നൃത്ത വിദ്യാലയത്തിൽ വെച്ചാണ് ഞാനവളെ ആദ്യമായി കാണുന്നത്. അവൾ ഒരു അസാമാന്യയായ നടിയാണ്. ഒരു ടെൻഷനുമില്ല, നല്ല ബുദ്ധിയുമുണ്ട്. വളരെ വിനയത്തോടെയുള്ള പെരുമാറ്റം. അവൾക്കൊപ്പം ജോലി ചെയ്യുക സന്തോഷകരമായിരുന്നു. സ്ക്രീനിൽ അവളെ കണ്ടാൽ ആരും മറ്റുള്ളവരെ ശ്രദ്ധിക്കില്ല എന്ന് പോസ്റ്റ് മാസ്റ്ററായി വേഷമിട്ട അനിൽ ചാറ്റർജി പരാതി പറയാറുണ്ടായിരുന്നു.

ചാരുലത അവസാന ദൃശ്യം

മഹാനഗർ

? താങ്കളുടെ ചിത്രങ്ങളിൽ കുടുംബബന്ധങ്ങൾ വളരെ തീവ്രതയോടെയാണ് ആവിഷ്കരിക്കപ്പെട്ടിരിക്കുന്നത് എന്നത് എടുത്തു പറയാറുള്ളതാണ്.

റായ്: അത് എന്റെ ഒരു പ്രത്യേകതയാണ്. അത് സ്വാഭാവികമായി സംഭവിക്കുന്നതാണ്. ആളുകളുടെ മനഃശാസ്ത്രം എനിക്ക് എളുപ്പം മനസ്സിലാക്കാൻ പറ്റാറുണ്ട്.

? ഉദാഹരണമായി, പിതാവ് അസുഖമായിരിക്കുമ്പോൾ സഹോദരന്മാർ തമ്മിലുള്ള തർക്കം ഓർമ്മിക്കുന്നുണ്ടല്ലോ.

റായ്: രക്തബന്ധമുള്ളവരെക്കാൾ കൂടുതൽ അങ്ങനെയല്ലാത്തവരുമായി നമുക്ക് അടുത്ത് പെരുമാറാൻ കഴിയും. ചിത്രം പ്രമേയമാക്കിയ ഒരു വിഷയം അതായിരുന്നു.

? സ്ക്രീനിൽ ബന്ധങ്ങൾ കാണിക്കാൻ പ്രയാസമാണോ?

റായ്: സിനിമയിൽ എല്ലാം പ്രയാസമാണ്. ഒന്നിനും എളുപ്പവഴിയില്ല. ചിന്തയും സൂക്ഷ്മമായ നിരീക്ഷണവും ഒക്കെ അതിന് അത്യാവശ്യമാണ്.

? ജീവിതത്തിന്റെ ആദ്യകാലത്ത് അമ്മയോടൊപ്പം, അമ്മാവന്മാരുടെ വീട്ടിൽ കഴിഞ്ഞിരുന്നത്, സിനിമയിൽ മനഃശാസ്ത്രപരമായി കാര്യങ്ങളെ സമീപിക്കാൻ സഹായകരമായിരുന്നോ?

റായ്: കുട്ടിക്കാലം മുതൽക്കേ ആളുകളെ നിരീക്ഷിക്കുക എന്നത് എന്റെ ശീലമായിരുന്നു. എനിക്ക് സഹോദരങ്ങൾ ഇല്ലാതിരുന്നത് ഇതിന് ഒരു കാരണമായിരുന്നിരിക്കാം. ഞാൻ എന്റെ ചിന്തകളുമായി ഒറ്റയ്ക്കിരിക്കാറാണ് പതിവ്. അതുകൊണ്ട്, ഈ പ്രക്രിയ ഞാനറിയാതെ തന്നെ എന്റെ ഉള്ളിൽ നടക്കുകയായിരുന്നു. ഞാൻ കൊച്ചു കുട്ടിയായിരുന്നു, എനിക്ക് ചുറ്റുമുള്ളവരാണെങ്കിൽ എല്ലാവരും എന്നെക്കാൾ മുതിർന്നവരും.

? *സൈറ്റ് ആന്റ് സൗണ്ട്* മായുള്ള ഒരു അഭിമുഖത്തിൽ, ഒരു പാരമ്പര്യത്തിന്റെ ഭാഗമാണോ താങ്കൾ എന്ന ചോദ്യത്തിന്, അത് ഗൗരവമായി അന്വേഷിച്ചിട്ടില്ല എന്ന് അങ്ങ് മറുപടി പറയുന്നുണ്ട്. അതു വായിച്ചപ്പോൾ വാസ്തവത്തിൽ എനിക്ക് അത്ഭുതം തോന്നി.

റായ്: ഇല്ല, ഒരിക്കലുമില്ല. നാം നമ്മുടെ ജോലി ചെയ്യുക, അത്രതന്നെ.

? താങ്കൾ സ്വയം ഒരു ഹ്യൂമനിസ്റ്റാണെന്ന് കരുതുന്നുണ്ടോ?

റായ്: യഥാർത്ഥത്തിൽ ഇല്ല. എന്റെ ചിത്രങ്ങൾ ചിത്രീകരിക്കുന്ന എന്നെക്കാളുപ്പുറമൊന്നും ഞാൻ സ്വയം കരുതാറില്ല. ഞാനൊരു ഹ്യൂമനിസ്റ്റാണെന്ന ബോധം എനിക്കില്ല. മനുഷ്യരിൽ താൽപ്പര്യമുണ്ടെന്നതിനപ്പുറം എനിക്ക് മറ്റൊന്നുമില്ല. സിനിമകളുണ്ടാക്കുന്ന എല്ലാവരും മനുഷ്യരിൽ തൽപ്പരരായിരിക്കും എന്ന് തന്നെയാണ് ഞാൻ കരുതുന്നത്. എന്റെ ചിത്രങ്ങളെ ഹ്യൂമനിസവുമായി ബന്ധപ്പെടുത്തുന്നതിൽ അൽപ്പം പ്രയാസവുമുണ്ട്. (ചിരിക്കുന്നു). അവയിൽ മറ്റു കാര്യങ്ങളുമുണ്ടെന്നാണ് ഞാൻ കരുതുന്നത്. അവ വെറും മനുഷ്യരെപ്പറ്റി മാത്രമല്ല, ഘടന, രൂപം, താളം, മുഖം, പ്രകാശത്തിനും നിഴലിനും ഉള്ള വികാരം, കോമ്പസിഷൻ, ഒരു കഥ പറയുന്ന വഴി എന്നിവയൊക്കെയാണ്.

? *പഥേർ പാഞ്ചാലി* കാരണമാണ് നിരൂപകർ താങ്കളെ ഹ്യൂമനിസ്റ്റ് എന്ന് വിശേഷിപ്പിക്കുന്നത് എന്നാണ് ഞാൻ കരുതുന്നത്. ആ ചിത്രത്തെപ്പറ്റി ഇപ്പോൾ എന്തു തോന്നുന്നു?

റായ്: ഞാൻ അത് വീണ്ടും എഡിറ്റ് ചെയ്യും. അങ്ങനെ ചെയ്താൽ അത് കൂടുതൽ

ചാരുലത

മെച്ചപ്പെട്ടും. ചിലയിടങ്ങളിൽ ചിത്രം ഇഴയുന്നുണ്ട്, രണ്ടാം പകുതിയിലല്ല, ആദ്യപകുതിയിൽ. സീക്വൻസായിട്ടാണ് ചിത്രം ഷൂട്ട് ചെയ്തത്. മുമ്പോട്ട് പോകുന്ന സമയത്ത്, രണ്ടാം പകുതി മെച്ചമായി തോന്നി. എന്നാൽ ഒരു എഡിറ്റിങ്ങോടെ ചിത്രം മെച്ചപ്പെട്ടുമെന്നാണ് കരുതുന്നത്.

എന്നാൽ ക്യാമറയുടെ സ്ഥാനം പോലുള്ള ചില കാര്യങ്ങൾ നമുക്ക് ഇപ്പോൾ ഒന്നും ചെയ്യാൻ കഴിയില്ലല്ലോ. മൂന്ന് ചെറിയ കുടിലുകൾ (അപു വളരുന്ന) തമ്മിലുള്ള ബന്ധം ചിത്രത്തിൽ വ്യക്തമാണോ എന്ന് സംശയമുണ്ട്. കാരണം, ഒരു ചിത്രത്തിൽ നിങ്ങൾക്കൊരു മാസ്റ്റർ ആംഗിൾ തിരഞ്ഞെടുക്കേണ്ടതായുണ്ട്. അത് പല തവണ ആവർത്തിക്കുകയാണ്. അതു മാറ്റിയാൽ പ്രേക്ഷകർ ആകെ വിഷമിക്കും. നിങ്ങളുടെ മനസ്സിൽ എല്ലാം വ്യക്തമായിരിക്കും, എന്നാൽ അത് സ്ക്രീനിൽ കാണിക്കണമെങ്കിൽ നമുക്ക് ചില കാര്യങ്ങൾ ചെയ്യേണ്ടതായിട്ടുണ്ട്.

? സിനിമ നിർമ്മിച്ചു തുടങ്ങിയപ്പോൾ താങ്കൾ അപുത്രയത്തെക്കാൾ കൂടുതൽ വേഗതയിൽ കഥകൾ കണ്ടെത്തുകയും ചിത്രങ്ങൾ നിർമ്മിക്കയും ചെയ്തു. *കാഞ്ചൻജങ്ക, നായക്, പിക്കു* എന്നിവയുടെ കാര്യമാണ് ഓർമ്മിക്കുന്നത്.

റായ്: അപുത്രയത്തെപ്പോലുള്ള ദീർഘമായ കഥകളിൽ പിന്നീട് എനിക്ക് താൽപ്പര്യമുണ്ടായില്ല. സമയം തന്നെയായിരുന്നു പ്രശ്നം. സിനിമയെ സംബന്ധിച്ചിടത്തോളം സമയത്തിൽ ശ്രദ്ധകേന്ദ്രീകരിക്കുന്നതാണ് നല്ലത്. എന്തുകൊണ്ടാണിങ്ങനെയെന്ന് പറയാൻ എനിക്ക് കഴിയുന്നില്ല. ഒരു ദിവസത്തെയോ, ആഴ്ചയിലെയോ, ഒരു മാസത്തെയോ കഥയാണ് സിനിമയ്ക്ക് നല്ലത്. ആരും വളരുന്നില്ല, എല്ലാം ആരംഭിച്ചതുപോലെ തന്നെ അവസാനിപ്പിക്കാൻ കഴിയുന്നു.

? താങ്കൾ സിനിമയ്ക്ക് സംഗീതം കമ്പോസ് ചെയ്യാൻ തുടങ്ങിയ ശേഷം, ഗാനങ്ങളും എഴുതുകയുണ്ടായല്ലോ? ആദ്യഗാനം *ദേവി*യിലെ കാളീ ഭജനമായിരുന്നു. അത് പതിനെട്ടാം നൂറ്റാണ്ടിലെ ബംഗാളി കവി രാം പ്രസാദിന്റെ ശൈലിയിൽ ആയിരുന്നു. അത് വിഷമകരമായ ജോലിയായിരുന്നോ?

റായ്: പാട്ടെഴുതുന്നത് വിഷമമുള്ളതായി എനിക്ക് തോന്നിയിട്ടില്ല. ഞാൻ അതെഴുതാനൊരു കാരണമുണ്ടായിരുന്നു. രാമ പ്രസാദിന്റെ കവിതകൾ പരിശോധിച്ചപ്പോൾ, ഈ ചിത്രത്തിലെ സന്ദർഭത്തിന് യോജിച്ച ഒരെണ്ണം പോലും കിട്ടിയില്ല. അദ്ദേഹത്തിന്റെ രീതിയിൽ, പിൽക്കാലത്ത് നിരവധിപേർ എഴുതിയിരുന്നു, അങ്ങനെ ഒരെണ്ണം ഞാനും ചെയ്തു എന്ന് മാത്രം (ചിരിക്കുന്നു). ഞാനെഴുതിയ രണ്ട് പാട്ടുകളും എന്റെ സീനിയറായി സ്കൂളിൽ പഠിച്ചിരുന്ന ആളാണ് പാടിയത്. കണ്ടയുടനെ എനിക്ക് അദ്ദേഹത്തെ ഓർമ്മ വന്നു,

"ബാലിഗഞ്ച സ്കൂളിലല്ലേ പഠിച്ചത് ?'' ഞാൻ ചോദിച്ചു. പക്ഷേ, അദ്ദേഹം എന്നെ തിരിച്ചറിഞ്ഞില്ല. എന്നാൽ പാട്ടുകളൊക്കെ അദ്ദേഹം നന്നായി പാടി. ജനങ്ങളെ ഒരു ദയയുമില്ലാതെ, ക്രൂരമായി മർദ്ദിക്കുന്ന ഒരു പൊലീസ് ഓഫീസറാണ് അദ്ദേഹമെന്ന് പിന്നീടാണ് ഞാനറിഞ്ഞത്.

? താങ്കളുടെ യക്ഷിക്കഥ *ഗൂപി ഗായേനി*ൽ അമേരിക്കൻ സംഗീത ചിത്രങ്ങളുടെ സ്വാധീനമുണ്ടോ?

റായ്: ഇല്ല. ഞാനങ്ങനെ കരുതുന്നില്ല. അത് ഒറിജനലാണ്. എന്റെ മനസ്സിൽ അമേരിക്കൻ സംഗീതചിത്രങ്ങളോ മറ്റേതെങ്കിലും മാതൃകകളോ ചിത്രങ്ങളോ ഉണ്ടായിരുന്നില്ല. എന്റെ മുത്തച്ഛൻ പറഞ്ഞ ഒരു കഥയിൽനിന്നും ഉണ്ടാക്കിയെടുത്തതാണ് അത്. സന്ദർഭങ്ങൾക്കനുസരിച്ച് പാട്ടുകൾ ചേർക്കുകയായിരുന്നു.

*ഗൂപി ഗായേനി*ന്റെ സ്ക്രിപ്റ്റ് ബുക്കിൽ, ആദ്യം ഞാൻ പ്ലോട്ടിന്റെ ഔട്ട് ലൈൻ വരച്ച്, സ്ക്രീനിൽ എങ്ങനെയാണ് അവ വരുന്നതെന്ന് കാണിച്ചു. പേജിന്റെ ഇടതുഭാഗത്ത്. പാട്ടുകൾക്കുള്ള വരികളും എഴുതി. ഞാൻ ആശയങ്ങളായിരുന്നു എഴുതിയിരുന്നത്. അതുകൊണ്ട്, പാട്ടുകൾ വന്നതോടെ എനിക്ക് കഥയുടെ ഘടന വ്യക്തമായി വന്നു. സന്ദർഭങ്ങൾ വന്നതോടെ കഥ എഴുതുന്നത് നിർത്തി. പാട്ടുകളിൽ വർക്ക് ചെയ്തു തുടങ്ങി. മിക്കവാറും അവസരങ്ങളിൽ അത് വന്നതുപോലെ നിലനിർത്തുകയായിരുന്നു.

? അപ്പോൾ ഗാനങ്ങൾക്കുള്ള സംഗീതം ഇന്ത്യൻ രീതിയിലായിരുന്നില്ലേ?

റായ്: അത് ഇന്ത്യയിലെ ശാസ്ത്രീയസംഗീതത്തിന്റെയും നാടോടി സംഗീതത്തിന്റെയും ഒക്കെയുള്ള ഒരു കൂടിച്ചേരലാണ്. ചില ഘട്ടങ്ങളിൽ പാശ്ചാത്യസംഗീതവും ഉണ്ട്. ഓർക്കെസ്ട്ര പൂർണ്ണമായും പാശ്ചാത്യ മാതൃകയിലാണ്. ചില ഘട്ടങ്ങളിൽ പാരഡികളും ഉപയോഗിച്ചിട്ടുണ്ട്. ഒരു ഗാനം ദക്ഷിണേന്ത്യൻ രീതിയിലുള്ളതാണ്. വീണയും താളവും ആ രീതിയിലുള്ളതുതന്നെ. ഗൂപിയും ബാഘയും പിടിക്കപ്പെടുന്ന ദൃശ്യമാണത്. എന്നാൽ ഗൂപി ഉടൻ പാടാൻ തുടങ്ങുന്നു. അങ്ങനെയാണവർ രക്ഷപ്പെടുന്നത്. ഓടുന്നതിനിടയിൽ അവരുടെ കഴുത്ത് ചലിപ്പിക്കുന്നത് ദക്ഷിണേന്ത്യൻ നൃത്ത രൂപത്തിലാണ്. മൊത്തത്തിൽ *ഗൂപി*യിലേയും അതിന്റെ തുടർച്ചയായ *ഹീരക് രാജാ ദേശി*ലേയും

റായും അടൂരും

സത്യജിത് റായ് മൃണാൾ സെന്നിനൊപ്പം

ഗാനങ്ങൾ എന്റേത് തന്നെയാണ്. ഞാൻ ഉണ്ടാക്കിയ പാട്ടിന്റെ സ്റ്റൈൽ ടാഗോറിന്റേതോ പാശ്ചാത്യമാതൃകയിലുള്ളതോ അല്ല.

? ഇന്ത്യൻ കലയിലെ. ഭാരതീയഘടകം എന്താണെന്നാണ് താങ്കൾ കരുതുന്നത്? മറ്റ് കലാവിഭാഗങ്ങൾക്കില്ലാത്ത ഏതൊക്കെ ഗുണങ്ങളാണ് അതിൽ താങ്കൾ കാണുന്നത്?

റായ്: ഭാരതീയ കലയ്ക്ക് ഒരു രൂപം മാത്രമല്ല ഉള്ളത്. അത് പല വിഭാഗങ്ങളിലും സ്കൂളുകളിലും സ്റ്റൈലുകളിലുമൊക്കെയായി വ്യാപിച്ച് കിടക്കുന്ന ഒന്നാണ്. എന്നിരുന്നാലും. ഭാവന, പ്രകൃതി സ്നേഹം, കലയുടെ ചിഹ്നപ്രതിനിധാനം, (മഴയെ ചെറുവരകൾ കൊണ്ട് സൂചിപ്പിക്കുന്ന രജപുത് മിനിയേച്ചർ പോലെ) സത്തയ്ക്ക് വേണ്ടി പ്രകൃതിയിലെ രൂപങ്ങളിലേക്കും മനുഷ്യനിലേക്കും നോക്കുന്നത്, ഉപരിതലത്തിൽ നിൽക്കാതെ ഉള്ളിലേക്ക് കടക്കുന്ന രീതി ഇവയൊക്കെയാണ് ഭാരതീയ കലയെ പാശ്ചാത്യ കലയിൽനിന്നും വേർതിരിച്ച് നിർത്തുന്നത്. ഇത് ഭാരതത്തിന്റെ കാര്യം മാത്രമല്ല, മൊത്തം പൗരസ്ത്യകലയുടെ സവിശേഷതകളാണ് ഇവ. ചൈനയുടേതും ജപ്പാന്റേതുമൊക്കെ. നിങ്ങൾ അവയെപ്പറ്റി ചിന്തിച്ചാൽ അവയ്ക്ക് ഭാരതീയകലയുടെ പല പ്രത്യേകതകളും ഉണ്ടെന്ന് മനസ്സിലാകും.

? അകിരാ കുറോസാവയുടെ സിനിമകളെക്കുറിച്ച് എഴുതിയ ലേഖനത്തിൽ കലയുടെ ഈ പൗരസ്ത്യ പ്രത്യേകതകൾ താങ്കൾ ചൂണ്ടിക്കാട്ടിയിരുന്നു. കുറോസാവ പൗരസ്ത്യകലാ വിഭാഗത്തിൽപ്പെടുന്നുണ്ടോ?

റായ്: കുറോസാവ പൂർണ്ണമായും പൗരസ്ത്യകലാകാരൻ അല്ല. പകുതി പാശ്ചാത്യനാണ്.

? താങ്കളോ?

റായ്: അതെ, അങ്ങനെയാണെന്നാണ് ഞാൻ കരുതുന്നത്. അത് കാരണം പാശ്ചാത്യർക്ക് കൂടുതൽ എളുപ്പത്തിൽ എന്നോട് അടുക്കുവാൻ കഴിയുന്നുണ്ട്. ഒസുവും മിസോഗുച്ചിയും ഇതനുസരിച്ച് പൗരസ്ത്യരിൽനിന്നും വളരെ അകലെയാണ്.

? ടാഗോറോ?

റായ്: എനിക്കറിയില്ല. അദ്ദേഹത്തിന്റേത് ഒരു സവിശേഷ വ്യക്തിത്വമാണ്. ടാഗോറിനെക്കുറിച്ച് പറയുകയാണെങ്കിൽ അദ്ദേഹം പൂർണ്ണമായും ഒറ്റപ്പെട്ട വ്യക്തിയാണ്. അദ്ദേഹത്തെ ഒരു വിഭാഗത്തിൽ പെടുത്താൻ കഴിയില്ല.

? ടാഗോറിനെക്കുറിച്ച് പറയുമ്പോൾ *ചാരുലത*യുടെ അവസാനഭാഗത്ത് ചാരുവിന്റെയും ഭൂപതിയുടെയും കൈകൾ ഫ്രീസ് ചെയ്തുകൊണ്ടുള്ള അവരുടെ നിശ്ചലദൃശ്യങ്ങളും തുടർന്ന് ജോലിക്കാരൻ വിളക്ക് കൊണ്ടുവരുന്നതും എങ്ങനെയാണ് പ്രസക്തമാവുന്നത്?

റായ്: അത് സ്ക്രിപ്റ്റിൽ ഉണ്ടായിരുന്നില്ല. അതിൽ ഭർത്താവ് ചാരുവിന്റെ കൈപിടിച്ച് രണ്ടുപേരും ബെഡ്റൂമിലേക്ക് പോകുന്ന കാഴ്ച ദൂരത്തുനിന്ന് നാം കാണുന്നതായിട്ടായിരുന്നു ഉണ്ടായിരുന്നത്. മൂലകഥയിൽ അത് ഒറ്റവാക്കിലാണ് അവസാനിക്കുന്നത്. ഭൂപതി മൈസൂരിലേക്കുള്ള യാത്രയ്ക്ക് തയ്യാറാവുമ്പോൾ ചാരു പറയുന്നു, ഞാനും വരുന്നു. അയാൾ സംശയിച്ച് നിൽക്കുമ്പോൾ അവർ പറയുന്നു, ശരി. ഇത് കഥയുടെ ലോജിക്കലായുള്ള അന്ത്യമാണ്. അതിന്റെ വിഷ്വൽ രൂപമാണ് ഞാൻ ചെയ്തത്. വാക്കിനു പകരം ഇമേജ്. രണ്ടു പേരും ആദ്യം അന്യോന്യം പൊരുത്തപ്പെട്ടുകഴിയുന്നു, പിന്നീട് അങ്ങനെയല്ലാതാവുന്നു. എനിക്ക് വാക്കുകൊണ്ട് അവസാനിപ്പിക്കാൻ കഴിഞ്ഞില്ല, കാരണം സിനിമയിലെ പ്രധാന സന്ദർഭങ്ങളിൽ വാക്കുകളല്ല വേണ്ടത് എന്നാണ് എനിക്ക് തോന്നുന്നത്. അതുകൊണ്ടാണ് വാക്കിൽ അവസാനിപ്പിക്കുന്നതിനു പകരം ഞാൻ ദൃശ്യത്തിൽ അവസാനിപ്പിച്ചത്. അവർ രണ്ടുപേരും ഒന്നാവാൻ ശ്രമിക്കുന്നു, പക്ഷേ, അതിന് കുറച്ച് സമയമെടുക്കും എന്ന സൂചനയോടെ.

? ജോലിക്കാരന്റെ വിളക്കിനെക്കുറിച്ച്?

റായ്: വെളിച്ചം എല്ലായ്പ്പോഴും അറിവുമായും ഉണർവ്വുമായും ബന്ധപ്പെട്ടു കിടക്കുന്നു. ഇവയൊക്കെ ഫ്രീസിനു ശേഷം വരുന്ന ദൃശ്യങ്ങളാണ്. എന്താണോ നമുക്ക് ആവശ്യം അത് നിശ്ചലദൃശ്യങ്ങൾ കൊണ്ടുമാത്രം സൂചിപ്പിക്കാൻ പ്രയാസമായിരുന്നു. അതാണ് ചിത്രത്തിന് യോജിച്ച കൃത്യമായ അവസാനം എന്നെനിക്ക് തോന്നി. ഇതിനുമപ്പുറം വിശദീകരിക്കാൻ എനിക്ക് പറ്റില്ല.

? *മഹാനഗറിലെ* അത്ഭുതകരമായ അവസാനത്തെക്കുറിച്ചും, കൽക്കട്ടയിലെ തെരുവുവിളക്കിൽ ഒന്ന് കത്താതിരിക്കുന്നതിനെക്കുറിച്ചും എന്താണ് പറയുവാനുള്ളത്?

റായ്: ആ ഡബിൾ ലാമ്പ് ദൃശ്യം അറിയാതെ സംഭവിച്ചതാണ്. ചിത്രത്തിലെ മിക്ക ഔട്ട് ഡോർ ദൃശ്യങ്ങളും ചിത്രീകരിച്ച ഓഫീസിന്റെ ബാൽക്കണിയിൽ നിന്നാണ് അതും ചെയ്തത്. ഓഫീസ് സമയത്തിനുശേഷം ജനക്കൂട്ടത്തിൽ ലയിച്ചുചേരുന്ന രണ്ടുപേരെ

ലോങ് ഷോട്ടിൽ കാണിക്കണമായിരുന്നു. അവർ നടന്നുപോകുമ്പോൾ, ഞാൻ ക്യാമറ ഒന്നു ചരിച്ചപ്പോൾ ഈ രണ്ട് ബൾബുകളുടെ മനോഹരമായ ഷോട്ട് കിട്ടി. ഒന്ന് കത്തുന്നില്ലായിരുന്നു. എന്റെ ദൈവമേ, അത് ഉണ്ടാക്കിയ വ്യാഖ്യാനങ്ങൾ വിശ്വസിക്കാൻ കഴിയാത്ത അത്രയുമുണ്ട് ! (ചിരിക്കുന്നു). എന്റെ മനസ്സിൽ മറ്റൊന്നുമുണ്ടായിരുന്നില്ല. എന്തെങ്കിലും സൂചിപ്പിക്കാനായിരുന്നില്ല അങ്ങനെ ചെയ്തിരുന്നത്, കൽക്കട്ടയിലെ തെരുവുവിളക്കുകൾ ശരിയായ രീതിയിൽ കത്താറില്ല എന്നത് ഒഴികെ. അത് ആ ഷോട്ട് കൂടുതൽ രസകരമാക്കുന്നു, കാരണം, ഞാനുദ്ദേശിക്കാത്ത ഒരു അർത്ഥതലം കൂടെ ഈ ദൃശ്യത്തിന് ലഭിക്കുന്നു, അത് മനസ്സിലായപ്പോൾ ഞാൻ കൂടുതൽ സന്തോഷിച്ചു, രണ്ട് ബൾബുകളും കത്തുന്നതിനേക്കാൾ എന്തുകൊണ്ടും മെച്ചം തന്നെ!

? ഇപ്പോൾ താങ്കൾ എന്ത് അർത്ഥം കൊടുക്കും?

റായ്: എനിക്കറിയില്ല, അത് കൽക്കട്ടയുടെ ഭാവാത്മകവശം കാട്ടിത്തരുന്നു.

? ഒരു പ്രതീകാത്മക അർത്ഥവും അതിന് ഇല്ല എന്നാണോ?

റായ്: ഇല്ല.

ARRIFLEX

അദ്ധ്യായം മൂന്ന്

സത്യജിത് റായ് - ഫിലിമോഗ്രാഫി - ചലച്ചിത്രപഠനങ്ങൾ - പ്രധാന പുരസ്കാരങ്ങൾ

ഫിലിമോഗ്രാഫി

ഫീച്ചർ ഫിലിമുകൾ

1. *പഥേർ പാഞ്ചാലി* (1955)
2. *അപരാജിതോ* (1956)
3. *പറഷ് പഥാർ* (1957)
4. *ജൽസാഘർ* (1958)
5. *അപൂർ സൻസാർ* (1959)
6. *ദേവി* (1960)
7. *തീൻ കന്യാ* (1961)
8. *കാഞ്ചൻജെങ്ക* (1962)
9. *അഭിജാൻ* (1962)
10. *മഹാനഗർ* (1963)
11. *ചാരുലത* (1964)
12. *കാപുരുഷ് - ഓ മഹാപുരുഷ്* (1965)
13. *നായക്* (1966)
14. *ചിരിയാഖാന* (1967)
15. *ഗൂപി ഗായേൻ ബാഘാ ബായേൻ* (1968)
16. *ആരണ്യേർ ദിൻ രാത്രി* (1969)
17. *പ്രതിദ്വന്ദി* (1970)
18. *സീമാ ബദ്ധ* (1971)
19. *അശിനീ സങ്കേത്* (1973)
20. *സോണാർ കെല്ല* (1974)
21. *ജന ആരണ്യ* (1975)
22. *സത്രഞ്ച് കെ ഖിലാഡി* (1977)
23. *ജോയി ബാബ ഫെലുനാത്* (1978)
24. *ഹിരക് രജർ ദേശേ* (1980)
25. *ഘരെ ബേരെ* (1984)
26. *ഗണശത്രു* (1989)
27. *ശാഖാ പ്രൊശാഖാ* (1990)
28. *ആഗന്തുക്ക്* (1991)

ഷോർട്ട് ഫിലിമുകൾ

1. *ടൂ* (1964)
2. *പിക്കു* (1980)
3. *സദ്ഗതി* (1981)

ഡോക്യുമെന്ററികൾ

1. *രബീന്ദ്രനാഥ് ടാഗോർ* (1961)
2. *സിക്കിം* (1971)
3. *ദ ഇന്നർ ഐ* (1972)
4. *ബാല* (1976)
5. *സുകുമാർ റായ്* (1987)

റായ് ചിത്രങ്ങൾ നേടിയ പ്രധാന പുരസ്കാരങ്ങൾ

പ്രസിഡന്റിന്റെ സ്വർണ്ണ മെഡൽ ലഭിച്ച ചിത്രങ്ങൾ

1. *പഥേർ പാഞ്ചാലി*
2. *അപൂർ സൻസാർ*
3. *ദേവി*
4. *രബീന്ദ്രനാഥ് ടാഗോർ*
5. *ചാരുലത*
6. *ഗുപി ഗായേൻ ബാഘാ ബായേൻ*
7. *സീമാബദ്ധ*
8. *ദ ഇന്നർ ഐ*
9. *അശിനീ സങ്കേത്*
10. *ആഗന്തുക്ക്*

- ബെസ്റ്റ് ഹ്യൂമൻ ഡോക്യുമെന്റ് കാൻ ഫിലിം ഫെസ്റ്റിവൽ - 1956
  പഥേർ പാഞ്ചാലി
- ഗോൾഡൻ ലയൺ, വെനീസ് ഫിലിം ഫെസ്റ്റിവൽ - 1957
  അപരാജിതോ
- ഗോൾഡൻ ബൂമെറാങ് മെൽബൺ ഫിലിം ഫെസ്റ്റിവൽ - 1962
  തീൻ കന്യ
- ഗോൾഡൻ സീൽ, ലൊക്കാർണോ ഫിലിം ഫെസ്റ്റിവൽ - 1961
  രബീന്ദ്രനാഥ് ടാഗോർ
- സിൽവർ ബിയർ, ബെർലിൻ ഫിലിം ഫെസ്റ്റിവൽ - 1964, 1965, 1973
  മഹാനഗർ, ചാരുലത, അശിനീ സങ്കേത്

പ്രത്യേക പുരസ്കാരങ്ങൾ

- ഫ്രെഞ്ച് ലീജിയൺ ഓഫ് ഓണർ
- ബർലിൻ ഫിലിം ഫെസ്റ്റിവൽ - 1973
- മോസ്കോ ഫിലിം ഫെസ്റ്റിവൽ - 1979
- വെനീസ് ഫിലിം ഫെസ്റ്റിവൽ - 1982
- ദാദാസാഹെബ് ഫാൽക്കെ അവാർഡ് - 1984
- ഹോമേജ് റ്റു സത്യജിത് റായ്, കാൻ ഫിലിം ഫെസ്റ്റിവൽ - 1982
- ഓസ്കാർ ലൈഫ്ടൈം അച്ചീവ്മെന്റ് അവാർഡ് - 1992
- ഭാരതരത്നം-ഇന്ത്യ - 1998 (മരണാനന്തരം)

റായ് രചിച്ച ചലച്ചിത്ര ഗ്രന്ഥങ്ങൾ

1. *OUR FILMS,THEIR FILMS*
2. *DEEP FOCUS, REFLECTIONS ON CINEMA*
3. *MY YEARS WITH APU*
4. *SPEAKING OF FILMS*

References:

1. *Mery Seton: Portrait of a director,* (Penguin Books, India.)
2. *Andrew Robinson: Sathyajith Ray: The Inner eye, The Biography of a master Film Maker* (I B Tauris, London, New York)
3. *Deep Focus: Reflections on Cinema,* (Harper and Collins, New Delhi.)
4. *Ritwikh Ghatak: Cinema and I* (Rupa and Co.)
5. www.satyajith.org

www.ingramcontent.com/pod-product-compliance
Lightning Source LLC
LaVergne TN
LVHW100245051026
849517LV00006B/1995
* 9 7 8 9 3 9 3 4 6 8 9 9 4 *